செயலிகளின் கதை

உங்கள் செல்பேசியில் தினமும் நீங்கள் பயன்படுத்தும் 52 வெற்றிகரமான செயலிகள் (Apps) எங்கிருந்து வந்தன? அவை எப்படி உருவெடுத்தன? அவற்றை உருவாக்கியவர்களின் பின்னணி என்ன?

செயலிகளின் கதை

உங்கள் செல்பேசியில் தினமும் நீங்கள் பயன்படுத்தும் 52 வெற்றிகரமான செயலிகள் (Apps) எங்கிருந்து வந்தன? அவை எப்படி உருவெடுத்தன? அவற்றை உருவாக்கியவர்களின் பின்னணி என்ன?

தி. ந. ச. வெங்கடரங்கன்

ZDP
SPECIFICS

Title: Seyalagilain Kathai
Author's Name: Venkatarangan Thirumalai

Published by ZDP Specifics

ZDP SPECIFICS

(An imprint of Zero Degree Publishing)
No.75 & 76, I Floor, Kuppusamy Street,
Balaji Nagar, Padi,
Chennai - 600050

Website: www.zerodegreepublishing.com
E Mail id: zerodegreepublishing@gmail.com
Phone: 89250 61999

ZDP Specifics First Edition: January 2026
ISBN: 978-93-47206-73-3
TITLE NO ZDPS: 132

Cover Design & Layout: Vijayan, Creative Studio
Printed at Rathna Offset Printers, Chennai, India

சமர்ப்பணம்

என் தந்தை 'பன்னூல் பதிப்பாளர்'
லிப்கோ திரு தி.ந.ச.வரதன் அவர்களுக்கு

பொருளடக்கம்

1. வாட்ஸ்-ஆப்: வாழ்விலோர் அங்கம் 9
2. சோற்றுக்குப் பிறந்த செயலி 14
3. நெட்பிளிக்ஸ் வென்றது எப்படி? 19
4. இசையால் வசமான வெற்றி 24
5. டிக் டாக்: ஆறுதலும் அபாயமும் 29
6. விளையாட்டல்ல வெற்றி 34
7. கூகுள் படக்கதை 38
8. சும்மா இரு, மரம் வளரும்! 43
9. அழைப்பது நீதானா? 47
10. பதில் சொல்லும் புதிய பூதம்! 51
11. டீப்சீக்: ஒரு திடீர் பூகம்பத்தின் நிஜமான பின்னணி 55
12. காதுக்குள் வானொலி 62
13. வேகம் ஒன்றே மூலதனம் 66
14. காதலிக்க வலதுபுறம் தள்ளவும் 70
15. டுவோ ஆந்தையைக் கொன்றது நீங்களா? 74
16. சமூக வலைத்தளமா? சமூகவிரோதத் தளமா? 78
17. தரகைத் தவிர்த்தால் பெருகும் வணிகம்! 83
18. ரோப்லாக்ஸ்: அனுபவம் புதுமை 87
19. ரகசியம் பேசுவோம்! 92
20. மெலனி வடிவமைத்த வெற்றி 97
21. அறிவு+அழகு = 5000 கோடி 102
22. மலிவுக்கு மரியாதை 107
23. உண்மையாக இரு 111
24. நீல வானம் 115
25. AI உலகின் ஏஜெண்ட் கண்ணாயிரம் 119
26. உறவே, நலமா? 123
27. ஊபருக்கு ஆப்பு 127

28. கதவைத் திற, காய்கறி வரட்டும் 132
29. பதினைந்தாயிரம் சமையல் குறிப்புகள் 137
30. சுருக்கிக் கொடு! 141
31. சேர்த்து வைத்துப் படி! 146
32. AI இசைராஜா 150
33. மூன்று பேர், மூன்று நிமிடம் 153
34. ஹேப்பியான பசுமாடுகள் 158
35. ஷாப்பிங் அசிஸ்டெண்ட் பில் கேட்ஸ் 163
36. செயலி+கைவினை= செய்வினை? 168
37. புதிரோடு விளையாடு 172
38. அரட்டை மண்டபம் 179
39. டிஜிட்டல் ஜோதிடக் கிளி 184
40. கனவின் வெற்றி 189
41. ஆன்லைன் அக்ரி டாக்டர் 194
42. செயலியை உருவாக்கும் செயலி 199
43. இது விளையாட்டல்லவா! 204
44. உங்கள் விமானம் எங்கே? 209
45. குளிர் நகரத்திலிருந்து உலகுக்கு? 213
46. கதை கேளுங்கள் 218
47. உணவை அளக்கும் செயலி 222
48. தியானம் செய் மனமே 226
49. மகளிர் மட்டும் 230
50. கைச்சொடுக்கில் காமிக்ஸ் 235
51. என்ன பார்க்கலாம்? எங்கே பார்க்கலாம்? 239
52. இது விளையாட்டில்லை 244
செயலிகளின் அட்டவணை 249

1. வாட்ஸ்—ஆப்: வாழ்விலோர் அங்கம்

உக்ரைன் என்று சொன்னவுடன் இரண்டாண்டுகளுக்கும் மேலாக அங்கே நடக்கும் போரே நினைவிற்கு வருகிறது. ஆனால், உக்ரைனில் பிறந்த ஒரு கணினிப் பொறியாளரின் படைப்பின் மூலமாகத்தான் இன்றைக்கு உலகில் இருக்கும் முந்நூறு கோடிக்கும் அதிகமானவர்கள் அவர்களின் வாழ்வில் நிகழும் பிறப்பு, இறப்பு, காதல், சண்டை என்று எல்லாச் செய்திகளையும் தெரிந்து கொள்கிறார்கள் என்றால் நம்ப முடிகிறதா? நம் வாழ்க்கைக்கு இன்றியமையாததாக ஆகியிருக்கும் வாட்ஸ்-ஆப் *(WhatsApp)* செயலிதான் அது. இச்செயலி, எப்படித் தோன்றியது, அது எப்படி வேலை செய்கிறது என்கிற தொழில்நுட்பத்தையும் சேர்த்துத் தெரிந்து கொள்வோம்.

அப்போது சோவியத் ஒன்றியத்தில் இருந்த உக்ரைன் நாட்டில், யூதக் குடும்பம் ஒன்றில் பிறந்தவர் யான் கோம் *(Jan Koum)*. நாட்டின் ரகசிய போலீஸ் யூதர்களைக் குறிவைக்க, தனது தாயோடு அகதியாக அமெரிக்காவிற்கு 1992ஆம் ஆண்டு வந்தார். அப்போது அவருக்குப் பதினாறு வயது. அமெரிக்காவில் காலடி எடுத்து வைத்தபோது, அவர்கள் கையில் சல்லிக்காசு கூட இல்லை. மொழி தெரியாத நாடு, ஆதரவுக்கும் யாருமில்லை. அவரின் தாய், குழந்தைகளைப் பார்த்துக் கொள்ளும் பணிப்பெண்ணாக வேலை தேடிக்கொண்டார். கோம் பலசரக்குக் கடையொன்றில்

துப்புரவுப் பணி செய்தார். இவர்களோடு சேர வருகிறேன் என்று சொன்ன கோமின் தந்தை அமெரிக்கா வர முடியாமல் போய் சில ஆண்டுகளிலேயே இறந்தும் போனார். அடுத்த சில ஆண்டுகளில் தனது ஒரே துணையான தாயாரையும் புற்று நோய்க்குப் பறிகொடுத்தார் கோம்.

இனி வாழ்க்கையே முடிந்தது என்று எண்ணியவருக்குக் கைகொடுத்தது பள்ளியில் தானாகவே கற்றிருந்த கணினி வலையமைப்பில் (நெட்வொர்க்கிங்) அவருக்கு இருந்த திறமை. அதைக் காட்டி சான் ஓசே மாநிலப் பல்கலைக்கழகத்தில் மேல்படிப்பிற்குச் சேர்ந்தார். கல்லூரியின் கட்டணத்தைக் கட்ட, அதே கணினித் திறனின் அடிப்படையில் பிரபலக் கணக்காய்வு நிறுவனமான எர்ன்ஸ்ட் & யங்கில் *(EY)* பகுதி நேரப் பணியாளராகச் சேர்ந்தார். அப்போது பிரபலமாக இருந்த யாஹூ *(Yahoo!)* தேடுபொறி நிறுவனத்திற்கு இவரை அனுப்பினார்கள். அடுத்த ஒன்பது ஆண்டுகள் அங்கேயே பணியில் இருந்தார் கோம். பின்னாளில் வாட்ஸ்-ஆப்பை தொடங்கத் தன்னுடன் இணைந்த பிரையன் ஆக்டன்னை *(Brian Acton)* அவர் சந்தித்தது யாஹூவில்தான். யாஹூ தடுமாறத் தொடங்க இருவரும் தங்களின் வேலையை விட்டுவிட்டு தென் அமெரிக்காவைச் சுற்றிப் பார்த்தார்கள்.

அவர்கள் திரும்பி வந்தவுடன் இருவரும் பேஸ்புக் மற்றும் ட்விட்டர் நிறுவனங்களில் வேலைக்கு விண்ணப்பித்தார்கள். இருவரையும் அந்த நிறுவனங்கள் நிராகரித்தது அவற்றின் மிகப்பெரிய இழப்பு. பின்னாளில் இந்த மேதாவிகளை எப்படித் தவற விட்டோம் என்று அந்த நிறுவனங்கள் புலனாய்வு செய்தார்கள் என்று இன்றும் சிலிக்கான் பள்ளத்தாக்கில் பேசிக் கொள்கிறார்களாம்.

அடுத்த இரண்டு ஆண்டுகள் கழித்து நடந்தது அந்த அதிசயம். கணினி உலகையே தலைகீழாகப் புரட்டிப்போட்ட ஆப்பிளின் ஐபோன் அறிமுகம் அது. அதுவரை வெறும் தொலைபேசி அழைப்புக்கான கருவியாக மட்டுமே இருந்த செல்பேசியில் கணினியின் மொத்தத் திறனையும் கொண்டுவந்திருந்தார் ஆப்பிளின் ஸ்டீவ் ஜாப்ஸ். இனி யார் வேண்டுமானாலும் செல்பேசிக்கான (ஐபோனிற்கு) செயலிகள் எழுதலாம் என்று அவர் திறந்துவிட்ட கதவு, வாட்ஸ்-ஆப் உருவாக்கப்படக் காரணமாகவும் அமைந்தது.

2009ஆம் ஆண்டு பிப்ரவரி மாதம் எந்த அரசு அலுவலகத்தில் கோமும் அவர் அம்மாவும் இலவச மளிகைப் பொருள்களைப் பெற வில்லைகளை வாங்கினார்களோ அதற்கு மிக அருகிலேயே இருந்த அலுவலகத்தில் வாட்ஸ்-ஆப் நிறுவனத்தைப் பதிவு செய்யும் வாய்ப்பு கோமுக்கு கிடைத்தது.

அப்போது ஒருவரோடு ஒருவர் தகவல்களைச் செல்பேசி எண் மூலம் குறுஞ்செய்தியாக மட்டுமே அனுப்ப முடியும். அதற்குத் தொலைபேசி நிறுவனங்கள் அதிகமான கட்டணத்தை வசூலித்தன. அதுவும் வெளிநாட்டில் இருப்பவருக்கு அனுப்ப வேண்டும் என்றால் கேட்கவே வேண்டாம் யானை விலை குதிரை விலை. உக்ரைனில் இருந்த தன் தந்தையோடு தொடர்பு கொள்ள தானும் தாயும் கஷ்டப்பட்டது நினைவிற்கு வந்தது கோமிற்கு. தங்களின் செயலி இத்தகைய தொடர்பை இலவசமாகவே உலகில் எந்த மூலையில் இருப்பவரோடும் செய்ய உதவ வேண்டும் என்று தீர்மானித்தார்கள் கோமும் ஆக்டனும். அதற்கான தொழில்நுட்பத்தையும் அவர்கள் தேடிக் கண்டுகொண்டார்கள். இதற்கு அடுத்தாண்டு வெளிவந்த ‘பாஸ் என்கிற பாஸ்கரன்’ திரைப்படத்தில் வரும் காட்சியில் ஆர்யா கேட்பாரே ‘ஒரு வருசம் முழுக்க பேசனும், ஒரு நாள் விடாம பேசனும், ஆனால் ஃப்ரியா பேசனும்’ என்று, அந்த நகைச்சுவைக் காட்சியை அடுத்த சில ஆண்டுகளில் நிஜமாக்குவார்கள் என்று கோமும் ஆக்டனுமே நினைத்திருக்க மாட்டார்கள், ஆனால் செய்து காட்டினார்கள்.

அதுவரை இருந்த வலைத்தளங்கள், செயலிகள் எல்லாமே விளம்பரங்களை அதிகளவு காட்சிப்படுத்துவதையே வருவாய்க்கு வழியாக வைத்திருந்தார்கள். ஆனால் அப்படிச் செய்வது பயனர்களுக்கு எரிச்சல் ஊட்டுகிறது. இது அவர்களைத் துச்சமாக மதிக்கும் செயல் என்று நம்பிய கோம், தனது செயலியில் என்றுமே விளம்பரங்கள் இருக்காது என்று அறிவித்தார். பின்னாளில் வாட்ஸ்-ஆப் பெரும் வெற்றி பெற்றதற்கு இது ஒரு முக்கிய காரணம்.

இப்படி வருவாய் இல்லாமல் இலவசமாகவே வழங்க வேண்டி, அவர்கள் பயன்படுத்திய பெரும்பாலான மென்பொருட்கள் திறமூலமாகவும் இலவசமாகவும் இருக்கும்படி தேர்வு செய்தார்கள்.

அப்படி அவர்கள் தேர்வு செய்தது ஃப்ரி.பி.எஸ்.டி. *(FreeBSD)* என்கிற இயங்குதளம், எக்ஸ்.எம்.பி.பி. *(XMPP)* செய்திகள் பரிமாற்ற முறை,

மற்றும் எர்லாங் (*Erlang*) நிரலி மொழி. இவற்றைக் கொண்டு இவர்கள் உருவாக்கிய முறையில், அனுப்புநர் அனுப்பும் ஓர் அரட்டை, வாட்ஸ்-ஆப்பின் சேவையகக் கணினிகளுக்குப் பாதுகாப்பாகச் செல்லும், பெறுநரின் செயலி தொடர்பில் வந்தவுடன் இந்த அரட்டை அதற்கு அனுப்பப்படும். இந்தப் பயணம் முடிந்தவுடன் வாட்ஸ்-ஆப் நிறுவனத்தின் கணினிகளில் அந்த அரட்டை அழிக்கப்படும் இந்த முறையைப் பயன்படுத்துவதால் அரசாங்கங்கள் கட்டளையிட்டாலும் வாட்ஸ்-ஆப் நிறுவனத்தால் குறிப்பிட்ட அரட்டையை, படங்களைக் கொடுக்க முடியாது. அந்த அரட்டையின் மேல்தரவுகள் எனப்படும் அரட்டையை அனுப்பியவர், பெற்றவர், நேரம், இடம் போன்ற விவரங்களை மட்டுமே அவர்களால் வழங்க முடியும்.

ஒரு சேவையைத் தொடர்ந்து இலவசமாக வழங்க நிறுவனத்திடம் அதிகமான முதலீடு இருக்க வேண்டும், ஆனால் தொழில் தொடங்கிய இரண்டாண்டுகள் தங்களின் சேமிப்பையும் தங்களோடு “யாஹூ”வில் பணியாற்றியவர்கள் முதலீடு செய்த சிறு தொகையையும் கொண்டே சிக்கனமாக நடத்தினார்கள். செயலி பிரபலமானவுடன் கொஞ்சம் பெரியளவு முதலீடுகள் வந்தன. வாட்ஸ்-ஆப் வெளிவந்து நான்கே ஆண்டுகளில் நாற்பது கோடிக்கு மேலான பயனர்கள் மாதந்தோறும் பயன்படுத்தினார்கள்.

இந்த அசுர வளர்ச்சியைப் பார்த்த பேஸ்புக் அதிர்ந்துவிட்டது. பயனர்கள் பேஸ்புக் செயலியைத் தவிர்த்து, வேறு ஒரு செயலியில் செலவு செய்யும் ஒவ்வொரு நிமிடமும் தங்களுக்கு ஏற்படும் பெருத்த நஷ்டம் என்று சரியாகப் புரிந்து வைத்திருந்தார் பேஸ்புக் நிறுவனர் மார்க் சக்கர்பெர்க். அந்த சமயம் தினமும் பல்லாயிரம் செயலிகள் வெளிவந்து கொண்டிருந்தன. அதில் இந்த வாட்ஸ்-ஆப் செயலியைப் பற்றி எப்படித் தெரிந்து கொண்டார் மார்க்? 2013ஆம் ஆண்டு பேஸ்புக் ‘ஓனவா’ என்கிற இஸ்ரேலியப் புள்ளியியல் நிறுவனத்தை வாங்கியது. அந்த மென்பொருள் உலகில் இருக்கும் பல கோடி பயனர்களின் செல்பேசியில் தினமும் அவர்கள் எந்தெந்த செயலியைப் பதிவிறக்கம் செய்கிறார்கள், அவற்றில் எத்தனை நேரம் செலவு செய்கிறார்கள் என்பதை வெளிப்படையற்ற முறையில் உளவு பார்த்து, அந்தத் தரவுகளைச் சேமித்து, ஆராய்ந்து வந்தது. வாட்ஸ்-ஆப்பின் வெற்றியைச்

சரியாகக் கணக்கிட்டு 'ஓனவா' சொன்னது தான் வாட்ஸ்-ஆப் மார்க்கின் கவனத்தை பெறக் காரணம்.

இதைத் தொடர்ந்து பல மாதப் பேச்சு வார்த்தைக்குப் பிறகு, 2014ஆம் ஆண்டு வாட்ஸ்-ஆப்பை பேஸ்புக் நிறுவனம் இந்திய ரூபாய் மதிப்பில் 1,15,900 கோடி கொடுத்து வாங்கியது அதாவது அன்றைய தேதியில் இந்திய அரசாங்கம் நாட்டின் பாதுகாப்பிற்குச் செலவு செய்ததில் பாதியளவு இது.

அடுத்த சில ஆண்டுகளில் கோம் தான் உருவாக்கிய நிறுவனத்திலிருந்து வெளியேறிவிட்டார். இருந்தும் கடந்த பத்தாண்டுகளில் பேஸ்புக் (தற்போது மெட்டா) நிறுவனம் அவரின் செயலியில் பல்வேறு புது நுட்பங்களைச் செய்து கொண்டே வருகிறார்கள். அவற்றில் முக்கியமானது ஒலி அழைப்புகள், பலர் பங்கு பெறக்கூடிய ஒளி-ஒலி குழு அழைப்புகள், முனை முதல் முனை வரையான திறமூல சிக்னல் நெறிமுறையை (Signal Protocol) பயன்படுத்தி மறையாக்கு பாதுகாப்பு முறை, ஒரு கணக்கில் பல சாதனங்களை இணைக்கும் வசதி (இதனைக் கொண்டு தான் மேஜைக் கணினியிலிருந்து வாட்ஸ்-ஆப் அரட்டைகளைப் படிக்க முடிகிறது), மற்றும் வாட்ஸ்-ஆப் குழுமங்கள் (Communities).

இவற்றையெல்லாம் விளம்பரங்களே இல்லாத இலவசச் செயலியில் செய்யப் பின்னணியில் இருக்கும் மேகக் கணிமைக்கு ஆண்டுக்குப் பல ஆயிரம் கோடி செலவாகிறது. இதில் பெரும்பங்கு பெரிய வணிக நிறுவனங்கள் வாட்ஸ்-ஆப்பைக் கொண்டு அவர்களின் பயனர்களுக்குச் செய்திகளை அனுப்பத் தரும் கட்டணத்திலிருந்து வருகிறது. மார்கும், வாட்ஸ்-ஆப்பின் உலகளாவிய தாக்கத்தை உணர்ந்து அந்நிறுவனத்தை நன்றாகவே வழி நடத்துகிறார். வெளிவந்து பதினைந்து ஆண்டுகள் ஆனாலும் தொடர்ந்து பயனர்களின் அன்பை வாட்ஸ்-ஆப் தக்கவைத்திருக்கிறது.

2. சோற்றுக்குப் பிறந்த செயலி

சமீபத்தில் இந்தியாவின் மிகப் பெரிய உணவு செயலி நிறுவனம் ஒரு விளம்பரத்தைக் கொடுத்திருந்தது.

எங்கள் நிறுவனரோடு நேரடியாக வேலை செய்யத் தலைமைப் பணியாளரைத் தேடுகிறோம். முதல் வருடத்திற்குச் சம்பளம் ரூபாய் இருபது இலட்சம். அதை நாங்கள் கொடுக்க மாட்டோம். எங்களிடம் வேலை செய்ய நீங்கள் கொடுக்க வேண்டும். இந்த வினோதமான விளம்பரத்தைச் செய்த சோமாட்டோவின் கதையைப் பார்க்கலாம்.

விளம்பரங்களிலும், அவர்களின் சேவைகளிலும் வினோதங்களைச் செய்வது சோமாட்டோவிற்கு புதிது இல்லை. ஆரம்பித்ததிலிருந்தே அந்த நிறுவனம் புதுமைகளைச் செய்து கொண்டே வந்துள்ளது.

2008ஆம் ஆண்டு தில்லியில் 'பெயின் & கம்பெனி' என்கிற அமெரிக்க மேலாண்மை ஆலோசனை நிறுவனத்தில் ஆய்வாளர்களாகப் பணியில் இருந்தனர் தீபிந்தர் கோயலும் பங்கஜ் சட்டாவும். இருவரும் நண்பர்கள். அவர்களுடன் பணியில் இருந்தவர்களுக்குத் தினமும் மதிய உணவுக்கு அருகில் இருக்கும் உணவகங்களில் என்னென்ன உணவு வகைகள் கிடைக்கின்றன என்பதை அறிந்து கொள்வது சிரமமாக இருந்தது இந்தியாவில் இணையம் வேகமாக வளர்ந்து வந்த நிலையில் இது விசித்திரமாகப் பட்டது. இந்த இரண்டு முன்னாள் தில்லி ஐ.ஐ.டி. மாணவர்களுக்கு இதற்கான

காரணம் என்ன என்பதை ஆராய்ந்து விடையைக் கண்டுபிடிப்பது சுலபமாக இருந்தது, இந்தியாவில் இருக்கும் பெரும்பாலான சாப்பாட்டுக் கடைகள் சிறு வணிகங்கள். அதை நடத்துபவர்களுக்கு உணவைச் சமைப்பது, பரிமாறுவது, வாடிக்கையாளர்களைக் கவனிப்பதைச் செய்யவே நேரம் சரியாக இருக்கும். இதில் இணையத்தைப் பயன்படுத்தி அங்கே அவர்களின் உணவுப் பட்டியலைப் போடுவதெல்லாம் முக்கியமாக இருக்கவில்லை.

இந்தச் சிக்கலைப் போக்க நண்பர்கள் ஆரம்பித்த இணையத்தளம் ஃபுட்டீபே. இது உணவகங்களின் விவரங்களை உள்ளடக்கிய ஒரு வழிகாட்டி. இதில் அந்தந்த உணவகத்தின் வாடிக்கையாளர்களால் சேர்க்கப்பட்ட விவரங்களைத் தவிர, பல சமயம் ஃபுட்டீபேயின் ஊழியர்களே ஒவ்வோர் உணவகமாகச் சென்று அவர்களின் உணவுப் பட்டியலைப் பெற்று உள்ளீடு செய்தார்கள். இதனால் உணவகங்களுக்கு எந்தக் கூடுதல் வேலையும் இல்லை, ஆனால் வாடிக்கையாளர்கள் ஃபுட்டீபேயில் பார்த்து இங்கே உண்ண வந்தோம் என்று சொல்ல ஆரம்பித்தார்கள்.

ஓர் உணவகத்திற்கு வந்து சாப்பிட்டவர்கள் அங்கே பெற்ற சேவையின் தரத்தை, உணவின் சுவையை மதிப்பிட்டுத் தங்களின் கருத்துகளையும் ஃபுட்டீபேயில் பகிர ஆரம்பித்தார்கள்.

இலவசமாக வழங்கிய இந்தச் சேவையை வழங்கச் சோமாட்டோ அதிகமாகத் திறமூல மென்பொருட்களைத்தான் பயன்படுத்தியது. உதாரணமாக இணையப் பக்கங்கள் எச்.டி.எம்.எல்., ஜாவாஸ்கிரிப்ட், பி.எச்.பி. நிரல் மொழியைக் கொண்டு உருவாக்கப்பட்டது. பின்னணியில் இருக்கும் தரவுகள் எல்லாவற்றையும் கையாள இலவச மை எஸ்கியூயெல் *(MySQL)* பயன்படுத்தப்பட்டது.

இரண்டே வருடத்தில் இந்தத் தளம் தில்லி பகுதியில் புகழ் பெற ஆரம்பிக்கத் தனது பெயரை சோமாட்டோவென்று மாற்றிக் கொண்டு தில்லியைத் தாண்டி மும்பை, பெங்களூரு, சென்னை, புனே, அகமதாபாத் மற்றும் ஹைதராபாத் எனப் பல நகரங்களிலும் தங்களது உணவக விவரப் பட்டியலை அளிக்கத் தொடங்கினார்கள். இந்தச் சமயத்தில் ஐபோன், ஆன்ட்ராய்ட் புழக்கத்தில் வர, சோமாட்டோ தனது சேவையைச் செல்பேசிகளில் செயலியாகவும் கொண்டு வந்தது. அடுத்த சில ஆண்டுகளில் இந்தியாவைத் தாண்டி, ஐக்கிய அரபு அமீரகம், பிரிட்டன், கனடா,

பிலிப்பைன்ஸ், தென் ஆப்பிரிக்கா, அமெரிக்கா எனப் பதினாறு நாடுகளில் தங்களின் சேவை நேரடியாகவோ அங்கேயிருந்த உள்ளூர் சேவை நிறுவனங்களை வாங்கியும் விரிவாக்கியது சோமாட்டோ.

இவ்வளவு வேகமாக வளர்ந்தாலும் வெறும் உணவக விவரப் பட்டியல் சேவையாக இருந்தவரை நிறுவனத்தால் லாபம் ஈட்ட முடியவில்லை, முதலீடு செய்திருந்த இன்ஃபோஎட்ஜ் *(Naukri.com* வேலைவாய்ப்பு இணையத்தளத்தை நடத்தும் நிறுவனம்) கேள்வி எழுப்பத் தொடங்கியது. அப்போது டாக்ஸி செயலியான ஊபர், தனது ‘ஊபர் ஈட்ஸ்’ வழியாகவும், புது நிறுவனமான ஸ்விகியும் உணவு விநியோகத்தில் இறங்கியிருந்தன. இதே வழியில் 2015ஆம் ஆண்டு சோமாட்டோவும் இந்தத் துறையில் இறங்கியது. இந்த நிகழ்வு நிறுவனத்திற்கு ஒரு திருப்புமுனையாக அமைந்தது.

போட்டியாளர்களிடம் இருந்து வித்தியாசப்படுத்த இயந்திரக் கற்றலை முதலில் இருந்தே பயன்படுத்தி வாடிக்கையாளர்கள் என்னென்ன உணவு வகைகளை எந்தெந்த ஊரில் எந்த நேரத்தில் விரும்புவார்கள் எனக் கச்சிதமாகக் கணித்து அவர்களின் உணவகக் கூட்டாளிகளிடம் பகிரத் தொடங்கியது சோமாட்டோ, இதனால் பயனர் அனுபவம் மேம்பட்டது.

அதோடு ஒவ்வொரு மாநிலத்திலும் தங்களின் செயலியை உள்ளூர் மொழியில் வழங்கியதும் ஒரு சிறப்பாக அமைந்தது. இதோடு மற்ற செயலிகளைக் காட்டிலும் ஆரம்பித்த புதிதிலேயே அதிகமான சிற்றுண்டிக் கடைகள் இருந்தது சோமாட்டோவில். செயலியில் உணவை விரும்பி தேர்வு செய்து வாங்கியதிலிருந்து வாடிக்கையாளரைச் சென்றடைவதற்கு ஆகும் நேரத்தை எப்படிக் குறைப்பது என்று ஆராய்ந்தனர். அதற்காகவே அவர்களின் வாகன ஓட்டிகளுக்குப் போக்குவரத்து நெருக்கடியைத் தவிர்த்துப் போக வேண்டிய வழியை உடனுக்குடன் மாற்றிச் சொல்லும் நிரல்களை உருவாக்கினார்கள். இதுவே சோமாட்டோ இந்தியாவின் உடனடி உணவு விநியோகத்தில் முதலாம் இடத்தில் வரக் காரணமாக அமைந்தது.

செயலிகளைக் கொண்டு உணவு விநியோகம் என்பது விளையாட்டு விசயமில்லை. பிசிறு இல்லாமல் இதைச் செய்யப் பின்னணியில் நடக்கும் தொழில்நுட்ப அறிவியலைப் பார்க்கலாம்.

ஒரு நொடியில் பல ஆயிரம் பொட்டலங்களைப் பற்றிய தகவல்கள் சோமாட்டோவின் மேகக் கணினிகளில் கையாளப்படுகின்றன, பெருமளவிலான குறிப்புகளை அதிவேக நினைவகத்தில் சேமித்து, மிக வேகமாக எடுக்கவும் செய்ய உதவும் திறமூல மென்பொருள் ரேடீஸ் *(Redis)* இடைச்சேமம் *(Cache)*. அதோடு இணைந்து வேலை செய்யும் இன்னொரு திறமூல மென்பொருள் ராப்பிட்-எம்-க்யு *(RabbitMQ)*, இது செய்திகளைப் பரிமாற்றும் நம்பகமான இடைத் தரகர். இவை இரண்டும், மற்றும் செயற்கை நுண்ணறிவைக் கொண்டு இயங்கும் நிரல்களும் சேர்ந்து உணவு விநியோகம் தாமதமின்றித் தொடர்ந்து நடக்கச் செய்கிறது.

சோமாட்டோவின் அசுர வளர்ச்சிக்கு ஈடு கொடுக்க முடியாமல் அமெரிக்காவின் பெரு நிறுவனமான ஊபர் அவர்களின் இந்தியாவில் இயங்கிய ஊபர் ஈட்ஸ் சேவையை *2020*ஆம் ஆண்டு சோமாட்டோவிடம் விற்றுவிட்டது. அடுத்த ஆண்டே இந்தியப் பங்குச் சந்தையில் பகிரப்படும் முதல் உணவகச் செயலி நிறுவனத்தின் பங்குகள் என்ற பெருமையைப் பெற்றது சோமாட்டோ.

*2021*ஆம் ஆண்டு சுமார் *126* ரூபாயாக இருந்த பங்குகள் மூன்றே ஆண்டுகளில் இரட்டிப்புக்கும் மேலாக உயர்ந்து கொண்டே போவது நிறுவனத்தை நடத்துபவர்களின் திறமைக்குச் சான்று.

ஆனால் ஒரே சீராக சோமாட்டோவின் வளர்ச்சி அமையவில்லை. பல சிக்கல்களுக்கு இடையிலும் அது வளர்ந்து வருகிறது. குறிப்பாகக் கொரோனா பெருந்தொற்றுக் காலம் மிகப் பெரிய சவாலாக இருந்தது, பல மாதங்களுக்கு இந்தியா எங்கும் உணவு விநியோகம் அனுமதிக்கப்படவில்லை. நாள் ஒன்றிற்கு *10* இலட்சம் பொட்டலங்களை வழங்கிய ஒன்றரை இலட்சம் கூலி அடிப்படையில் வேலை செய்த கூட்டாளிகளுக்குத் திடீரென்று வருவாய் இல்லாமல் போனது. அப்போது மற்ற செயலிகளும் செய்யத் தொடங்கிய மளிகைப் பொருட்கள் விநியோகத்தில் சோமாட்டோவும் இறங்கியது.

இந்தத் துறையில் இருக்கும் வாய்ப்பைப் பார்த்து *2022*ஆம் ஆண்டு கோஃபர்ஸ் என்கிற செயலியின் நிறுவனத்தை வாங்கி பிளிங்கிட் *(Blinkit)* எனப் பெயர் மாற்றி மிக விரைவிலேயே உடனடி இணைய வணிகத்தில் முத்திரை பதிக்க ஆரம்பித்தார்கள். இதோடு

கொரோனா முடிந்தவுடன் இவர்களின் உணவு வணிகமும் வேகமாக வளர்ந்து வருகிறது.

அதே சமயம் இந்தியாவைத் தவிர்த்து இவர்களால் மற்ற நாடுகளில் வெற்றி பெற முடியவில்லை என்பதையும் கவனிக்க வேண்டும். 2024ஆம் ஆண்டு இறுதியில் அமீரகத்தில் இருக்கும் ஒரு சிறு பிரிவைத் தவிர்த்து மற்ற அனைத்து நாடுகளிலும் தங்களின் சேவையை நிறுத்திவிட்டார்கள். இந்தியாவிலேயே வளர்ச்சி அதிகமாக இருப்பதால், அதற்கே அதிகக் கவனம் தேவைப்படுகிறது என்று முடிவெடுத்தார் நிறுவனர் தீபிந்தர் கோயல்.

சிக்கல்கள், சறுக்கல்கள், வெற்றியும் தோல்வியும் இருக்கவே செய்யும். ஆனால் வித விதமாக மதிய உணவு சாப்பிட உதவும் இணையத்தளமாக ஆரம்பித்த ஃபுட்டீபே, இன்று ₹90,000 கோடி சந்தை மதிப்புள்ள சோமாட்டோவாக வளர்ந்திருப்பது இந்தியத் துளிர் நிறுவனங்களுக்கு ஒரு சிறப்பான வழிகாட்டி என்பதை மறுக்கமுடியாது.

3. நெட்பிளிக்ஸ் வென்றது எப்படி?

"இரண்டு சுமாரான தயாரிப்புகளைச் செய்வதைவிட, ஒரு சிறந்த தயாரிப்பைச் செய்வது மேல், அதற்குத் தேவையானது முழுக் கவனம், என்று எனது முதல் மேலாளரிடமிருந்து கற்றுக் கொண்டேன்". இதைச் சொன்னவர் நெட்பிளிக்ஸ் இணைய ஒளிபரப்பு நிறுவனத்தின் நிறுவனர் ரீட் ஹேஸ்டிங்ஸ் *(Reed Hastings)*. சீனா, சிரியா, ரஷ்யா, மற்றும் வட கொரியா இந்த நான்கு நாடுகளைத் தவிர உலகில் இருக்கும் 190க்கு மேற்பட்ட நாடுகளில் இந்த நிறுவனத்தின் பொழுதுபோக்கு செயலி கிடைக்கிறது. நெட்பிளிக்ஸ் பயனர்கள் அதில் தினமும் இரண்டு மணி நேரத்திற்கு மேல் அச்செயலியில் கழிக்கிறார்கள். இந்தளவு பிரபலமான இந்தச் சேவை உருவாக்கப்பட்டு வளர்ந்த கதையைப் பார்ப்போம்.

தொண்ணூறுகளின் பிற்பகுதியில் அமெரிக்காவில் யாரைப் பார்த்தாலும் இணையத்தளங்களைத் தொடங்கிக் கொண்டிருந்தார்கள். அமேசானின் வெற்றியால் கவரப்பட்ட இளைஞரான ரீட், அப்போது அவரின் முந்தைய மென்பொருள் நிறுவனத்தை விற்றிருந்தார். கையில் இருந்த பணத்தைக் கொண்டு இணையத்தில் வணிகம் செய்யலாம் என்று அவரும் நண்பர் மார்க் ராண்டால்ஃப்பும் *(Marc Randolph)* பல நாட்கள் ஆலோசித்தார்கள். இணையம் வழியாக விற்கத் தலைக்குத் தேய்த்துக் குளிக்கும் ஷாம்பு,

வளர்ப்புப் பிராணிகளுக்கான தனிச்சிறப்புடைய உணவுகள் என்று மார்க் சொன்ன பல யோசனைகளை நிராகரித்தார் ரீட்.

மொத்தம் 114 வியாபார யோசனைகள் நிராகரிக்கப்பட்டன. இப்படியாக யோசித்து யோசித்து 1997ஆம் ஆண்டு அவர்கள் ஆரம்பித்த வியாபாரம் ஒரு வாடகை சேவை. இணையத்தளம் மூலமாக அப்போது புதிதாக வந்திருந்த டிவிடி *(DVD)* என்கிற வீட்டிலேயே துல்லியமான காட்சிகளாகத் திரைப்படங்களைப் பார்க்க உதவும் இறுவட்டுகளின் விற்பனை மற்றும் வாடகை சேவை. அப்போது வளர்ந்த நாடுகளில் திரைப்பட கேசட்கள், குறுந்தகடுகள் வாடகை சேவையில் முன்னணியில் இருந்தது பிளாக்பஸ்டர் நிறுவனம்.

முதன் முதலாக 1998ஆம் ஆண்டு லண்டன் போயிருந்த போது வார இறுதியில் சினிமா பார்க்கலாம் என்று சொல்லி நண்பர் ஒருவர், ஒரு பிளாக்பஸ்டர் கடைக்கு அழைத்துச் சென்றார். அங்கே வாயிலில் பெரிய நீல நிறச் சினிமா டிக்கெட் வடிவில் இருந்த பதாகையைப் பார்த்துப் பிரமித்தது இன்றும் என் நினைவில் இருக்கிறது. அந்தளவு கோலோச்சிய பிளாக்பஸ்டர் நிறுவனத்தைச் சில ஆண்டுகளிலேயே நெட்பிளிக்ஸ் எப்படி வீழ்த்தியது?

நெட்பிளிக்ஸ் வழங்கிய டிவிடி சேவையில் மாதத்திற்கு எத்தனை முறை வேண்டுமானாலும் இறுவட்டுக்களை எடுக்கலாம். திரும்பக் கொடுக்க இத்தனை நாட்கள் என்ற வரைமுறை எதுவும் கிடையாது. முக்கியமாக இணையம் வழியாகத் தேர்வு செய்தால் வீட்டிற்கே தபால் வழியாக இறுவட்டுகள் வந்துவிடும். அதே வழியில் திரும்பவும் அனுப்பத் தபால் வில்லைகள் ஒட்டிய உறைகளையும் சேர்த்து நெட்பிளிக்ஸ் அனுப்பிவிடும்.

இதோடு நின்றிருந்தால் நெட்பிளிக்ஸ் இன்று 28 கோடி மக்கள் பார்க்கும் சேவையாக வளர்ந்திருக்காது. 2006ஆம் ஆண்டு ஒவ்வொரு நாளும் சுமார் 10 இலட்சம் இறுவட்டுகளை அனுப்பிக் கொண்டிருந்தார்கள். அப்போது, இவர்களின் பட்டியலில் இருந்தது 35,000 திரைப்படங்கள். இதில் ஒரு பார்வையாளர் எப்படித் தங்களுக்கு விரும்பியதைக் கண்டு கொள்வார்? அந்தச் சிக்கலுக்காக, கணினிப் பொறியாளரான ரீட் இயந்திரக் கற்றலைச் சோதனை முறையில் அவரின் இணையத்தளத்தில் கொண்டு வந்திருந்தார்.

இந்த மென்பொருள், இது வரை குறிப்பிட்ட பயனர் பார்த்த படங்கள் மற்றும் தொலைக்காட்சி தொடர்களின் பட்டியலை, அவர் தேடிய படங்களின் விவரங்களை, அன்றைய நாளின் நேரத்தை எனப் பல சமிக்ஞைகளை ஆராய்ந்து பரிந்துரைகளை வழங்கியது. இதனால் பயனர்கள் மிகவும் கவரப்பட்டார்கள். சில ஆண்டுகளாக வழக்கில் இருந்த 'சினிமாட்ச்' என்கிற இந்தப் பரிந்துரை சேவையை யாரேனும் பத்துச் சதவிகிதம் மேம்படுத்திக் காட்டினால் அவருக்குப் பத்து இலட்சம் அமெரிக்க டாலர் பரிசு என்று அந்த ஆண்டு அவர் அறிவித்தார். இது இயந்திரக் கற்றல் துறையை ஆராய்ச்சிக் கூடங்களிலிருந்து பொது வெளியில் கொண்டு வந்ததில் பெரிய பங்காகப் பாராட்டப்பட்டது.

அடுத்த ஆண்டு அதாவது 2007இல் தனது அடுத்த தொழில்நுட்பப் பாய்ச்சலைச் செய்தார் ரீட். அப்போதுதான் அமெரிக்காவில் அதி வேக இணையத் தொடர்புகள் பரவத் தொடங்கியிருந்தன. இதைப் பயன்படுத்தி முன்னோடியாக இணையம் வழி திரைப்படங்களின் ஒளிபரப்பை *(Streaming)* ஆரம்பித்தார். இந்தச் சமயத்தில்தான் யுட்யூப் பிரபலமாகி கூகுள் அந்த நிறுவனத்தை வாங்கியிருந்தது. இதனால் இணையத்தில் காணொலிகளைப் பார்க்கப் பயனர்கள் ஆர்வமாக இருந்தனர். சரியான நேரத்தில் துல்லியமான தரத்தில் திரைப்படங்களை நெட்பிளிக்ஸ் வழங்க, சந்தாதாரர்கள் அதிகரிக்க ஆரம்பித்தார்கள். இணையத்தில் தேடி, தபால் வரக் காத்திருக்காமல் உடனடியாகப் பார்க்க முடிந்தது. இது, பயனர்களை மேலும் கவர்ந்தது. இந்த வெற்றியைத் தொடர்ந்து தொலைக்காட்சிப் பெட்டியைத் தயாரிக்கும் மின்னணு நிறுவனங்களோடு ஒப்பந்தங்களைச் செய்தார். இதன் மூலம், அவர்களின் தயாரிப்புகளில் நெட்பிளிக்ஸ் செயலி உள்ளேயே இருக்கும்படி செய்தார் ரீட்.

அடுத்த ஆண்டே தனது மிகப் பெரிய தொழில்நுட்பச் சிக்கலைச் சந்தித்தது நிறுவனம். இணைய ஒளிபரப்பின் பயன்பாடு அதிகரிக்க அதிகரிக்க நிறுவனத்தின் சொந்தச் சேவைக் கணினிகளால் இந்தப் பளுவைக் கையாள முடியவில்லை. அப்போது வந்திருந்த புது வகைக் கணினிகள் சேவையான அமேசானின் மேகக் கணினிகளுக்குத் தங்களின் எல்லாத் தரவுகளையும், பின்னணியில் இயங்கும் நிரல்களையும் மாற்றியது நெட்பிளிக்ஸ். இந்தப்

புரட்சியினால் தங்களின் வளர்ச்சிக்குத் தேவையான கணினி வளங்கள், நெட்பிளிக்ஸின் சொந்த முதலீடு இல்லாமல், தங்கு தடையின்றி அவர்களுக்குக் கிடைக்க தொடங்கின.

அடுத்த சில ஆண்டுகளில் அதிலும் சிக்கல் வந்தது. நெட்பிளிக்ஸின் பயனர் செயலிகளிலும் மேகக் கணினிகளில் இயங்கிய பின்னணி மென்பொருள்களின் மூல நிரல்களின் நீளம் அதிகரித்துக் கொண்டே போனது. அவர்களின் சேவையே தொழில்நுட்பத்தைக் கொண்டு உருவாக்கிய செயலிதான். இதனால் நிரல்களில் வந்துவிடும் தவறுகள், மேகக் கணினி வளங்களை ஒருங்கிணைப்பதில் வரும் தவறுகள், பயனர்களின் அனுபவங்களை பாதிக்கத் தொடங்கின.

இந்தத் தவறுகளை வரும் முன்னே கண்டு கொள்ள நிறுவனத்தின் மூன்று புத்திசாலி பொறியாளர்கள் கண்டுபிடித்த நெறிமுறை கயாஸ் மங்கி *(Chaos Monkey)*. இந்த மென்பொருள் நிரல் யாருக்கும் சொல்லாமல் திடீர் திடீரென்று பயனர் சேவைகளை வழங்கிக் கொண்டிருக்கும் ஓரிரு கணினிகளை வேண்டுமென்றே நிறுத்திவிடும். இப்படிச் செய்வது பொறியியல் முறையில் பலருக்கும் முட்டாள்தனமாகத் தோன்றியது. அதனால்தான் இதற்குச் குழப்பக் குரங்கு என்கிற பொருள் வரும் பெயரை வைத்தார்கள். இப்படிச் சோதிக்கப்பட்டாலும் பயனரின் சேவையில் எந்தப் பாதிப்பும் தெரியாத வண்ணம் இயங்கக்கூடிய நிரல்கள் உருவாக்கப்பட்டன. இந்த நெறிமுறையைச் செயல்படுத்தத் தொடங்கிய 2011ஆம் ஆண்டிலிருந்து நெட்பிளிக்ஸ் சேவையின் நம்பகத்தன்மை அதிகரித்துக் கொண்டே வந்துள்ளது. இன்றைக்கு முன்னணி நிறுவனங்கள் பலருக்கும் இந்தத் திறமூலக் குழப்பக் குரங்கு ஓர் உற்ற நண்பனாக இருக்கிறது.

நெட்பிளிக்ஸ் தொழில்நுட்பங்களை மட்டுமே நம்பியிருக்கவில்லை. 2013ஆம் ஆண்டு இன்னொரு புதுமையும் செய்தார்கள். வாரா வாரம் ஓர் அத்தியாயம் என்று வரும் தொலைக்காட்சி தொடர்கள் சந்தாதாரர்களை மாதக் கணக்கில் கட்டிப்போடும். அதுவரை வழக்கத்தில் இருந்த உத்தி இது. இதனை உடைத்து 2013ஆம் ஆண்டு “ஹவுஸ் ஆப் கார்ட்ஸ்” தொடரின் எல்லா அத்தியாயங்களையும் முதல் நாளே வெளியிட்டு பயனர்களின் விசுவாசத்தைப் பெற்றது நெட்பிளிக்ஸ். 2015ஆம் ஆண்டிலிருந்து நேரடியாக திரைப்படத் தயாரிப்பிலும் இறங்கியது. அங்கேயும் புதுமைகளைச் செய்யத்

தொடங்கியது நிறுவனம். யாருமே எதிர்பாராமல் முன்னணி படப்பிடிப்பகங்களைப் பின்னுக்குத் தள்ளி அவர்களின் சொந்தத் தயாரிப்பான ரோமா (2018) படத்திற்கு ஆஸ்கர் அகாதமி விருதைத் தட்டிச் சென்றது நெட்பிளிக்ஸ். அதைத் தொடர்ந்து இன்று வரை சுமார் பத்திற்கும் மேற்பட்ட அவர்களின் தயாரிப்புகள் இந்த விருதுகளை வென்றுள்ளன.

அது வரை அமெரிக்காவிலும், ஐரோப்பா போன்ற வளர்ந்த நாடுகளில் மட்டுமே இருந்த நெட்பிளிக்ஸ் 2016ஆம் ஆண்டு ஒரே சமயத்தில் 130க்கும் அதிகமான நாடுகளுக்குத் தங்களின் சேவையை விரிவுபடுத்தினார்கள். அப்படித் தொடங்கியது தமிழ்த் திரைப்படத் துறையையும் விட்டுவைக்கவில்லை. 2024ஆம் ஆண்டு வெளிவந்த விஜய்யின் 'கோட்' மற்றும் சிவகார்த்திகேயனின் 'அமரன்' என்று பெரிய படங்கள் பலவும் நெட்பிளிக்ஸில் ஒளிபரப்பப்படுகின்றன. அதோடு அவர்களின் சொந்த வெளியீடான "நயன்தாரா: பியாண்ட் தி ஃபேரிடேல்" ஆவணப்படமும் வெற்றி பெற்றுள்ளது. இவை இந்த நிறுவனத்தின் தொடர் உழைப்பின் பலன் என்பது ஆணித்தரமான உண்மை.

4. இசையால் வசமான வெற்றி

“இசை ஒரு மகத்தான வரப்பிரசாதம்” என்று சொன்னார் நெல்சன் மண்டேலா. அப்படியான இசையைப் பல்லாயிரம் ஆண்டுகள் நேரடியாகக் கேட்டோம், பின்னர் ஒலித்தட்டு, ஒலிநாடா, குறுவட்டு என்று மாறி இன்று பெரும்பாலும் இசையை நாம் கேட்பது செல்பேசிச் செயலிகள் மூலமாக. அதில் பிரபலமாக இருப்பது ஸ்பாட்டிபை *(Spotify)* செயலி. இது அமெரிக்கத் தயாரிப்பில்லை, ஸ்வீடன் நாட்டில் உருவாக்கப்பட்டது என்றால் ஆச்சரியமாக இருக்கிறதா?

பச்சை வட்டத்திற்கு நடுவே வானொலி அலைகள் போன்று இருக்கும் இலச்சினை கொண்ட ஸ்பாட்டிபை செயலி தொடங்கப்பட்டது ஏப்ரல் 2006ஆம் ஆண்டு ஸ்டாக்ஹோம் நகரில். 2024 நிலவரப்படி ஸ்பாட்டிபையின் மொத்தப் பயனர்கள் எண்ணிக்கை 64 கோடிக்கும் மேல். இதில் 25 கோடிக்கும் மேற்பட்டவர்கள் மாதச் சந்தா கட்டி விளம்பரங்கள் இல்லாமல் பாடல்களைக் கேட்பவர்கள். இந்த விகிதம் இவர்களின் போட்டியாளர்கள் எல்லோரையும் விட மிக அதிகம்.

நிறுவனத்தைத் தொடங்கியது டேனியல் ஏக், அவருக்கு வழிகாட்டியாகவும் கூட்டாளியாகவும் இருந்தது மார்ட்டின் லொரென்ட்சன்.

ஒற்றையாளாக டேனியல் ஏக்கை அவருடைய தாயார் மட்டுமே வளர்த்தார். அதனால் ஏக்கின் நேர்காணல்களைக் கேட்டால் அம்மாவிடம் அவர் வைத்திருக்கும் அளவில்லாத அன்பை உணர முடியும். ஸ்டாக்ஹோம் நகரில் சாதாரணச் சூழலில் வளர்ந்தவர் ஏக். அவருடைய தாய் கெர்ஸ்டின் எலிசபெத், படி, படி என்று மட்டுமே சொல்லாமல் பலவற்றையும் பழகிக் கொள்ளத் தூண்டியிருக்கிறார். பென்டத்லான் எனப்படும் ஐவகை விளையாட்டுகளுக்கான பயிற்சிகளிலும் சேர்த்துவிட்டிருக்கிறார். தனிமை விரும்பியான ஏக்கின் கூச்சத்தைப் போக்க நாடக வகுப்பிலும் சேர்த்துவிட்டிருக்கிறார்.

தனது பத்து வயதிற்குள்ளேயே கொமடோர் *(Commodore)* வீட்டுக் கணினியில் மென்பொருள் உருவாக்கத்தைக் கற்றிருந்தார் ஏக். தொண்ணூறுகளின் மத்தியில் வேகமாக வளர்ந்து கொண்டிருந்தது இணையம். ஐரோப்பாவில் இருந்த சிறிய வணிக நிறுவனங்கள் தங்களின் இணையத்தளத்தை உருவாக்கப் பதினைந்து இலட்சம் ரூபாய்க்கு மேல் செலவு செய்து கொண்டிருந்த போது, ஒன்றரை இலட்சம் ரூபாய்க்கு எழுதிக் கொடுத்தார் ஏக். அப்போது அவருக்கு வயது பதினான்கு மட்டுமே. தன்னுடைய நண்பர்களுக்கும் எச்.டி.எம்.எல். நிரலி மொழியைக் கற்றுக் கொடுத்து அவர்களை வைத்து அந்த வயதிலேயே இலட்சக் கணக்கில் சம்பாதித்தார். அப்போது புதிதாக வந்திருந்த கூகுள் நிறுவனத்தால் கவரப்பட்டவர் அங்கே வேலைக்குச் சேர விண்ணப்பித்தார். பள்ளிப் படிப்பை முடித்துவிட்டு வரவும் என்று அவரைத் திரும்ப அனுப்பியது கூகுள். இதனால், பொறியியல் மேற்படிப்பிற்காக ஸ்வீடன் ராயல் இன்ஸ்டிடியூட் ஆப் டெக்னாலஜியில் சேர்ந்த ஏக், எட்டு வாரங்களிலேயே வெளியேறினார்.

வெறும் பள்ளிப் படிப்போடு இருந்த அவரை, மார்ட்டின் லொரென்ட்சனின் நிறுவனம் தங்களுக்காக இணைய விளம்பரச் செயலி ஒன்றை எழுதிக் கொடுக்கச் சொல்லியது. இது பெரும் வெற்றி பெற்றதால் தனது 23ஆம் வயதிலேயே கோடீஸ்வரரானார் ஏக். அவ்வளவு பணத்தை வைத்து ஃபெராரி காரை வாங்கினார். ஊரில் இருந்த ஆடம்பரக் கேளிக்கை விடுதிகளில் பல பெண்களோடு சுற்றித்திரிந்தார். இப்படி இலக்கில்லாமல் போனது அவருடைய வாழ்வு. ஒரு ஸ்வீடிஷ் குளிர்காலத்தில்

தனியாகத் தனது காட்டு வீட்டில் இருந்த போது கடுமையான மனச்சோர்வையும் வெறுமையையும் உணர்ந்திருக்கிறார். ஏதாவது புதுமையாகச் செய்ய வேண்டும், அதற்கு எந்த வகை நிறுவனத்தைத் தொடங்குவது என்று மார்ட்டின் லொரென்ட்சனோடு 2006ல் பல நாட்கள் ஆலோசனை செய்தார். மீண்டும் மீண்டும் அவர்களுக்குத் தோன்றிய விசயம் அப்போது இணையத்தில் பெருகிக் கொண்டிருந்த இசைத் திருட்டு.

இந்தத் திருட்டுகளுக்கு உதவியது நாப்ஸ்டர் என்கிற செயலி. 2002 ஆம் ஆண்டே அமெரிக்கச் சட்டத்துறையினர் இதை மூடிவிட்டாலும், இதன் அடிப்படை தொழில்நுட்பத்தைப் பயன்படுத்திப் பல புதிய செயலிகள் வந்து கொண்டிருந்தன. அவற்றில் முக்கியமானது டோரண்ட் *(Torrent)* வகைச் செயலிகள். தனிப்பட்டவர்கள் அவர்கள் கணினியில் வைத்திருந்த இசைக் கோப்புகளைப் பாகங்களாகப் பதிவிறக்கம் செய்து சேர்த்துக் கொடுக்கும் முறைதான் டோரண்ட். இதற்கென்று ஒருமித்த சேவை கணினி என்று எதுவும் இல்லாததால் இதைத் தடுக்க முடியாது. இந்தத் தொழில்நுட்பத்தை நன்கு அறிந்தவர் ஏக், அதனால் இதைத் தடுப்பதை விடுத்து இசைக் கலைஞர்களின் வருவாயைப் பெருக்குவதற்கு மாற்று வழியாக நாம் ஏதாவது செய்யலாமே என்று யோசித்தார். அப்படி அவர்களுக்குத் தோன்றியது, சட்டப்பூர்வமான இணைய வழி இசை சேவை.

சேவைக்கு என்ன பெயர் வைப்பது என்ற யோசனையில், லொரென்ட்சனும் ஏக்கும் வெவ்வேறு அறைகளில் இருந்திருக்கிறார்கள். அப்போது லொரென்ட்சன் சத்தமாகச் சொன்ன பெயரைத் தவறாகக் கேட்ட ஏக், அதுவே பிடித்துப் போகச் சூட்டிய பெயர்தான் ஸ்பாட்டிபை. இன்றைக்கு இசைத் துறையையே வாழ வைத்துக் கொண்டிருக்கும் ஏக் பெரிய கலைஞர் இல்லையென்றாலும் இசையோடு அவருக்கான தொடர்பு சிறு வயது முதலே இருந்திருக்கிறது. அவருடைய தாத்தா ஓர் ஓப்ரா பாடகர். அவருடைய பாட்டி ஜாஸ் பியானிஸ்ட், ஏக்கிற்கு கிட்டார் வாசிக்கத் தெரியும். இசை மீது அவர் கவனம் செலுத்தியதற்கு இதெல்லாம் காரணங்களாக இருந்திருக்கும்.

அடுத்த இரண்டு ஆண்டுகள் ஐரோப்பாவில் இருந்த ஒவ்வொரு இசை வெளியீட்டு நிறுவனத்தையும் தொடர்பு கொண்டு, தங்களின்

சொந்தப் பணத்தில் பல கோடிகளை முன்பணமாகக் கொடுத்து உரிமம் வாங்கி 2008ஆம் ஆண்டு அக்டோபரில் வெளியிடப்பட்டது ஸ்பாட்டிபை. முதலில் வெளிவந்த வட ஐரோப்பா, பிரான்ஸ், இங்கிலாந்து மற்றும் ஸ்பெயின் நாடுகளில் இதற்குக் கிடைத்த வெற்றியைப் பார்த்தும்கூட அமெரிக்க இசை வெளியீட்டு நிறுவனங்கள் உரிமைகளை விற்க ஒப்புக் கொள்ளவில்லை. அடுத்த மூன்று ஆண்டுகள் ஏக்கின் கடுமையான முயற்சிக்குப் பின்னர்தான் அங்கே வெளிவந்தது ஸ்பாட்டிபை.

ஆரம்பக் காலங்களில் ஸ்பாட்டிபை அவர்களுக்குத் தேவையான பின்னணி மென்பொருளை உருவாக்கப் பயன்படுத்திய நிரலி மொழிகள் பைதான், சி++ மற்றும் போஸ்கிரெஸ்குயெல் *(PostgreSQL)*. தங்களின் போட்டியாளர்களை வெல்ல ஸ்பாட்டிபைக்கு உதவியது அவர்கள் உருவாக்கியிருந்த இசைத் தொகுப்பு பரிந்துரைத் தீர்வுமுறை *(Algorithm)*. ஒவ்வொரு பயனருக்கும் தனிப்பட்ட முறையில் அவர்களுக்கான பாடல்கள் விருப்பப்பட்டியலைத் தயாரித்துக் கொடுத்தது ஸ்பாட்டிபை செயலி. இதைச் செய்ய இதுவரை அந்தப் பயனர் கேட்ட பாடல்களை, அந்த மொழியில் அன்றைக்கு, அந்த ஊரில் மற்றவர்கள் கேட்டது என்று பல வித சமிக்ஞைகளைக் கொண்டு இயங்கும் இயந்திரக் கற்றலைப் பயன்படுத்தியது ஸ்பாட்டிபை. அப்போது இது பெரிய புதுமை. இதனால் கவரப்பட்ட பயனர்கள் ஒரு முறை ஸ்பாட்டிபை செயலியைத் திறந்தால், அதில் தொடர்ந்து வந்து கொண்டிருக்கும் பாடல்களைப் பல மணி நேரம் கேட்டுக் கொண்டே இருந்தார்கள். விளம்பரங்கள் நடுவில் வந்தாலும் இலவசமாகவே சட்டப்பூர்வமாக அவரவர் விரும்பிய இசையை விரும்பிய நேரத்தில் கேட்கும் வசதி பயனர்களைக் கவர்ந்தது. விளம்பரங்கள் இல்லாமல் தொடர்ந்து கேட்க விரும்பியவர்களுக்கென்று அடுத்த சில ஆண்டுகளில் குறைவான மாதாந்திர சந்தா முறையையும் கொண்டுவந்தது ஸ்பாட்டிபை.

எல்லா பெரிய தொழில்நுட்ப நிறுவனங்களைப் போலவே ஸ்பாட்டிபையும் வளர, நிறுவனத்தில் அதிகரித்துக் கொண்டிருந்த ஆயிரக்கணக்கான நிரல்களையும், மென்பொருள்களையும் தெரிந்து கொள்வது கடினமானது. இதற்குத் தீர்வாக இவர்களின் பொறியாளர்கள் உருவாக்கியது பேக்ஸ்டேஜ். இந்தத் திறமூல

மென்பொருள் ஒரு நிறுவனத்தில் இருக்கும் எல்லா மென்பொருள் வளங்களையும் ஒரே இடத்தில் கிடைக்கச் செய்கிறது. இன்று சிறந்த தொழில்நுட்ப நிறுவனங்கள் பலவற்றிலும் பிரபலமாக இருக்கிறது இந்த பேக்ஸ்டேஜ்.

இன்றைக்கு ஸ்பாட்டிபை செயலியைத் திறந்தால் 100 கோடிக்கும் அதிகமான பாடல்கள் கிடைக்கும். இசைஞானியின் பாடல்களை, டெய்லர் ஸ்விஃப்ட்டின் பாடல்களைக் கேட்கலாம். நமக்குக் கேட்கவே வாய்ப்பில்லாத பாடல்களையும் கிடைக்கச் செய்வது தான் இந்தச் செயலியின் சிறப்பு. உதாரணமாக நம்மில் எத்தனை பேர் ரஷ்யாவின் சைபீரிய இசையான "துவான்" *(Tuvan)* தொண்டைப்பாட்டுகளைக் கேட்டிருப்போம்? இந்த வித்தியாசமான பாடல் முறையில் ஒரே பாடகர் ஒரே நேரத்தில் பல குரல்களை உருவாக்கி இயற்கையின் ஒலிகளைப்போல் பாடுவார். இந்த அரிய வகைப் பாடல்களும் ஸ்பாட்டிபையில் கிடைக்கின்றன.

வித்தியாசமான நிறுவனம் ஸ்பாட்டிபை என்பது அவர்களின் கலாசார நோக்கங்களில் இருந்தே தெரிந்து கொள்ளலாம். அவற்றில் என்னைக் கவர்ந்தது, தங்களை ஒரு விளையாட்டுத்தனமான *(We're Playful)* நிறுவனம் என்று அறிவித்திருப்பது. இன்றைக்குத் தொழில்துறையினுள் நுழையும் ஜென்-சீ இளைஞர்களை வேலை வாங்க எல்லா மேலாளர்களும் தவிக்கிறார்கள். காரணம் துரும்பைக் கூட கிள்ளி போட விடாமல் தடுக்கும் நடைமுறைகள். இதைச் சரியாகப் புரிந்து கொண்டுள்ள ஸ்பாட்டிபை, நிறுவனத்தில் யாருமே தங்களை ஒருபோதும் முக்கியமானவர்களாகக் கருதுவதில்லை என்கிறார்கள். மேலும் அவர்களின் அலுவலகங்களில் சாதாரண நாட்களில் கூட இசைக் குழுக்களின் கச்சேரிகள் நடந்து கொண்டிருக்குமாம். இவர்களிடம் வேலைக்குச் சேர யார்தான் விரும்பமாட்டார்கள்!

உலகளவில் இன்று வரை ஸ்பாட்டிபையில் அதிகமான முறை கேட்கப்பட்ட பாடல் எது தெரியுமா? லாஸ் வேகஸ் நகரில் தனது காதலியின் ஸ்பரிசத்தை தேடி அலைவதைப் பற்றி கனடா நாட்டு 'தி வீக்கேண்ட்' பாடிய "ப்ளைண்டிங் லைட்ஸ்" *("Blinding Lights")* பாட்டுதான், இதுவரை 460 கோடி முறை கேட்கப்பட்டிருக்கிறது இந்தப் பாடல்.

5. டிக் டாக்: ஆறுதலும் அபாயமும்

அமெரிக்காவில் இருக்கும் கோடிக்கணக்கான பதின் பருவத்தினருக்குத் தற்போதைய மிகப் பெரிய கவலை, 19 ஜனவரி 2025 அன்று வரவிருந்த 'டிக் டாக்' செயலிக்கான தடை. இந்தியாவில் திறன்பேசி வைத்திருக்கும் முக்கால்வாசி நபர்கள் ஒவ்வொரு நாளும் பல மணி நேரங்களைச் செலவழிக்கும் யுட்யூப் ஷார்ட்ஸ் (YouTube Shorts) செயலியின் முன்னோடி 'டிக் டாக்'. 2020இல் சீனாவுடன் ஏற்பட்ட உரசலுக்குப் பின்னர் இந்தியாவில் இது தடைசெய்யப்பட்டுவிட்டது. அப்படியென்னதான் இருக்கிறது இந்த 'டிக் டாக்'கில்? ஏன் அமெரிக்க வல்லரசே அதைப் பார்த்து அஞ்சுகிறது? அதன் கதை என்ன?

சீனாவின் 'நான்காய்' பல்கலைக்கழகத்தில் 2005ஆம் ஆண்டு கணினிப் பொறியியலை முடித்தார் "ஷாங் யிமிங்" (Zhang Yiming). இவரின் தாயாரும் தந்தையும் சீன அரசாங்க ஊழியர்கள். அவர்களது ஒரே மகன் ஷாங். "முதல் பார்வையிலேயே எல்லோரையும் ஆச்சரியப்படுத்துதல்" என்கிற சீனப் பழமொழியிலிருந்து வந்தது அவரின் பெயர். அடுத்த இருபது ஆண்டுகளுக்குள் சீனாவின் மிகப் பெரிய செல்வந்தர் என்கிற நிலைக்கு வந்துள்ள ஷாங்குக்குப் பொருத்தமாக இருக்கிறது அந்தப் பெயர்.

பல்கலைக்கழகத்தில் தன்னோடு படித்த மாணவியைக் காதலித்து மணமுடித்தார் ஷாங். 'குக்சும்' என்கிற சீனப் பயண

இணையத்தளத்தில் அவர்களது முதல் பொறியாளராகச் சேர்ந்தார். அடுத்த இரண்டே ஆண்டுகளில், அதாவது 2008இல் மைக்ரோசாப்ட் சீனாவில் வேலைக்குச் சேர்ந்தார், அங்கேயிருந்த கட்டுப்பாடுகள் சில மாதங்களிலேயே பிடிக்காமல் போயின. சொந்தமாகத் தொழில் செய்யலாம் என்று முடிவெடுத்து 'குக்சும்' நிறுவனம் ஒதுக்கித் தள்ளிய வீட்டு மனைகள் இணையத்தளத்தை வாங்கி அதை நடத்தத் தொடங்கினார்.

2012இல் சீனாவின் கூகுள் என்று அழைக்கப்படும் 'பைடு' தேடுபொறி, விளம்பரங்களையும் செய்திகளையும் கலந்து கொடுத்தது பயனர்களை வெறுப்படையச் செய்ததைக் கவனித்தார் ஷாங். அந்த ஆண்டே 'பைட்டான்ஸ்' (ByteDance) நிறுவனத்தைத் தொடங்கி, 'டவுதியாவ்' என்கிற செயற்கை நுண்ணறிவைக் கொண்டு செய்திகளை மட்டும் பரிந்துரை செய்யும் செயலியை அறிமுகப்படுத்தினார். இதற்கு இரண்டே ஆண்டுகளில் ஒரு கோடிக்கு மேலான பயனர்கள் வந்தார்கள். இதைப் பார்த்த அமெரிக்க முதலீட்டு நிறுவனமான "செக்கோயா கேப்பிட்டல்" நூறு மில்லியன் அமெரிக்க டாலர்களை (அன்றைய மதிப்பில் சுமார் அறுநூறு கோடி இந்திய ரூபாய்) அளித்தது. அதிலிருந்து ஏறுமுகம்தான் ஷாங்கிற்கு.

அடுத்ததாக 2015ஆம் ஆண்டு "டவ்யின்" (Douyin) என்கிற குறுவடிவ வீடியோக்கள் பகிரும் செயலியைச் சீனாவில் அறிமுகப் படுத்தியது 'பைட்டான்ஸ்'. உலகளவில் தொழில்துறையில் இன்று முதலாம் இடத்தில் இருக்கும் சீனாவின் வெற்றியின் ரகசியம் அவர்களின் கடின உழைப்பு. இதற்கு ஓர் உதாரணம் "டவ்யின்". இதன் முதல் பதிப்பை வெறும் இருநூறு நாட்களிலேயே ஷாங்கும் அவருடைய குழுவினரும் உருவாக்கினார்கள். முதல் ஆண்டிலேயே பத்துக் கோடிக்கும் மேலான பயனர்கள் வந்து குவிந்தார்கள். இந்தச் சேவையை உருவாக்க அவர்கள் பயன்படுத்தியவை பைதான் மற்றும் ஜாவா நிரலி மொழிகளாகும். வீடியோக்களை அதிவேகமாகக் கையாள சி++ மொழியை பயன்படுத்தினார்கள். முதலில் இருந்தே இவை எல்லாமே மேகக் கணினிகளில் இயங்கியதால், பயனர்கள் வரவு அதிகரிக்க, வளர்ச்சியைச் சுலபமாகக் கையாண்டார்கள்.

அந்தக் காலங்களில் தங்களுக்குக் கிடைத்த அசுர வளர்ச்சியைக் கண்ட சீன நிறுவனங்கள் பலவும் சீனா மட்டுமே போதும் என்று

இருந்தார்கள். அமெரிக்க மேலாண்மை பழக்கங்களைத் தனது நிறுவனத்தில் புகுத்தியிருந்த ஷாங், இதற்கு மாறாக யோசித்தார். சீனாவைத் தாண்டியிருக்கும் மற்ற நாடுகளுக்கு "டவ்யின்"னை அறிமுகம் செய்வது வளர்ச்சிக்கு முக்கியம் என்று முடிவெடுத்தார். அப்போது, இசைக்கு ஏற்ப உதட்டசைவு செய்து பகிரும் சீனச் செயலியான 'ம்யூசிக்கலி' (*musical.ly*) உலகளவில், குறிப்பாக அமெரிக்காவில் பிரபலமாகியிருந்தது. இதை ஒரு பில்லியன் அமெரிக்க டாலர்களுக்கு வாங்கியது 'பைட்டான்ஸ்'. வாங்கியதோடு 2018ஆம் ஆண்டு "டவ்யின்"னையும் 'ம்யூசிக்கலி'யையும் இணைத்து ஷாங் வெளியிட்டதுதான் டிக் டாக்.

வெளிவந்த புதிதில் வெறும் பதினைந்து நொடிகள் ஓடும் வீடியோக்களை மட்டுமே பகிர முடியும் டிக் டாக்கில். இருந்தாலும் இளைஞர்களையும், பதின்பருவத்தினரையும் காந்தமாகக் கவர்ந்தது டிக் டாக். பதினைந்து நொடிகளுக்குள் ஒரு விசயத்தை, நடனத்தைச் சுவாரஸ்யமாகச் சொல்ல வேண்டும் என்பதே ஒரு வெறியாக மாறிவிட்டது. சுமார் ஓர் ஆண்டிலேயே இருநூறு கோடிக்கும் அதிகமான முறை பதிவிறக்கம் செய்யப்பட்டது டிக் டாக். இதற்குக் காரணம் செயலி வழங்கிய பரிந்துரை முறை. அதிநவீன இயந்திரக் கற்றலைக் கொண்டு அடுத்தடுத்து எந்த வீடியோ வர வேண்டும் என்று கணக்கிட்டு வழங்கி பயனர்களை இந்தச் செயலிக்கு அடிமையாக்கிவிட்டிருந்தது.

டிக் டாக் ஆரம்பித்த சில மாதங்களில் அதில் வரும் வீடியோக்களைத் தானே பார்த்துக் கொண்டு நேரத்தைச் செலவு செய்வதை உணர்ந்த ஷாங், சொந்தமாக வீடியோக்களைப் பதிவு செய்ய ஆரம்பித்தார். அவரோடு பணியாற்றிய உயர்மட்ட அலுவலகர்கள் அனைவரும் வீடியோக்களைப் பதிவு செய்து வெளியிட வேண்டும், ஒவ்வொரு வீடியோவுக்கும் குறிப்பிட்டளவு விருப்பக் குறிகளும் வர வேண்டும் இல்லையென்றால் அன்றைக்கு அவர்கள் சில பல தண்டால் எடுக்க வேண்டும் என்று கட்டளையிட்டார் ஷாங். இதனால் டிக் டாக் செயலியின் உயிர்நாடியான வீடியோக்கள் உருவாக்கத்தை நிறுவனத்தின் எல்லா நிலை ஊழியர்களும் நன்கு புரிந்து கொண்டிருந்தனர்.

இந்த வகை குறுவடிவ வீடியோக்கள் சேவையை முதன்முதலில் பிரபலப்படுத்தியது 'வைன்' (*Vine*) என்கிற அமெரிக்க நிறுவனம்.

வந்த புதிதில் இந்தச் செயலியில் நீங்கள் வெறும் ஆறு நொடிகள் வீடியோதான் பதிவிட முடியும். இருந்தும் பெரும் வரவேற்பைப் பெற்றதால், தொடங்கிய நான்கே மாதங்களில், 2012இல் இதை ட்விட்டர் வாங்கியது. ஆனால் 2016ஆம் ஆண்டு 'டிக் டாக்' வந்த ஓர் ஆண்டிலேயே தாக்குப்பிடிக்க முடியாமல் ட்விட்டர் 'வைன்' செயலியை மூடிவிட்டது. அதற்குப் பிறகு மெட்டா, கூகுள் என்று பல அமெரிக்க நிறுவனங்கள் என்ன முயற்சி செய்தும் 'டிக் டாக்'கை அசைக்க முடியவில்லை. அதனால் பழைய வழியைக் கையிலெடுத்தார்கள். தங்கள் நாட்டு அரசிடம் போய் 'பைட்டான்ஸ்' சீன நாட்டு நிறுவனம் என்று அழுத்தம் கொடுக்க ஆரம்பித்தார்கள்.

இப்படி மற்றவர்களைத் தாண்டி வெற்றிபெற 'டிக் டாக்' பலவற்றைச் செய்தது. முதலாவதாக இவர்களது செயலியில் வீடியோக்களை பதிவிடுவது, மாற்றியமைப்பது, மெருகேற்றுவது எல்லாமே மற்ற செயலிகளைக் காட்டிலும் எளிதாகவும் சிறப்பாகவும் செய்யலாம். அப்படி உருவாக்கிய வீடியோக்களை 'டிக் டாக்'கில் இருந்து மற்ற செயலிகளுக்கும் எளிதில் பகிரலாம். அதோடு 'டிக் டாக்'கில் இருந்த அதிகாரப்பூர்வ இசைத் தொகுப்புகளின் எண்ணிக்கை மிக அதிகம், அதனால் பயனர்கள் தங்களது வீடியோவிற்கு ஏற்றதைத் தேர்வு செய்வது சுலபமாக இருந்தது.

அடுத்ததாக ஒவ்வொரு வீடியோவிலும் நீங்கள் பார்க்கும் பொருட்களை அங்கேயே வாங்கும் வசதியைக் கொண்டுவந்திருந்தது 'பைட்டான்ஸ்'. இதனால் பல நிறுவனங்கள் தங்களின் விளம்பரங்களை 'டிக் டாக்'கில் வெளியிட்டார்கள். 'டிக் டாக்'கில் இருக்கும் விற்பனையாளர்களும் அவர்களது குழுக்களும் தங்களின் வாடிக்கையாளர்களோடு தரவுகளை உடனடியாகப் பரிமாறிக் கொள்ள வெளிவந்தது 'டிக் டாக் சிங்கப்பூர்' தயாரிப்பான 'லார்க்' மென்பொருள் இது நம்மூர் ஜோகோ (*Zoho*) போன்றது. இதுவும் பெரியளவில் வரவேற்பைப் பெற்றது.

இதையெல்லாம் விடப் பெருந்தொற்று காலத்தில் எல்லோரும் வீட்டுக்குள்ளேயே அடைபட்டிருந்த போது ஆறுதலாக அமைந்தது 'டிக் டாக்'கில் வந்த ஒரு நிமிட நடனங்களும், நகைச்சுவை துண்டுகளும்.

இப்படி வெளிவந்த சில ஆண்டுகளிலேயே எங்கேயோ போன

டிக் டாக், சர்ச்சைகளில் முதலில் மாட்டியது அமெரிக்க அதிபர் ட்ரம்பின் முதல் பதவிக் காலத்தில். டிக் டாக் செயலி மூலமாகச் சீன உளவு அமைப்புகள் அமெரிக்கர்கள் அனைவரையும் குறிப்பாக ராணுவ அமைப்புகளை வேவு பார்க்கப் பயன்படுத்துகிறது என்ற குற்றம் சாட்டப்பட்டது. எல்லா பெரும் சீன நிறுவனங்களிலும் கட்டாயம் இருக்க வேண்டிய ‘சீனக் கம்யூனிஸ்ட் கட்சி’யின் கண்காணிப்புக் குழு ‘பைட்டான்ஸ்’ஸிலும் உண்டு, இது சீனாவின் சட்ட முறை. இதுவே ‘டிக் டாக்’ செயலியில் வரும் வீடியோக்களின் தேர்வுகள் சீனாவின் திட்டமிட்ட பரப்புரையாக அமைகிறது என்று சொல்ல அடிப்படையாக அமைந்துவிட்டது. இதனாலெல்லாம் ‘டிக் டாக்’கை மைக்ரோசாப்ட் அல்லது ஆரக்கிள் வாங்க நான் உதவி செய்வேன் என்றும், அதற்கு அந்த நிறுவனம் அமெரிக்க அரசுக்குத் தரகுத் தொகை தர வேண்டும் என்றும் சொன்னார் ட்ரம்ப். அதற்குள் அவருடைய முதல் பதவிக் காலம் முடிய அடுத்து பைடன் வந்தார்.

பைடன், அடுத்த சில ஆண்டுகளில் கொண்டு வந்தது நாம் முதலில் பார்த்த ஜனவரி 2025இல் அமலாக இருந்த தடை உத்தரவு. எது எப்படியோ, “ஆக்ஸ்போர்ட் எகனாமிக்ஸ்” (Oxford Economics) மார்ச் 2024 அறிக்கையின்படி அமெரிக்கப் பொருளாதாரத்தில் ‘டிக் டாக்’கின் பங்களிப்பு மட்டுமே இரண்டு இலட்சம் கோடி ரூபாய்க்கு மேல். இதில் பெரும்பங்கு சிறு/குறு தொழில்களுக்கு வருவாயாக வருகிறது. ‘டிக் டாக்’ நேரடியாக இரண்டு இலட்சத்து இருபத்திரண்டாயிரம் நபர்களுக்கு வேலை வாய்ப்புக்கு வழி செய்கிறதாம். இவர்கள் எல்லோருமே ‘டிக் டாக்’ முடக்கப்படாமல் இருக்க ஏதாவது பெரிய அமெரிக்க நிறுவனம் வாங்கி அவர்களின் வருவாயைக் காப்பாற்றுவார்கள் எனத் தங்களின் இஷ்டத் தெய்வங்களை வேண்டிக் கொண்டிருக்கிறார்கள். ‘தை’ பிறந்தால் வழி பிறக்கும் என நாமும் சேர்ந்து வாழ்த்துவோம்.

6. விளையாட்டல்ல வெற்றி

இரயில் நிலையத்தின் கிடங்கு ஒன்று. அங்கே அனுமதியில்லாமல் சுவரோவியம் வரைகின்ற பையனைப் பிடிக்க ஓடி வருகிறார் பாதுகாவலர். உடன் அவருடைய நாயும். வழி எங்கும் பொற்காசுகள் சிந்தியிருக்கின்றன. இப்படியான ஓர் ஓட்டம் கடந்த பத்தாண்டுகளாக நிற்காமல் போய்க் கொண்டேயிருக்கிறது என்றால் நம்ப முடியுமா? இதைப் பார்க்கிறவர்கள் உலகம் முழுவதிலும் இருந்து 400 கோடிக்கு அதிகமானோர் என்றால் இன்னும் ஆச்சரியமாக இருக்கிறதா?

செல்பேசியை அதிகம் பயன்படுத்துபவராக இருந்தால் உடனே கண்டுபிடித்திருப்பீர்கள். ஆம், இதுவரை குறிப்பிட்டது உலகளவில் மிகப் பிரபலமாக இருக்கும் "சப்வே சர்ஃபர்ஸ்" (Subway Surfers) விளையாட்டு செயலியைத்தான். இந்தச் செயலி எங்கே ஆரம்பித்தது என்று பார்க்கலாமா?

சப்வே சர்ஃபர்ஸ் விளையாட்டை 2012ஆம் ஆண்டு உருவாக்கியது டென்மார்க் நிறுவனமான சைபோ கேம்ஸ் (SYBO Games). நிறுவனத்தைத் தொடங்கிய 'சில்வெஸ்டர் ரிஷோஜ் ஜென்சன்' (Sylvester RishØj Jensen) மற்றும் 'போடி ஜான்-முல்லினர்' (Bodie Jahn-Mulliner) ஆகியோரின் ஆங்கில முதல் பெயர்களின் கூட்டே சைபோ என்கிற பெயர்.

தனது பதினாறாம் வயதிலேயே இளைஞர்களுக்கான துணிகள்,

புது வகையான சுவர் வண்ணச் சாயங்கள், சறுக்கு மிதிகள் விற்கும் தொழிலைத் தொடங்கியவர் ‘போடி ஜான்’. டென்மார்க் நாட்டில் பல நகரங்களிலும் இதன் கிளைகள் இருந்திருக்கிறது. அந்தத் தொழிலைத் தாண்டி வேறு ஏதாவது செய்யலாம் என்று அவர் போய்ச் சேர்ந்தது ஓர் அனிமேஷன் பயிற்சிப்பட்டறையில். அங்கே தனது வருங்காலக் கூட்டாளியான ‘சில்வெஸ்டர் ரிஷோஜ்’ஜை சந்தித்துள்ளார். விபோர்க் நகரில் உள்ள தி அனிமேஷன் அசைவூட்டப் படங்கள் பயிற்சிப்பட்டறையில் மாணவர்களாக இருந்தபோது, இவர்கள் இருவரும் ஒரு காவலரிடமிருந்து தப்பி ஓடும் வாலிபனைப் பற்றிய ஒரு குறும்படத்தை உருவாக்கினார்கள். மிகவும் பாராட்டப்பட்ட அந்தக் குறும்படமே சப்வே சர்ஃபர்ஸ் விளையாட்டுக்கான அடித்தளமாக அமைந்தது.

வெளியிட்ட ஒரே ஆண்டில் மிகப் பெரிய வெற்றியைப் பெற்றது “சப்வே சர்ஃபர்ஸ்” செயலி. இருவருக்கும் உலகைச் சுற்றிப் பார்க்க வேண்டும், பல ஊர்களுக்குப் போக வேண்டும் என்பது பெரிய ஆவலாக இருந்திருக்கிறது. அதனால் “சப்வே சர்ஃபர்ஸ்” வெளிவந்த அடுத்த ஆண்டே செயலியில் “உலகச் சுற்றுலா” என்னும் காட்சிகளை அறிமுகம் செய்தார்கள். இதில் பத்துக்கும் அதிகமான நகரங்களின் சூழலில் நாயகன் ‘ஜேக்’ ஓடுவது போல அமைக்கப்பட்டது. இதில் நம் நாட்டு மும்பை நகரக் காட்சிகளும் வந்தது.

இந்த ஒரு விளையாட்டு என்றில்லை, வட ஐரோப்பிய “நல்வாழ்வு” நாடான டென்மார்க்கிற்கும் விளையாட்டுத் துறைக்கும் ஏதோ ஒருவகை தொடர்பு நீண்ட ஆண்டுகளாக இருக்கிறது. குழந்தையாக இருந்த போது நாம் அனைவரும், வண்ண வண்ண வடிவங்களில் லெகோ பொருத்தும் பிளாஸ்டிக் குற்றிகளை வைத்து மணிக்கணக்கில் விளையாடியிருப்போம். அந்த லெகோ உருவானது டென்மார்க்கில்தான்.

அங்கேயிருக்கும் ஆர்ஹஸ் பல்கலைக்கழகத்தின் சமீப ஆய்வில், ஆயிரம் ஆண்டுகளுக்கு முன்னர் கிரீன்லாந்து நோர்ஸ் பழங்குடியினர் அழிந்துபோனதற்குக் காரணம், அவர்கள் மாறிவந்த வாழ்க்கைச் சூழலுக்கு ஒத்துப்போகாத விளையாட்டுப் பொருட்களைத் தங்களின் குழந்தைகளுக்குக் கொடுத்ததே என்கிற விசித்திரமான உண்மையைக் கண்டுபிடித்து சொல்லியுள்ளனர்.

நாம் வாழும் உலகில் இன்றையத் தலைமுறையினரின் அதிகாரத்திற்குக் கட்டுப்படாத சிந்தனை, நவீன நகர்ப்புறக் கலைகள், உலகளாவிய கலாசாரம் மற்றும் வேகமான வாழ்க்கை முறை ஆகியவற்றின் கலவையான “சப்வே சர்ஃபர்ஸ்” விளையாட்டு உடனடியாகவே பயனர்களைக் கவர்ந்தது.

எந்த ஒரு செல்பேசி விளையாட்டும் அதன் பயனர்களின் ஆர்வத்தைத் தூண்ட அதில் மெய்நிகர் அண்டவெளியைக் கொண்டதாக இருக்கவேண்டும். இன்று வரை அப்படியான ஒன்றைச் சிறப்பாக வழங்கிவருவதே சப்வே சர்ஃபர்ஸ்ஸின் வெற்றிக்கு முக்கியமான காரணமாகப் பார்க்கப்படுகிறது.

செயலிகளைக் காட்டிலும் ஒரு விளையாட்டை வெளியிட அதிகமான வசதிகளும், பணமும் வேண்டும். இதைக் கருத்தில் கொண்டு “சப்வே சர்ஃபர்ஸ்” விளையாட்டைத் தனியாக வெளியிடாமல், இன்னொரு டானிஷ் நிறுவனமான கில்லோவோடு (Kiloo) கூட்டுச் சேர்ந்து வெளியிட்டது சைபோ கேம்ஸ். 2000ஆம் ஆண்டே தொடங்கியிருந்த விளையாட்டுகள் நிறுவனம் கில்லோ. இதை நடத்தியது மோல்லர் சகோதரர்கள். 2006ஆம் ஆண்டு, லெகோ விளையாட்டைச் செல்பேசிகளுக்கு முதன் முதலில் கொண்டு வந்தது கில்லோதான். அதன் பிறகு பல ஆண்டுகள் சேர்ந்து வேலை செய்தாலும் 2020ஆம் ஆண்டிலிருந்து “சப்வே சர்ஃபர்ஸ்” செயலியில் தங்களின் பங்களிப்பை நிறுத்திக் கொண்டது கில்லோ.

சைபோ கேம்ஸ் தொடங்கி பத்து ஆண்டுகள் நிறுவனர் இருவருமே சேர்ந்து நேரடியாக நடத்தினார்கள். அதற்குப் பிறகு பிரைசு-வாட்டர்ஹவுசு-கூப்பர்சு (PwC) நிறுவனத்தில் மேலாண்மை ஆலோசகராக இருந்த ‘மதியாஸ் கிரெடல் நோர்விக்’ (Mathias Gredal Nørvig) நிறுவனத்தின் நிர்வாக இயக்குநராக வந்தார். 2024 ஆம் ஆண்டு “விளையாட்டுகளால் வரும் நன்மைகள்” என்கிற ஆராய்ச்சி நூலை இவர் எழுதியிருக்கிறார். 300 கோடி பயனர்களைத் தாண்டிய நிலையில் 2022ஆம் ஆண்டு சைபோ கேம்ஸ் நிறுவனத்தை சுவிஸ் நாட்டு ‘மினிகிளிப்’ வாங்கியது. இதன் பிறகு, நிறுவனத்தைவிட்டு வெளிவந்த ‘சில்வெஸ்டர் ரிஷோஜ்’ தன்னை போலப் பல துளிர்த்தொழில் முனைவர்களை ஊக்குவிக்கும் வகையில் முதலீடுகள் செய்யும் நிறுவனத்தை நடத்தி வருகிறார்.

பல கோடி பயனர்கள் பயன்படுத்தும் ஒரு விளையாட்டை உருவாக்க மிகச் சிறந்த மென்பொருள் கட்டுமானம் வேண்டும். ஆன்ட்ராய்டிலும் ஐபோனிலும் சப்வே சர்ஃபர்ஸ் செயலியை எழுத 'யுனிட்டி' *(Unity)* என்கிற விளையாட்டுகளை உருவாக்க உதவும் மென்பொருள் பயன்படுத்தப்படுகிறது. இதனுள் இருக்கும் எல்லா நிரல்களும் மைக்ரோசாப்ட்டின் 'சி-ஷார்ப்' நிரலி மொழியை *(C#)* பயன்படுத்தி எழுதப்பட்டுள்ளது. பின்னணியில் இதற்குத் தேவைப்படும் வளங்கள் கூகுள் நிறுவனத்தின் மேகக் கணினிகளில் குபெர்னெட்டிஸ் முறையால் ஒருங்கிணைக்கப்படுகின்றன. இதோடு கூகுளின் கோ-லாங்க் *(GoLang)* மொழியிலும் இவர்களின் பல பின்னணி நிரல்கள் எழுதப்படுகிறது. நிறுவனத்தில் இருக்கும் எல்லா நிரல்களையும் ஒன்று சேர்த்து வெளியிட ஜென்கின்ஸ் *(Jenkins)* உதவுகிறது.

செல்பேசி செயலியாக மட்டுமில்லாமல் 'சைபோ' நிறுவனம் சப்வே சர்ஃபர்ஸ்ஸை தொலைக்காட்சி தொடராகவும் யுட்யூப்பில் வெளியிட்டது. 'சைபோ' தங்களுக்கு வந்த இலாபத்திலிருந்து சமூக அக்கறைக்காக இந்தியாவில் பல சூரிய ஒளி மின்சார உற்பத்திப் பணிகளையும், சிலி நாட்டில் கழிவுகள் மேம்பாடுகளையும், ஐ.நா. சபையோடு சேர்ந்து மின்னணு கழிவுகள் மறுசுழற்சி திட்டங்களையும் செய்துவருகிறது.

இந்தச் செல்பேசி விளையாட்டின் மேல் இருக்கும் ஆர்வத்தில் இதைப் பற்றி சுமார் ஆயிரத்து அறுநூற்றுக்கும் அதிகமான கட்டுரைகள் ஃபேண்டம் பொழுதுபோக்கு கலைக்களஞ்சியத்தில் இருக்கின்றன. விக்கிப்பீடியாவின் இணை நிறுவனர் ஜிம்மி வேல்ஸால் தொடங்கப்பட்டது இத்தளம். விளையாட்டில் இதுவரை வந்துள்ள ஒவ்வொரு பாத்திரங்களின், நகரங்களின், நூற்றுக்கும் அதிக வகை பறக்கும் பலகைகளின் (ஓவர்போர்டு), பின்னணி பாடல்களின், துணுக்குகளின் தகவல்கள் என்று தினமும் தொடர்ந்து இந்தத் தளத்தில் கட்டுரைகள் எழுதப்பட்டு வருகின்றன.

7. கூகுள் படக்கதை

ஒரு காலத்தில் நம் வாழ்வின் முக்கியமான தருணங்களை நினைவில் வைத்துக் கொள்ளப் பெரிதும் உதவியவை புகைப்படங்கள். இன்றைக்கு அவையே செல்பேசியில் எண்ணிமப் *(Digital)* படங்களாக உருமாறிவிட்டன. பத்து ஆண்டுகளுக்கு முன்பும் செல்பேசியில் நூற்றுக்கணக்கான படங்கள் எடுக்கப்பட்டாலும் அவற்றைப் பாதுகாப்பது மிகக் கடினமாகவே இருந்தது. இதை மாற்றியமைத்தது இன்று உலகின் மிகப் பெரிய படங்கள் பெட்டகமாக இருக்கும் கூகுள் போட்டோஸ். இந்தச் செயலியின் கதை விழுந்த இடத்தில் இருந்து எழுவது சாத்தியமே என்பதை நிரூபிக்கும் இரண்டு உதாரணங்களைக் கொண்டது என்றால் நம்ப முடிகிறதா?

பேஸ்புக்குக்கு போட்டியாகச் சமூக வலைத்தளங்கள் உலகில் கூகுள் காலூன்றச் செய்த முதல் மூன்று முயற்சிகளும் தோல்வியிலேயே முடிந்தன. நான்காவது முயற்சியாக 2011ல் அவர்கள் வெளியிட்டது கூகுள்+. ஆரம்பிக்கப்பட்ட சில ஆண்டுகளிலேயே இதுவும் தோல்வியே என்று தெரிந்துவிட்டது. இந்தத் துறையில் பேஸ்புக்கின் சக்தி அப்படியானது.

கனடாவில் பிறந்தவர் இந்திய வம்சாவளியினரான அனில் சபர்வால் *(Anil Sabharwal)*. 2009ஆம் ஆண்டு கூகுள் ஆஸ்திரேலியாவில் சேர்ந்தார். அடுத்த இரண்டே ஆண்டுகளில் அமெரிக்காவில்

இருக்கும் தங்களின் தலைமையகத்திற்கு அழைத்து அவருக்கு முக்கியமான பொறுப்பைக் கொடுத்தார் கூகுள் பிளஸின் துணை நிறுவனரான பிராட்லி ஹோரோவிட்ஸ். அடுத்த நான்கு ஆண்டுகள் கூகுள்+ உருவாக்கத்தில் கடுமையாக உழைத்தாலும், அந்தப் படைப்பு அவர்கள் எதிர்ப்பார்த்தத் தாக்கத்தை ஏற்படுத்தவில்லை.

கூகுள்+ தளத்தில் பயனர்கள் அதிகம் விரும்பியது, படங்களைப் பதிவேற்றம் செய்யும் வசதியைத்தான். கூகுள்+ படைப்பைச் சுற்றி இருந்த தோல்விக்கு மத்தியில், இந்தப் படங்களைச் சேமிக்கும் வசதி மட்டும் ஒரு வெளிச்சமாகத் தோன்றியது அனிலுக்கு. இந்த வசதியை உருவாக்கிய அணியில் இருந்த பலரும் இதை அவர்கள் மனம் விரும்பி செய்த வேலையாகவே செய்தார்கள். கூகுள்+ தளத்திலிருந்து இதை மட்டும் தனியாகப் பிரித்து ஒரு செயலியாக வெளியிட வேண்டும் என்று தனது மேலாளரான ஹோரோவிட்ஸிடம் சொன்னார் அனில். பின்பு இருவரும் சேர்ந்து கூகுளின் தலைமைக்கு வலியுறுத்தியதில் 2015ல் வெளிவந்தது கூகுள் போட்டோஸ்.

இந்தக் காலத்தில் தங்களின் ஆன்ட்ராய்ட் செல்பேசிகளிலும் ஆப்பிள் ஐபோனிலும் பயனர்கள் தினம் பல படங்களை எடுக்க ஆரம்பித்திருந்தார்கள். ஆனால் அவற்றைத் தங்களின் செல்பேசிக்கு வெளியே பாதுகாப்பாகச் சேமிப்பது கடினமாகவே இருந்தது. ஆப்பிள் ஐபோனில் எடுத்த படத்தை, ஆன்ட்ராய்ட் செல்பேசிக்குச் சுலபமாக அனுப்ப முடியாது. வாட்ஸ்-ஆப் செயலி அப்போதுதான் பிரபலமாகத் தொடங்கியிருந்தது. அதன் மூலம் வந்த படங்களையும் எளிதாக சேமிக்க வழி இருக்கவில்லை. அந்தக் காலத்தில், ஒரு செல்பேசியிலிருந்து அடுத்ததற்குப் போகும் போது தங்களின் படங்கள் அனைத்தையும் தொலைத்தவர்கள்தான் அதிகம். இந்த எல்லாச் சிக்கல்களுக்கும் வரப்பிரசாதமாக வந்தது கூகுள் போட்டோஸ்.

இதற்குச் சில ஆண்டுகளுக்கு முன்பிருந்தே படங்களைக் கையாள்வதில் தங்களின் நிபுணத்துவத்தை வளர்க்க இந்தத் துறையில் புதுக் கண்டுபிடிப்புகளைச் செய்த மூன்று நிறுவனங்களைக் கூகுள் வாங்கியிருந்தது. 2004இல் பிகாசா என்கிற விண்டோஸ் மற்றும் மேக் கணினிகளுக்கான படங்களைச் சுலபமாகத் திருத்த, ஒழுங்கமைக்க உதவும் செயலி. 2007இல் பனோரமியோ, இது ஜி.பி.

எஸ். புவியியல் குறியீட்டைக் கொண்டு படங்களை இடங்களுடன் இணைக்கும் செயலி. இதன் பாகங்கள் இன்றும் கூகுள் மேப்ஸ் சேவையில் இருக்கின்றன. 2010இல் பிக்னிக் என்கிற இணைய உலாவியிலேயே படங்களைத் திருத்தம் செய்யும் மென்பொருள்.

கூகுள் போட்டோஸ் செயலியை அறிமுகம் செய்த போது ஓர் அதிரடியான அறிவிப்பைச் செய்தது கூகுள். இந்தச் செயலியைக் கொண்டு நீங்கள் எவ்வளவு படங்களை, வீடியோக்களை (ஒரு குறிப்பிட்ட தரத்திற்குள்) வேண்டுமானாலும் எங்களின் மேகக் கணினிகளில் சேமிக்கலாம் என்று. அவ்வளவுதான், அதுவரை இருந்த அனைத்துப் படங்கள் சேவையையும் பின்னுக்குத் தள்ளியது கூகுள் போட்டோஸ். வெளிவந்த ஐந்தே மாதங்களில் 10 கோடி பயனர்கள் இலக்கை தாண்டியது. அதுவரை மட்டுமே மொத்தமாக 3.72 பேட்டாபைட் (சுமார் 37 இலட்சம் ஜிகாபைட்) அளவிலான படங்களும் வீடியோக்களும் இங்கே பதிவேற்றப்பட்டிருந்தன.

கூகுள் போட்டோஸ் வெளிவந்த கதைக்குத் திரும்பப் போகலாம். இந்தச் செயலியின் உருவாக்கத்திலும் அதை அடுத்தடுத்த ஆண்டுகளில் மெருகேற்றியதில் அனில் அவர்களுக்கு இதில் உறுதுணையாக இருந்தவர் தலைமை பொறியாளரான டேவிட் லீப் *(David Lieb)*. இவரின் கதை வித்தியாசமானது. மனிதர் படிப்புக்கும் வேலைக்கும் மாறி மாறி இறுதியில் பெரியதாகச் சாதித்தவர்.

அமெரிக்காவின் டெக்சாஸ் மாநிலத்திலுள்ள டலாஸ் நகரில் பொறியாளர் தந்தைக்கும், பள்ளி ஆசிரியரான தாயாருக்கும் பிறந்தவர் டேவிட் லீப். பிறந்ததில் இருந்தே கணிதத்திலும், அறிவியலிலும் ஆர்வமாக இருந்தார். பள்ளிப் பருவத்தில் எப்போதுமே முதல் இடத்தில் வரப் போட்டி போட்டவர் டேவிட். பின்னர் பிரின்ஸ்டன் பல்கலைக்கழகத்தில் மின்சாரம் மற்றும் கணினிப் பொறியியல் படித்தார். அடுத்தது ஸ்டான்போர்டு பல்கலைக்கழகத்தில் செயற்கை நுண்ணறிவு துறையில் முனைவர் பட்டப்படிப்பில் சேர்ந்தார்.

அப்போது அங்கே ஆராய்ச்சி செய்யப்பட்டது தானியங்கி வாகனங்களுக்கான இயந்திரக் கற்றல். இருந்தும் முனைவர் பட்டப்படிப்பு தனக்கானதில்லை என்று புரிந்து கொண்டவர், டெக்சாஸ் இன்ஸ்ட்ருமென்ட்ஸ் நிறுவனத்தில் பொறியாளராகச் சேர்ந்தார். சில ஆண்டுகளில் அங்கேயிருந்து வெளியேறி,

சிகாகோ பல்கலைக்கழக மேலாண்மை பட்டயப்படிப்பில் (எம்.பி.ஏ.) சேர்ந்தார். அங்கே போனவர் மாணவர்கள் தங்களுக்குள் ஒவ்வொருவரின் தொலைபேசி எண்களைப் பகிர சிரமப்படுவதைப் பார்த்தார். உடனே அவருக்கு உதித்தது ஒரு யோசனை. சந்திக்கும் இருவர் அவர்களின் செல்பேசிகளை ஒன்றோடு ஒன்று லேசாக மோதினால் அவர்களின் எண்கள் அதுவாகவே பகிரப்படும்.

இதைச் செய்ய 2008இல் இவர் உருவாக்கிய செயலி பம்ப் (Bump). முதலில் அதிகம் பேசப்பட்ட இது நாளடைவில் தொய்வடைந்தது. இந்தச் செயலியிலும் படங்களைப் பகிர்தல் வசதி பயனர்களை கவர்ந்திருந்தது. இதை கவனித்தவர் அதையே தனது விழுந்த இடத்தில் இருந்து எழும் முயற்சியாக மாற்றி ஒரு புதுச் செயலியை உருவாக்கினார். இது கூகுள் நிறுவனத்தின் கண்ணில் பட, அவரின் பம்ப் நிறுவனத்தை வாங்கியது கூகுள். அங்கே போன சில காலத்தில், அவர் சேர்ந்தது அனில் சபர்வால் கீழ் இயங்கிய கூகுள் போட்டோஸ் அணியில். படங்கள் பகிர்தலின் வல்லமையைப் புரிந்து கொண்ட இருவரின் ஆற்றலில் இந்தச் செயலியின் உருவாக்கம் வேகம் எடுத்தது.

படங்களை மேகக் கணிமையில் சேமிப்பது மிக முக்கியம் என்று அனில் சொல்லியிருந்தாலும், அதைப் பயனர்களின் நேரடித் தலையீடு இல்லாமல் அதுவாகவே நடக்க வேண்டும் என்பதைச் செயல்படுத்தியவர் டேவிட். இன்றைக்கும் இந்தச் செயலியின் தோற்றம் வெள்ளை நிறத்தில், நேர்த்தியான வடிவமைப்பில் குழப்பமில்லாமல் இருப்பதும் இவரின் தனிப்பட்ட முயற்சியினால். இந்தச் செயலியில் பதிவேற்றப்பட்ட படங்களைத் தானாகவே ஒவ்வொன்றிலும் இருக்கும் முகங்களைக் கொண்டு வகைப்படுத்தியது அன்றைய காலத்தில் புதுமை. இந்த வசதியை எளிதாகச் செயற்கை நுண்ணறிவைக் கொண்டு செய்ததில் டேவிட்டின் அணிக்குப் பெரிய பங்கு இருந்தது. அதோடு படத்தில் இருந்த பொருட்களை, எடுக்கப்பட்ட இடத்தை சூழலைக் கொண்டு தேட முடிந்தது கூகுளின் இயந்திரக் கற்றல் செய்த வித்தை.

டேவிட், அனில் என மூத்த மேலாளர்கள் அடுத்த பணிக்குப் போனாலும், தொடர்ந்து சிறப்பாகவே இயங்கி வருகிறது கூகுள் போட்டோஸ். இருந்தும் கடந்த சில ஆண்டுகளில் சில தடங்கள்களையும் சந்தித்தது.

வெளிவந்த சில காலத்திலேயே, இந்தச் சேவையைப் பின்னால் இருந்து இயக்கும் இயந்திரக் கற்றல் அமைப்பு, சில கருப்பினத் தம்பதிகளை கொரில்லா குரங்கு என்று தவறாக வகைப்படுத்தியது. இது பெரும் சர்ச்சையை உண்டாக்கியது. 2021ஆம் ஆண்டு அதுவரை கட்டுப்பாடுகள் இல்லாமல் எவ்வளவு படங்களை வேண்டுமானாலும் இலவசமாகவே சேமிக்கலாம் என்கிற வசதியைத் திரும்பப் பெற்றது கூகுள். தங்களுக்கு வரும் வருமானம் விளம்பரங்களிலிருந்து மட்டுமில்லாமல், பயனர்கள் நேரடியாகக் கட்டும் சந்தாவிலிருந்தும் வர வகை செய்யும் முயற்சி இது. இந்த முடிவு பயனர்களை, குறிப்பாக ஏழை நாடுகளில் இருக்கும் கோடிக்கணக்கான பலரையும் சோகமாக்கியது.

2024 ஆம் ஆண்டு மார்ச் மாதத்தில் தி நியூயார்க் டைம்ஸ் நாளிதழ், இஸ்ரேல் ராணுவம் கூகுள் போட்டோஸ் சேவையைக் கொண்டு காசா நகரில் இருக்கும் தங்களின் எதிரிகளை அடையாளம் காணப் பயன்படுத்துகிறது என்ற தகவலை வெளியிட்டது. இது உலகளவில் பலரையும் அதிர்ச்சிக்குள்ளாக்கியது. இதையெல்லாம் கடந்து இந்தச் சேவை இன்றும் பெரிய அளவில் பிரபலமாக இருப்பதற்கு காரணங்கள் இதன் எளிமையும் தரமுமே.

இன்று ஒவ்வொரு நாளும் பல நூறு கோடி படங்கள் கூகுள் போட்டோஸ் மேகக் கணினிகளில் சேமிக்கப்படுகின்றன என்றால், இந்தப் பத்தாண்டுகளில் இதன் தாக்கத்தை எளிதாகப் புரிந்து கொள்ளலாம். இந்தச் செயலியின் கதையிலிருந்து நாம் தெரிந்து கொள்வது மிகப் பெரிய வெற்றியைப் பெறப் பயனர்களுக்கு இருக்கும் அடிப்படைப் பிரச்சனையைச் சரியாகத் தீர்த்தாலே போதும் என்பதுதான்.

8. சும்மா இரு, மரம் வளரும்!

பலருக்கும் குளியல் அறையில்தான் பாட வரும் என்று கேலியாகச் சொல்லுவார்கள். ஆனால், உண்மையிலேயே கழிப்பறையில் இருந்த போது தோன்றிய யோசனையானது இன்று பெரிதும் புகழப்படும் ஒரு செயலியாக வளர்ந்திருக்கிறது. அதைப் பற்றிப் பார்க்கலாம். ஆப்பிள் நிறுவனம் ஒவ்வோர் ஆண்டும் ஐபோனில் அதிகமாகப் பதிவிறக்கம் செய்யப்பட்ட செயலிகளின் பட்டியலை வெளியிடுவார்கள். அப்படி 2024ஆம் ஆண்டு இந்தியாவில் பதிவிறக்கம் செய்யப்பட்ட இலவசச் செயலிகளில் முதலாவது வந்த பெயரைப் பார்த்து ஆச்சரியப்பட ஒன்றுமேயில்லை அது வாட்ஸ்-ஆப். ஆனால், தனது துறையில் முதல் இடத்தில் வந்த கட்டணச் செயலி எது தெரியுமா?

தைவானில் உருவாக்கப்பட்ட "ஃபாரஸ்ட்" *(Forest: Stay Focused)* செயலி. இந்த ஓர் ஆண்டு மட்டுமல்ல, வெளிவந்த 2016ஆம் ஆண்டிலிருந்து பல ஆண்டுகளாக 157 நாடுகளில் தனது துறையின் கட்டணச் செயலிகள் வரிசையில் அதிகமாகப் பதிவிறக்கம் செய்யப்பட்டு வருகிறது. கொரியாவின் பிரபலமான கே-பாப் இசைக்குழுவான பி.டி.எஸ் *(BTS)* உறுப்பினர்கள் இந்தச் செயலியின் விசிறிகள் என்றால் பார்த்துக் கொள்ளுங்கள்.

இந்தச் செயலியை ஐபோனில் பயன்படுத்த ரூபாய் 399 கட்டணம். ஆன்ட்ராய்ட்டில் இலவசமாகப் பயன்படுத்தத் தொடங்கலாம். ஆனால் உள்ளேயிருக்கும் பல வசதிகளை இயக்க இதே போன்ற கட்டணம் அங்கேயும் செலுத்த வேண்டும். இதெல்லாம் சரி, இந்தச் செயலி என்ன செய்யும்?

நாம் செல்பேசியைப் பல மணி நேரம் பயன்படுத்துவதால், அதுவும் அறிவிப்பு ஒலியைப் பல முறை கேட்பதால் நம்முடைய கவனத்திறன் குறைகிறது. வருடங்கள் ஆக ஆக நம் ஒட்டு மொத்தச் சிந்தனை திறன் குறையும் என்று சொல்லப்படுகிறது. உதாரணமாக நூலகத்தில் இருக்கிறீர்கள் என்று வைத்துக் கொள்வோம், ஒரு நல்ல காதல் கதையைப் படித்துக் கொண்டிருக்கிறீர்கள். தொடர்ந்து பத்து நிமிடத்திற்கு மேலாக உங்களின் செல்பேசியை கையில் எடுக்காமல் படிக்க முடியுமா என்று சிந்தித்துப் பார்க்கவும். இதுவே கவனச் சிதறல். இதோடு நில்லாமல் இப்படி அடிக்கடி செல்பேசியைப் பார்ப்பதால் மனவுளைச்சலுடன், காரணமே இல்லாமல் எப்போதுமே பதற்றமாக இருப்போம். இதைத் தவிர்க்க நம் செல்பேசி பயன்பாட்டைக் குறைத்து நம்மைச் சும்மா இருக்கும்படி ஊக்குவிப்பது "ஃபாரஸ்ட்" செயலியின் முதன்மையான குறிக்கோள்.

2013ஆம் ஆண்டு தைவான் நாட்டின் தேசிய சிங் ஹுவா பல்கலைக்கழகத்தில் கணினி அறிவியலில் முதுகலைப் பட்டத்திற்குப் படித்துக் கொண்டிருந்தவர் "மார்கஸ் பை" (இவருடைய சீனப் பெயர் *Shaokan Pi*). தனது இளங்கலை படிப்பிற்காக, ஹாங்காங் நகரத்தின் போக்குவரத்து கேமராக்கள் மற்றும் சுரங்கப்பாதை தகவல்களைக் காட்சிப்படுத்தும் வழிகாட்டி ஒன்றை உருவாக்கிய திறமையான பொறியாளர் இவர். அடுத்ததாக சக மாணவர்களோடு சேர்ந்து செல்பேசிகளுக்கான விளையாட்டு செயலிகளை உருவாக்க முயன்றார். முதல் இரண்டு முயற்சிகளும் தோல்வி. மூன்றாவதாக ஒரு விளையாட்டை வடிவமைக்க, சந்தைப்படுத்த எனச் சக மாணவர்கள் சிலரைக் கூலிக்கு அமர்த்தி முயன்று பார்த்தார். ஆனால் அதிலிருந்து வந்த வருவாய் வெறும் நூறு அமெரிக்க டாலர்கள்.

மார்கஸ்ஸுக்கு அப்போது புரிந்தது, பொறியாளராக ஒரு செயலியை உருவாக்குவது எளிது, ஆனால் அது வெற்றி பெற முக்கியமானது தொழில்நுட்பம் மட்டுமில்லை என்பது. ஒரு செயலி ஒரு குறிப்பிட்ட பிரச்சனைக்குச் சரியான விடையாக இருக்க வேண்டும். இதை ஒரு கேள்வியாகவே தனக்குள் கேட்டுக் கொண்டே இருந்தார் மார்கஸ். அப்படி ஒருநாள், இதை மனதில் அசை போட்டவாறே கழிப்பறைக்குச் சென்றவருக்குத் தோன்றியது

"ஃபாரஸ்ட்" (அப்போது இந்தப் பெயர் வைக்கப்படவில்லை) செயலிக்கான யோசனை.

நண்பர்களோடு பந்து விளையாடிக் கொண்டிருக்கிறோம் அல்லது செல்பேசியில் ஏதோ விளையாட்டில் இருக்கிறோம், அப்போது எவ்வளவு நேரமானாலும் நாம் ஏன் சலிப்படைவதில்லை? நிஜத்தில் நமக்கு நேரம் போவதே தெரியாமல் அதில் மூழ்கி இருக்கிறோம். இதே ஒரு கல்லூரி அறிக்கையை எழுதத் தொடங்கினால் முப்பது நிமிடத்தில் சோர்வாகி விடுகிறோம். இரண்டு செயலுக்கும் இருக்கும் வித்தியாசம் என்ன? விளையாடும் போது உடனுக்குடன் நம் செயலுக்கான எதிர்வினை வந்துவிடுகிறது. விளையாட்டு செயலிகள் என்றால் உடனுக்குடன் நமக்குப் புள்ளிகள், மெய்நிகர் பரிசுகள் கிடைக்கின்றன. இது நம்மை அந்த விளையாட்டினுள் ஈர்த்துப் பங்கேற்பை அதிகரிக்கிறது. இந்தப் புரிதலைக் கொண்டு, இதையே வளர்ந்து வரும் செல்பேசிப் போதையைக் குறைக்கப் பயன்படுத்தலாம் என்பதுதான் "ஃபாரஸ்ட்" செயலியின் கரு.

இந்தச் செயலியை இயக்கினால் திரையில் ஒரு மர விதை தெரியும். அதன் கீழே எத்தனை நிமிடங்கள் ஒருமுகப்படுத்தி நாம் ஏதாவது ஒன்றைச் செய்யப் போகிறேன் என்று குறிப்பிட வேண்டும். அத்தனை நிமிடங்கள் செல்பேசியைப் பயன்படுத்தாமல் இருந்தால் விதை துளிர்விடத் தொடங்கும், பிறகு சிறிது சிறிதாகச் செடி வளர்ந்து மரமாக மாறும். செல்பேசியைக் குறைவாகப் பயன்படுத்தப் பயன்படுத்த அதற்கு ஏற்ப மரம் வளர்வதை நாம் பார்க்க அதுவே நமக்கு உற்சாகமளிக்கும். மெய்நிகர் உலகில் வளர்க்கப்படும் ஒவ்வொரு மரத்திற்கும் செயலியினுள் உங்கள் கணக்கில் குறிப்பிட்ட புள்ளிகள் வழங்கப்படும். இப்படி நமது செயலுக்கு ஒரு வெகுமதி கிடைப்பதை விளையாட்டாக்கம் (Gamification) என்று நிபுணர்கள் அழைக்கிறார்கள். இதை ஆரம்பப் பதிப்புகளிலே சிறப்பாகச் செய்திருந்தார்கள் மார்கஸ் தொடங்கியிருந்த "சீகார்டெக்" நிறுவனப் பொறியாளர்கள்.

உங்கள் கணக்கில் இருக்கும் மெய்நிகர் காசுகளுக்கு (புள்ளிகள்) ஏற்றார் போல, நிஜ உலகில் மரங்களை விதைத்து வளர்க்கத் தொடங்கியது "சீகார்டெக்" நிறுவனம். இதற்காக "வருங்காலத்திற்கான மரங்கள்" (Trees for the future) என்கிற ஆப்பிரிக்க அமைப்பிற்கு நன்கொடைகள் கொடுக்கிறது சீகார்டெக்.

எளிமையான செயலி “ஃபாரஸ்ட்” அதனால் தொழில்நுட்பப் புதுமைகள் சொல்லும்படி இதில் இல்லை. பயனர்களின் தரவுகளைச் சேமிக்க “அமேசான் வெப் சர்வீஸஸ்” மேகக் கணினிகளையும், செயலியின் பயன்பாட்டை ஆராய “கூகுள் அனாலிட்டிக்ஸ் ஃபார் ஃபயர்பேஸ்” மென்பொருளையும் பயன்படுத்துகிறார்கள்.

உருவாக்கத்திறச் செயலிகள் பட்டியலில் தொடர்ந்து முதலாவதாக வருகின்ற “ஃபாரஸ்ட்” செயலியை உலகின் ஒவ்வொரு பகுதியில் இருக்கும் மக்களும் வெவ்வேறு வகையில் பயன்படுத்துகிறார்கள். தைவான் வளர் தொழில் காணொலி பேட்டியில் மார்கஸ் இதைச் சுட்டுக்காட்டியுள்ளார். சீனாவில் மாணவர்கள் சிந்தனை சிதறாமல் படிக்க ஃபாரஸ்ட்டைப் பயன்படுத்துகிறார்கள். இதுவே ஐரோப்பா மாணவர்கள் இப்படிச் செய்தால் அவர்களைப் புத்தகப்புழுக்கள் என்று கேலி செய்யப்படுவார்களாம். மேற்கத்திய நாடுகளில் நண்பர்களோடு தொந்தரவு இல்லாமல் மகிழ்ச்சியாகப் பேசவும், தியானம் செய்யவும் பயன்படுத்துகிறார்களாம். பெருந்தொற்றுக்குப் பிறகு செயலியின் பயன்பாடு இருபது சதவிகிதம் அதிகரித்திருக்கிறதாம்.

தன்னுடைய வெற்றியை வீட்டுத் தோட்டத்தில் கண்டெடுக்கப்பட்ட தங்கப் புதையல் போன்ற அதிர்ஷ்டம் என்று அடக்கமாகச் சொல்கிறார் மார்கஸ். பயனர்களிடம் பேசியதில் சிலர் கவனத்தை ஒருமுகப்படுத்துதலுக்கு இல்லாமல் தங்களின் இரவு தூக்கத்தின் தரத்தை மேம்படுத்தப் பயன்படுத்துவதாகச் சொல்லியிருக்கிறார்கள். இந்தத் தகவலைக் கொண்டு, உறக்கத்தைச் சரி செய்யவே “ஸ்லீப்டவுன்” என்ற புதுச் செயலியையும் வெளியிட்டிருக்கிறது சீகார்டெக்.

இன்று “ஃபாரஸ்ட்” செயலிக்கு உலகளவில் நான்கு கோடிக்கும் அதிகமான பயனர்கள் இருக்கிறார்கள். இவர்கள் கொடுக்கும் சந்தாவிலிருந்து இதுவரை ஒன்றரை கோடிக்கு அதிகமான நிஜ மரங்களை ஆப்பிரிக்காவில் வளர்க்க இவர்கள் பணம் கொடுத்திருக்கிறார்கள். நாம் ஒவ்வொரு தினமும் சில மணி நேரம் செல்பேசியைப் பார்க்காமலிருந்தால் பல கோடி மரங்கள் வளர்க்கப்படும் அதனால்தான் சொன்னேன் மரம் வளர்க்கச் சும்மா இருக்க வேண்டும் என்று!

9. அழைப்பது நீதானா?

"நாங்கள் இந்தியாவைத் தேடி வரவில்லை, இந்தியா எங்களைக் கண்டு கொண்டது" என்று வெளிப்படையாகச் சொன்னார் நமி ஜர்ரிங்கலாம் *(Nami Zarringhalam)*. அவர் குறிப்பிட்டது, *2009*ஆம் ஆண்டு ஸ்வீடன் ஸ்டாக்ஹோம் நகரில் அவரும் அலன் மமேடியும் *(Alan Mamedi)* தொடங்கிய ட்ரூகாலர் *(TrueCaller)* செயலியின் வியாபார ரகசியத்தை. இன்று சுமார் முப்பது கோடிக்கும் அதிகமான இந்தியர்கள், தங்கள் செல்பேசியில் பயன்படுத்தும் ட்ரூகாலர் எப்படி உருவாகியது

ஸ்வீடன் குடிமக்களான இருவருமே மத்தியக் கிழக்கு பின்னணியைச் சேர்ந்தவர்கள். அலன் குர்திஷ் மரபைச் சேர்ந்தவர். நமி ஈரானிய-பாரசீக மரபைச் சேர்ந்தவர். *2003*ஆம் ஆண்டில் கேடிஎச் ராயல் இன்ஸ்டிடியூட் ஆஃப் டெக்னாலஜியில் இளங்கலை கணினி அறிவியல் (பி.எஸ்சி.) படிக்கத் தொடங்கியதிலிருந்து அலனும் நமியும் நண்பர்கள். இருவருக்குமே தங்களின் தேவைகளுக்காக நிரல்களை எழுதிப் பார்ப்பதில் அதிகமான ஈடுபாடு. அப்படி அவர்கள் உருவாக்கி, தங்களின் முதல் வியாபாரமாக மாறியது Möbeljakt.se என்கிற வீட்டு அறைக்கலன்களைத் தேடும் இணையத்தளம். அடுத்ததாக அவர்கள் தயாரித்தது, ஊழியர்கள் அவர்கள் வேலை செய்யும் நிறுவனத்தைப் பற்றிய கருத்துகளை பொது வெளியில் பகிர்வதை ஊக்குவிக்கும் தளமான *Jobbigt.se*. அன்றைய ஐரோப்பாவில் இரண்டுமே புதுமையான முயற்சிகள்.

அடுத்ததாக 2009ஆம் ஆண்டு இவர்கள் எழுதியது செல்பேசியில் அழைப்பவரின் பெயரைக் காட்டக்கூடிய செயலியை. முதல் பதிப்பு நோக்கியாவின் சிம்பியன் மற்றும் விண்டோஸ் மொபைல் இயங்குதளங்களில் மட்டும் வேலை செய்தது. இந்த இரண்டு இயங்குதளங்களும் இன்று வழக்கிலேயில்லை. இந்தச் செயலியை இணையக் குழு ஒன்றில் வெளியிட்ட முதல் வாரத்திலேயே பத்தாயிரத்துக்கும் அதிகமானவர்கள் பதிவிறக்கம் செய்தார்கள். பயனர்களின் வரவேற்பைப் பார்த்த இருவரும் அந்த ஆண்டு இறுதியில் ஐபோனுக்கும் ஆன்ட்ராய்டுக்குமான படைப்புகளை வெளியிட்டார்கள். அன்று தொடங்கிய ட்ரூகாலரின் வளர்ச்சி இன்றுவரை நிற்கவேயில்லை.

வெளிவந்த இரண்டே ஆண்டுகளில், எந்தவித விளம்பரங்களும் இல்லாமல் ஜோர்தான் நாட்டின் பிரபலமான முதல் மூன்று செயலிகள் வரிசையில் இடம்பிடித்தது ட்ரூகாலர். இந்தியாவிலிருந்து பயனர்கள் அதிகமாகச் சேரத் தொடங்க அடுத்த இரண்டு ஆண்டுகளில் ஒரு கோடி பயனர்கள் என்கிற இலக்கை அடைந்தது. உலகின் ஆரம்பக்கட்ட முதலீட்டாளர்களில் பிரபலமாக இருக்கும் செக்கோயா கேப்பிடல் தலைமையில் பத்தொன்பது மில்லியன் அமெரிக்க டாலர்கள் நிதியை ட்ரூகாலர் 2013ஆம் ஆண்டில் பெற்றது.

செல்பேசிகள் பயன்பாடு அதிகரிக்க, ஒவ்வொரு நாளும் பல தேவையில்லாத அழைப்புகள் வருவது அதிகமாகிக் கொண்டே போனது. இந்தச் சூழலில் விரும்பாத அழைப்புகளின் தொல்லையை ஓரளவு சமாளிக்க உதவிய ட்ரூகாலருக்கு பயனர்கள் எண்ணிக்கை அதிகரித்து வந்தது. குறுஞ்செய்திகளை நிர்வகிப்பது, ஒலிப்பதிவு செய்வது என்று பயனர்களின் விருப்பத்தின் பேரில் பல புதிய வசதிகளும் செயலியில் வரத் தொடங்கின.

2017ஆம் ஆண்டு, ட்ரூகாலருக்கு 10 கோடி பயனர்கள் இருந்த நேரத்தில் ஒரு வேடிக்கையான விசயம் நடந்தது. கூகுள் நிறுவனத்தின் மனித வளத் துறையிலிருந்து அலனுக்குத் தற்செயலாக தயாரிப்பு மேலாளர் வேலைக்கு நேர்காணலுக்கு வர முடியுமா என்று ஒரு மின்-அஞ்சல் வந்தது. அதற்கு அலன் அனுப்பிய பதிலைப் பற்றி சமூக வலைத்தளங்களில் அப்போது மிகவும் பேசப்பட்டது. அவர் அனுப்பிய பதில் இது, "ஆம், தயாரிப்புகள்

உருவாக்கத்தில் உலகிலேயே சிறந்த திறமை எனக்கு இருக்கலாம், ஆனால் நேர்காணலுக்கு நான் வர வேண்டுமானால் உங்கள் தலைவர் சுந்தர் பிச்சையைத்தான் பார்ப்பேன், அதைச் செய்ய முடியுமானால் நான் யோசிக்கிறேன்."

ட்ரூகாலர் செயலியைப் பற்றிப் பேசினாலேயே தொழில்நுட்ப வல்லுநர்களால் சொல்லப்படும் குற்றச்சாட்டு அவர்கள் பயனர்களின் செல்பேசிகளில் இருக்கும் எல்லா எண்களையும் அனுமதி இல்லாமல் எடுத்துக் கொள்கிறார்கள் என்று. ஆனால் 2013ஆம் ஆண்டு அவர்கள் கணினிகளிலிருந்து தரவுகள் திருடப்பட்டதற்குப் பிறகு இந்த நடைமுறை இல்லை, எல்லாமே அனுமதியோடே செய்யப்படுகிறது என்று அடித்துச் சொல்கிறார் அலன்.

செயலியின் பயனர்கள் பார்க்கும் முன் பகுதிகளுக்கு ரியாக்ட் மற்றும் ஃப்ளட்டர் கட்டமைப்புகளைப் பயன்படுத்துகிறார்கள். பின்னணி சேவைகளுக்குத் தங்களின் சொந்தச் சேவை கணினிகளிலிருந்து கூகுள் மேகக் கணினிகளுக்கு பெரிதளவில் மாறிவிட்டார்கள். வெறும் 63 நாள்களில் இந்த மாறுதல்களைச் செய்துள்ளார்கள் என்பதைக் குறிப்பிட்டுச் சொல்லவேண்டும். இதற்கு ட்ரூகாலர் பொறியாளர்கள் கூகுள் கிளவுடின் குபர்னெட்ஸ் மென்பொருள் கலங்களைத் தானியங்கி முறையில் நிர்வகிக்கும் வசதிகளைப் பெரிதும் பயன்படுத்தியிருக்கிறார்கள்.

2025ஆம் ஆண்டு தொடக்கத்தில் ட்ரூகாலர் செயலி இருக்கும் செல்பேசிகளின் எண்ணிக்கை நாற்பத்திரண்டு கோடிக்கும் மேல். இவற்றில் பெரும்பாலானோர் இந்தியா, நைஜீரியா மற்றும் மெக்சிகோ நாடுகளில் வசிக்கிறார்கள். மேலை நாடுகளில் அதிகமாக ட்ரூகாலர் காலூன்ற முடியவில்லை. இதற்குக் காரணம் அங்கேயெல்லாம் தனிப்பட்ட நபர்களின் தொலைபேசி எண்களைப் பகிர்வதைக் கட்டுப்படுத்தும் சட்டங்கள் மிகக் கடுமையாக இருக்கிறது. இதனால் அங்கேயெல்லாம் தொல்லையான அழைப்புகளும் குறுஞ்செய்திகளும் அந்தளவு வருவதில்லை. ஆனால் வளரும் நாடுகளில் இது மிகப் பெரிய பிரச்சனை, இதற்குத் தீர்வு ட்ரூகாலர்.

இருக்கும் நாற்பத்திரண்டு கோடி பயனர்களில் பலரும் இலவசமாகவே பயன்படுத்துகிறார்கள். அப்போது வருவாய்

எங்கிருந்து வருகிறது? சுமார் நான்கில் மூன்று பங்கு பயனர்களின் திரைகளில் காட்டப்படும் விளம்பரங்களிலிருந்து வருகிறது வருவாய். அடுத்தபடியாகச் சில கோடி பயனர்கள் செலுத்தும் ஆண்டு சந்தாவின் மூலம் கிடைக்கிறது. பெரும் நிறுவனங்கள், வங்கிகள், இணையச் சந்தைகள் அவர்களின் ஊழியர்கள்தான் கூப்பிடுகிறார்கள் என்பதை உறுதி செய்யும் வகையில் திரையில் தங்கள் பெயரோடு ட்ரூகாலர் உறுதி என்கிற அடையாள வில்லையை வரச் செய்யலாம். இதற்கு நிறுவனங்கள் கட்டணம் செலுத்த வேண்டும், இந்தச் சேவையின் பெயர் "ட்ரூகாலர் ஃபார் பிசினஸ்". சில ஆண்டுகளுக்கு முன்னர் அறிமுகப்படுத்திய இந்த வியாபாரங்களுக்கான சேவையின் மூலமாகவும் வருவாய் வருகிறது.

ஸ்வீடன் நாட்டுப் பங்குச் சந்தைக்கு ஒவ்வொரு காலாண்டும் இவர்கள் வழங்கும் நிறுவனத்தின் நடப்புகள் பற்றிய குறிப்புகள் எளிமையாகப் புரிந்து கொள்ளும் வகையில் இருப்பது அபூர்வமானது. நிறுவனத்தின் வெளிப்படைத் தன்மைக்கு இது சான்றாக இருக்கிறது.

2025 புத்தாண்டிலிருந்து ட்ரூகாலரின் நிர்வாக இயக்குநராக (CEO) பொறுப்பெற்றிருப்பது நம் பெங்களூரில் படித்த ரிஷித் ஜுன்ஜுன்வாலா. அது மட்டுமில்லாமல் கடந்த சில ஆண்டுகளாகவே ட்ரூகாலரின் பெரும்பாலான ஊழியர்கள் அவர்களின் பெங்களூரு அலுவலகத்திலே இருக்கிறார்கள்.

நிறுவனர் அலன் அவர்களிடம் "இன்று நீங்கள் பெரிய பணக்காரர், இந்த வெற்றி உங்களுக்குக் கொடுத்த பெரிய மகிழ்ச்சி என்று எதைச் சொல்வீர்கள்" என்று கேள்விக்கு அவர் சொன்னது "என் அம்மாவை வேலைக்குப் போக வேண்டாம் என்று சொல்ல முடிந்தது, மற்றும் மளிகைக் கடையில் விலை மலிவான ஆரஞ்சுப் பழச்சாற்றை வாங்காமல், விலையுயர்ந்த டிராபிகானா டப்பாவை வாங்கியது".

10. பதில் சொல்லும் புதிய பூதம்!

ஒரு விசயத்தைப் பற்றி தெரிந்துகொள்ள நாம் உடனே போவது கூகுள் தேடுபொறிக்கு. கடந்த இருபது ஆண்டுகளாக கூகுள் தேடுபொறிக்கு இணையான தரத்தில் மாற்றாக வேறு எதுவுமே அருகில் கூட வர முடியாத நிலையில், தற்போது வந்து இருக்கிறது பெர்ப்ளெக்சிட்டி ஏஐ *(Perplexity AI)*. உலகையே திரும்பிப் பார்க்க வைத்த இந்த செயலி நம் சென்னையில் பிறந்தவரான அரவிந்த் ஸ்ரீநிவாஸ் மற்றும் குழுவினரின் தயாரிப்பு.

முப்பது வயது இளைஞரான அரவிந்த் யார்? பார்க்க அமுல் குழந்தையைப் போன்ற தோற்றம், 80களில் பிரபலமாக இருந்த பெரியளவு வட்ட மூக்குக் கண்ணாடி இதுதான் அரவிந்த் ஸ்ரீநிவாஸ். பிறந்தது சென்னையில். பிடித்தது கிரிக்கெட். ஐ.ஐ.டி. மெட்ராஸில் மென்பொருள் பொறியியல் பிரிவில் இடம் கிடைக்காததால் மின்சாரப் பொறியியல் பிரிவில் சேர்ந்து, தானாக பைதான் மொழியைக் கற்றுத் தேர்ந்தார். ஐ.ஐ.டி. மெட்ராஸில் தனது தொழில்நுட்ப முதுகலை பட்டக் கல்வியை முடித்தவுடன் அமெரிக்காவில் இருக்கும் யூ.சி.பெர்க்லி பல்கலைக்கழகத்தில் முனைவர் ஆராய்ச்சிக்கு சேர்ந்தார்.

அங்கே அரவிந்த் தேர்ந்தெடுத்த துறைகள் செயற்கை நுண்ணறிவும், இயந்திரக் கற்றலும். அங்கே அவர் ஆராய்ச்சிச் செய்தது

கணினிக்குப் பார்வையைக் கொடுக்கும் முயற்சிகளில். கம்ப்யூட்டர் விஷன் என்பது ஒரு படத்தை, காட்சியை மென்பொருளுக்கு உள்ளீடாகக் கொடுத்தால் அதில் என்ன இருக்கிறது, எந்த இடம், யார் யார் இருக்கிறார்கள், எந்தச் சூழல் என்பதை விளக்கக் கூடிய திறனை உருவாக்குவது. கூடுதலாகப் படங்களை ஏஐ மூலம் வரையும் முயற்சிகளிலும் ஈடுபட்டார். இவற்றைப் பார்த்து முன்னணிச் செயற்கை நுண்ணறிவுப் பிரிவான பிரிட்டனின் கூகுள் டீப்-மைண்ட்டில் *(DeepMind)* ஆராய்ச்சியாளராகச் சில மாதங்கள் இருந்தார். கூகுள் டீப்-மைண்ட்டில் இருக்கும் ஆராய்ச்சியாளர்களுக்கு 2024ஆம் ஆண்டு வேதியியலில் நோபல் பரிசு கிடைத்தது என்பதை நினைவில் கொள்ள வேண்டும். அதன் பிறகு அரவிந்த் கூகுள் நிறுவனத்திலும், சாட்ஜிபிடியை தயாரித்த ஓபன்ஏஐ நிறுவனத்திலும் பணி புரிந்தார்.

பணியில் இருந்த போது அப்போது வெளிவந்திருந்த மைக்ரோசாப்ட்டின் கிட்ஹப் கோபைலட் மென்பொருளைக் கண்டு வியந்து போனார் அரவிந்த். பொறியாளர்களுக்கான இந்த மென்பொருள் சாட்ஜிபிடியின் முன்னோடி. இதில் நமக்கு என்ன வேண்டும் என்பதை உள்ளிட்டால் அதைச் செய்யக் கூடிய மென்பொருள் நிரலை அதுவே எழுதித் தரும். இதன் அடித்தளமான இயற்றறிவு *(Generative AI)* நுட்பத்தைக் கொண்டு சிக்கலான பிரச்சனைகளை எப்படித் தீர்ப்பது என்று யோசித்துக் கொண்டே இருந்தார் அரவிந்த். அதன் விளைவு, அவரும் நண்பர்களும் சேர்ந்து கோடிக்கணக்கான ட்விட்டர் தரவுகளைச் சுலபமாக, நாம் பேசும் மொழியைக் கொண்டே தேடும் நிரலை உருவாக்கினார்கள். இதற்காகப் பல ஆயிரம் போலி ட்விட்டர் கணக்குகளை ஆராய்ச்சியாளர்கள் என்று பொய் சொல்லி உருவாக்கியதாக அரவிந்தே பேட்டி ஒன்றில் சொல்கிறார். இந்த நிரலைப் பார்த்துப் பிரமித்த சிலிக்கான் பள்ளத்தாக்கு முதலீட்டாளர்கள் எடுத்தவுடன் அவருடைய குழுவுக்கு நூறு மில்லியன் அமெரிக்க டாலர்களைக் கொடுத்தார்கள். அப்படி 2022ஆம் ஆண்டு உருவான நிறுவனம்தான் பெர்ப்ளெக்சிட்டி ஏஐ.

எடுத்தவுடன் இது கூகுளுக்குப் போட்டியாக வர வேண்டும் என்று யோசிக்கப்படவில்லை. இவர்களின் முதல் பணியாளர் “எனக்கு எந்த மாதிரியான மருத்துவக் காப்பீடு கொடுப்பீர்கள்” என்று கேட்க, அதற்கு விடை தேடப் போன அரவிந்திற்கு விடை

சுலபமாகக் கிடைக்கவில்லை. கூகுளில் மருத்துவக் காப்பீடு எனத் தேடி, வந்த பல நூறு பக்கங்களைப் பொறுமையாகப் படித்து, பல நாள்களுக்குப் பிறகுதான் அவருக்கு வேண்டிய விடை கிடைத்தது. தான் வீண் செய்த நேரத்தை போல மற்றவர்களும் செய்யக் கூடாது என்று இவர்களின் குழு யோசித்ததன் விளைவு ‘பதில்களின் எந்திரம்’ என்று இவர்கள் அழைக்கும் பெர்ப்ளெக்சிட்டி.

சாட்ஜிபிடிக்கும் திறந்த கலைக்களஞ்சியமான விக்கிப்பீடியாவுக்கும் பிறந்த குழந்தை பெர்ப்ளெக்சிட்டி என்று சொல்லலாம். அதாவது நாம் ஒரு கேள்வியைக் கூகுளில் தேடினால் அதற்குப் பதிலாகப் பல நீல-நிற இணைய முகவரிகள் வரும், நமக்கு வேண்டியதைத் தேர்வு செய்து படித்துத் தெரிந்து கொள்ள வேண்டும். இதே பெர்ப்ளெக்சிட்டியில் அந்தக் கேள்வியைக் கேட்டால் அதனுள் இருக்கும் நிரல் அதுவாகவே இணையத்தில் இருக்கும் பல கோடி பக்கங்களைத் தேடி, கேள்விக்குத் தொடர்புடைய விசயங்களைத் தொகுக்கும். இப்படித் தொகுக்கப்பட்டதைப் பகுப்பாய்ந்து நமக்குச் சுலபமாகப் புரியும் வகையில் எளிய மொழியில் கொடுக்க இயற்றறிவு பயன்படுத்தப்படும். முழுவதும் இயற்றறிவை மட்டுமே பயன்படுத்தினால் சாட்ஜிபிடியைப் போல மதிமயங்கிப் பல பொய்யான தகவல்களைக் கொடுக்கக்கூடும். ஆராய்ச்சிக் கட்டுரைகளை எழுதும் போது எப்படி இதற்கு முன் வந்த கட்டுரைகளை மேற்கோள் காட்டி விடையளிக்கப்படுமோ அதேமுறையையே பயன்படுத்துகிறது பெர்ப்ளெக்சிட்டி. இது இதன் சிறப்பு.

பெர்ப்ளெக்சிட்டியில் ஒரு விசயத்தைப் பற்றித் தேடினால், பதிலைச் சொல்லிவிட்டு அதற்குக் கீழே நீங்கள் இந்தக் கேள்விகளையும் கேட்கலாம் என்று பட்டியலைப் பரிந்துரை செய்யும். இந்தப் பரிந்துரைகளைப் பயன்படுத்துவதால் அந்தத் துறையைப் பற்றி நமக்குத் தெரிந்திராத பல புதிய தகவல்களைச் சுலபமாக அறிந்து கொள்ளலாம். இது கூகுள் தேடுதலிலிருந்து முற்றிலும் வேறுபட்ட முறை. இதனால்தான் இதை பதில்களின் எந்திரம் என்று அரவிந்த் அழைக்கிறார்.

பெர்ப்ளெக்சிட்டி செயலி இலவசமாக இணையத்தில் ஆன்ட்ராய்ட் மற்றும் ஐபோனுக்கு கிடைக்கிறது. மாதச் சந்தாவாக ரூபாய் 1800 செலுத்தினால், விரும்பிய இயற்றறிவு மாதிரியைப் பயன்படுத்தலாம்,

மேலும் படங்களைக் கொண்டு தேடலாம், எவ்வளவு கோப்புகளை வேண்டுமானாலும் பதிவேற்றி அவற்றை ஆராயலாம்.

பெர்ப்ளெக்சிட்டியை தொடங்கும் போது என்ன நினைத்தீர்கள் என்ற கேள்விக்கு அரவிந்த் சொன்னது, “இந்த நிறுவனம் எதைச் செய்தாலும் அது முழுவதுமாக செயற்கை நுண்ணறிவைக் கொண்டு செய்ய வேண்டும் என்பதில் தீர்மானமாக இருந்தேன். அப்படிச் செய்வதனால் பயனர்கள் பயன்படுத்துவது அதிகரிக்க அதிகரிக்க, செயற்கை நுண்ணறிவு நுட்பமும் முன்னேறும், அதனால் பெர்ப்ளெக்சிட்டியும் முன்னேறும். இந்த மந்திரத்தைக் கூகுள் நிறுவனத்தின் நிறுவனர் லாரி பேஜ் அவர்களிடம் இருந்து கற்றுக் கொண்டேன்”.

11. டீப்சீக்: ஒரு திடீர் பூகம்பத்தின் நிஜமான பின்னணி

அமெரிக்காவைக் கதிகலங்க வைத்திருக்கிறது சீனாவின் இந்தப் புதிய வெளியீடு. அமெரிக்காவுக்குச் சீனா விடுத்துள்ள 'எச்சரிக்கை மணி' என்று இதை அழைத்துள்ளார் அதிபர் ட்ரம்ப். அப்படி என்ன நடந்துவிட்டது?

இந்த உலகத்தை வருங்காலத்தில் ஆளப் போவது செயற்கை நுண்ணறிவு. அப்படியான துறையில் நாங்கள்தான் கில்லாடிகள். எக்காரணம் கொண்டும் இந்தத் துறையில் எங்கள் கண்டுபிடிப்புகளின் அருகில் கூட சீனா வரக் கூடாது என்று பல தடைகளை அமெரிக்கா விதித்திருந்தது. மேலும் கடந்த இரண்டு ஆண்டுகளில் ஆயிரக்கணக்கான கோடி டாலர் முதலீடுகளை இந்தத் துறையில் அமெரிக்க நிறுவனங்கள் செய்தன. இப்படி இருக்கையில் அதிகம் தெரியாத ஒரு சீன நிறுவனம், அதுவரை உலகில் முதல் இடத்தில் இருந்த ஓபன்ஏஐயின் செயற்கை நுண்ணறிவு மாதிரியின் திறனுக்கு நிகராக ஒரு மாதிரியை திடீரென்று வெளியிட்டது. அதுவும் அதைத் திற மூல மாதிரியாக வெளியிட்டு, யார் வேண்டுமானாலும் சோதனை செய்து கொள்ளுங்கள் என்று சொன்னது அந்த நிறுவனம்.

சுமார் இரண்டு ஆண்டுகளுக்கு முன்னர் அமெரிக்காவின் ஓபன்ஏஐ நிறுவனத்தின் சாட்ஜிபிடி இயற்றறிவு, முதலில் இணையத்தளமாக,

பின்னர் செயலியாக வெளிவந்த போது உலகமே எழுந்து நின்று கவனித்தது. நாம் கேட்கும் கேள்விகளுக்குச் செயற்கை நுண்ணறிவு மனிதர்களைப் போலவே பதிலளிப்பதைப் பார்த்தவுடன் அதன் உலகை மாற்றக்கூடிய திறன் எல்லோருக்கும் வெளிப்படையாகத் தெரிந்தது. அதுவரை பெரும் நிறுவனங்களின் பொறியாளர்கள், கணித மேதைகள் மட்டுமே பயன்படுத்தி வந்த இயந்திரக் கற்றலின் திறன்களைச் சாதாரணமானவர்களும் வெறும் கேள்விகளின் வழியாகவே பயன்படுத்த முடிந்தது. தரவுகள் உருவாக்கம் என்றில்லாமல் இந்த நுட்பம் நாட்டின் பாதுகாப்பு, தொழில் உற்பத்தி, விஞ்ஞானக் கண்டுபிடிப்புகள், பொருளாதாரம் என்று எல்லாத் துறைகளிலும் அதிவேக முன்னேற்றங்களைக் கொண்டுவரும் என்பதால் பெரிய நாடுகளின் அரசுகளும் இதில் தீவிரக் கவனம் செலுத்தத் தொடங்கினார்கள்.

சாட்ஜிபிடி செயலியின் பின்னால் இருந்த தொழில்நுட்பத்தைக் கூகுள் நிறுவனம் 2017ஆம் ஆண்டு அவர்களின் ஆராய்ச்சிக் கட்டுரையில் வெளியிட்டிருந்தார்கள். ஆனால் அவர்களுக்கு முன்பே அதைச் சிறப்பாகச் செயலாக்கியிருந்தார்கள் ஓபன்ஏஐ பொறியாளர்கள். இவர்களுடன் ஆந்த்ரோபிக், மேட்டா என மேலும் பல அமெரிக்க நிறுவனங்களும் இந்தத் துறையில் பல முன்னேற்றங்களைச் செய்து வருகிறார்கள். இதனால் உலகளவில் அமெரிக்காவுக்குப் போட்டியாக வளரும் சீனா இந்தத் துறையில் சுமார் மூன்று முதல் ஐந்து ஆண்டுகள் பின்தங்கி இருக்கிறது என்று நம்பினார்கள். இதற்கு முக்கியமான காரணம் செயற்கை நுண்ணறிவு நுட்பத்தின் நிரல் நெறிகளை *(Algorithm)* உருவாக்கக் கூடிய வல்லுநர்கள் பெரும்பாலும் அமெரிக்காவில் மட்டுமே இருந்தார்கள். இதையெல்லாம் பொய்யாக்கி சீனாவின் இலவசச் செயலியான டீப்சீக் *(Deepseek)* ஜனவரி 2025இல் அதிரடியாக டீப்சீக் ஆர்1 என்ற புதிய மாதிரியை வெளியிட்டது. வெளிவந்த ஒரே வாரத்தில் அமெரிக்க ஆப்பிள் மற்றும் கூகுள் செயலிகள் சந்தையில் முதல் இடத்தைப் பிடித்தது டீப்சீக்.

டீப்சீக் எப்படி வந்தது என்பதைத் தெரிந்து கொள்ள சீனாவின் கிழக்குத் துறைமுக நகரான ஜான்ஜியாங்குக்கு செல்ல வேண்டும். எப்படி பிரிட்டன் ஹாங்காங்கை, சீனாவிடம் இருந்து 99 ஆண்டுகளுக்குப் பிடுங்கிக் கொண்டதோ அதைப் போலப்

பத்தொன்பதாம் நூற்றாண்டில் பிரெஞ்சு எடுத்துக் கொண்ட நகர் இந்த ஜான்ஜியாங். இங்கே 1985ஆம் ஆண்டு பள்ளி ஆசிரியர்கள் அதிகமாக இருந்த குடும்பத்தில் மகனாகப் பிறந்தவர் லியாங் வென்ஃபெங் *(Liang Wenfeng)*. தனது பள்ளிக் காலத்திலேயே பல்கலைக்கழக நிலை கணிதத்தை கற்றிருந்தார். இதனால் 2002இல் புகழ் பெற்ற ஜெஜியாங் *(Zhejiang)* பல்கலைக்கழகத்தில் மின்னணுவியல் இளநிலை படிப்பில் எளிதாகச் சேர முடிந்தது லியாங்கால். ஜெஜியாங் பல்கலை இருந்த நகரான ஹாங்ஜோவில் தோன்றிய நிறுவனம் நம் அனைவருக்கும் தெரிந்த அலிபாபா. அடுத்து அங்கேயே தனது முதுநிலை படிப்புக்கு கம்ப்யூட்டர் விஷன் நுட்பத்தில் வேலை செய்தபோது செயற்கை நுண்ணறிவு துறையைப் பற்றி முதலில் தெரிந்து கொண்டார் லியாங். அடுத்த பத்தாண்டில் உலகையே தன் பக்கம் திருப்புவார் லியாங் என்று அவரின் முதுநிலை பேராசிரியர் கூட நினைத்திருக்க மாட்டார்.

பட்டம் பெற்ற பிறகும் ஹாங்ஜோ நகரிலேயே தங்கி, நண்பர்களுடன் பங்குச் சந்தையில் இயந்திரக் கற்றல் மூலம் ஆராய்ந்து முதலீடுகளைச் செய்யும் முயற்சியில் அவர் இறங்கியது 2013ஆம் ஆண்டில். இதன் வெற்றியைத் தொடர்ந்து இரண்டே ஆண்டுகளில் ஹை-ஃப்ளையர் என்கிற திரட்டப்பட்ட முதலீட்டு நிதி நிறுவனத்தைத் தொடங்கினார். 2019ஆம் ஆண்டு இவர்களின் ஆழக்கற்றல் *(Deep Learning)* நிரல்களை இயக்கப் பத்தாயிரம் எண்ணிக்கையில் அப்போதிருந்த நவீன என்விடியா ஏ100 ஜி.பி. யுக்களை வாங்கியது ஹை-ஃப்ளையர். சீனாவில் இதற்கு முன்னர் இந்தளவு எண்ணிக்கையில் இவற்றை வாங்கியது அலிபாபா மட்டுமே. ஆனால் ஒரு நிதி நிறுவனமான ஹை-ஃப்ளையர் வாங்கியது சீனாவில் பலரையும் ஆச்சரியத்தில் ஆழ்த்தியது.

அப்போது அந்த ஜி.பி.யுக்களில் ஹை-ஃப்ளையர் இயக்கிய நிரல் நெறிகள், அதிலிருந்து அவர்கள் கற்றுக் கொண்டது இன்று வந்துள்ள டீப்சீக் செயலியின் விதை என்று சொல்கிறார்கள் சீனாவின் தொழில்நுட்ப வல்லுநர்கள். 2023ஆம் ஆண்டு தங்களின் ஏஐ ஆற்றல்களைத் தனி நிறுவனமாகப் பிரித்து அதற்கு டீப்சீக் என்று பெயரைச் சூட்டினார் லியாங். செயற்கை நுண்ணறிவில் சீனாவின் வளர்ச்சியைக் கட்டுப்படுத்த என்விடியாவின் அதிகச் சக்தி வாய்ந்த ஜி.பி.யுக்களை ஏற்றுமதி செய்வதை அமெரிக்கா

தடுக்கத் தொடங்கிய காலம் அது. அப்போதிருந்தே தனது பொறியாளர்களிடம் தடைகளைத் தாண்டி, குறைந்த அளவு கணினித் திறனைக் கொண்டு புதிய செயற்கை நுண்ணறிவு மாதிரிகளை எப்படி உருவாக்குவது என்று சிந்திக்கச் சொல்லி ஊக்குவித்தார் லியாங்.

இந்த முயற்சியில் அவருக்குப் பெரிதும் உதவியது பெய்ஜிங் பல்கலைக்கழகத்தில் படித்த ஏஐ விஞ்ஞானியான லுவோ ஃபூலி *(Luo Fuli)*. பெண்கள் அரிதாக இருக்கும் இந்தத் துறையில் சாதனை செய்துள்ள லுவோவின் வயது 29 மட்டுமே. இவரின் தலைமையில் டீப்சீக் வல்லுநர்கள் அமெரிக்கத் தடைகளைத் தாண்டி டீப்சீக்-வி2 என்கிற ஏஐ மாதிரியை 2024ஆம் ஆண்டு மே மாதத்தில் வெளியிட்டார்கள். இந்தச் சேவை மிகக் குறைந்த விலையில் விற்கப்பட்டதால் சீனாவின் அலிபாபா, பைடூ, டென்செண்ட் நிறுவனங்களும் தங்களின் தயாரிப்புகளின் விலையைக் குறைக்க வேண்டிவந்தது.

இதன் அடுத்த பதிப்பான டீப்சீக்-வி3 டிசம்பர் 2024இல் வெளிவந்தது. இலவசமாக இணையத்தளத்தில் கிடைத்த இந்த மாதிரி, தமிழ் போன்ற இந்திய மொழிகளையும் அமெரிக்க மாதிரிகளைக் காட்டிலும் சிறப்பாகக் கையாண்டது. கூகுள் தங்களின் ஜெமினி மாதிரி 'இந்தி' மொழியைக் கையாளத் தொடங்கியுள்ளது என்று சொன்னாலும் பெருவாரியான அமெரிக்க மாதிரிகள் ஆங்கிலம் மட்டுமே முக்கியம் என்கிற சிந்தனையில் உருவாக்கப்பட்டன. இதிலிருந்து டீப்சீக் மாறுபட்டதாகத் தோன்றுகிறது. அதிகாரப்பூர்வமாகத் தமிழை டீப்சீக் புரிந்து கொள்ளும் என்று நிறுவனம் சொல்லவில்லை என்பதை நினைவில் கொள்ள வேண்டும்.

டீப்சீக்-வி3 நன்றாகப் பதில் சொன்னாலும் இது ஓராண்டுக்கு முன் வந்த ஓபன்ஏஐயின் ஜிபிடி4 திறன் அளவில் இருக்கிறது. வெறும் பதில்களை மட்டுமே சொல்லாமல் காரணங்களை ஆய்வு செய்து, துறைசார் வல்லுநர்களைப் போலப் பதில் சொல்லும் திறன் கொண்ட ஓபன்ஏஐயின் புதிய ஓ1 மாதிரி போலச் சீனர்கள் செய்யச் சில ஆண்டுகள் ஆகும் என்று எல்லோரும் நினைத்தார்கள். இதைப் பொய்யாக்கும் விதமாக ஜனவரி 2025இல் டீப்சீக்-ஆர்1 மாதிரியை வெளியிட்டது. இது ஓபன்ஏஐயின்-ஓ1 மாதிரி

அளவுக்குத் திறன் கொண்டதாக இருந்தது. இங்கே முக்கியமான விசயம் டீப்சீக்-வி3 மற்றும் டீப்சீக்-ஆர்1 மாதிரிகள் திற மூலமாகவும் இலவசமாகவும் அவற்றின் தரவுகளையும், அவர்கள் உருவாக்கிய முறைகளையும் ஆராய்ச்சிக் கட்டுரைகளாகவும் வெளியிட்டு இருக்கிறார்கள்.

இதற்கு முன்பு திற மூலமாகக் கிடைத்த அதிகத் திறன் கொண்ட மாதிரி என்றால் அது பேஸ்புக் நிறுவனத்தின் லாமா மட்டுமே. ஆனால் அதனால் காரணங்களை ஆய்வு செய்ய முடியாது. ஓபன்ஏஐ சாட்ஜிபிடி மற்றும் கூகுள் ஜெமினி ஃபிளாஷ் மாதிரிகளின் கட்டமைப்பு பாதுகாக்கப்பட்ட ரகசியம் என்பதை நினைவில் கொள்ள வேண்டும். இப்போது சாட்ஜிபிடி ஓ1 போலக் காரணங்களை ஆய்வு செய்யக்கூடிய டீப்சீக்-ஆர்1 மாதிரி, திற மூலமாகக் கிடைப்பதால், இந்த ஒட்டுமொத்த நுட்பம் எப்படி உருவாக்கப்படுகிறது என்பதை யார் வேண்டுமானாலும் பார்த்துக் கற்றுக் கொள்ள முடியும், அதை மேம்படுத்திப் புதிதாக மற்றொன்றைச் செய்ய முடியும். அவ்வளவு ஏன், உங்களிடம் ஓரளவு சக்திவாய்ந்த கணினி இருந்தால் அதிலேயே நீங்கள் டீப்சீக் மாதிரிகளை நிறுவி, இணைய வசதி இல்லாமல், நிறுவனத்தின் மேகக் கணினிகளுக்குச் செல்லாமலே பயன்படுத்திப் பார்க்க முடியும்.

தொழில்நுட்ப அளவில் சாட்ஜிபிடி ஓ1-ன் திறனைக் கொண்டிருந்தாலும் டீப்சீக்-ஆர்1 மாதிரியின் சிறப்பு இதன் கட்டமைப்பு. இதைப் பற்றி இவர்கள் வெளியிட்டுள்ள கட்டுரையில் இவர்கள் குறிப்பிட்டுள்ள ஓரிரண்டு அணுகுமுறைகளைப் பார்க்கலாம். ஒரு மிகப் பெரிய மொழி மாதிரி ஒரு தலை சிறந்த அறிவாளி என்று வைத்துக் கொண்டால், அப்படி இல்லாமல் பல துறை சார்ந்த நிபுணர்களின் கலவையாக உருவாக்கப்பட்டது ஆர்1.

மனிதர்கள் மேற்பார்வையில் சரிபார்க்கப்பட்ட பயிற்சித் தரவுகளைக் கொண்டு அதிகச் செலவில் மாதிரிகளைத் தயார் செய்யாமல், தானியங்கி முறையில் வலுப்படுத்தப்பட்ட மாதிரி ஆர்1. அடுத்ததாகச் சரியாகப் பதில் சொல்லும்போது மாதிரிக்குப் பரிசு வழங்கும் (மதிப்பெண்கள் என்று புரிந்து கொள்ளலாம்) வழங்கும் முறையிலும் புதுமையைச் செய்துள்ளார்கள். இதோடு

என்விடியா ஏ100 ஜி.பி.யுக்களை இயக்கும் கட்டளைகளை இடைத்தரகர்கள் இல்லாமல் நேரடியாக அனுப்பும் முறையினால் மின்சாரத் தேவையையும், கணிமை தேவையையும் பெருமளவு குறைத்துள்ளதாகச் சொல்கிறார்கள். இவை எல்லாமே குறைந்தளவு ஜி.பி.யுக்களைக் கொண்டு குறைந்த செலவில் டீப்சீக் தயாரிக்கப்படக் காரணம் என்று பார்க்கப்படுகிறது.

எது கேட்டாலும் கிடைக்கும், எவ்வளவு பணம் வேண்டுமானாலும் தங்களின் ஆராய்ச்சிக்கு வழங்கப்படும் என்ற அமெரிக்க செயற்கை நுண்ணறிவு துறைக்கும் சீனாவுக்கும் இருக்கும் பெரிய வித்தியாசமாக இது பார்க்கப்படுகிறது.

இப்படி எல்லோரையும் கவர்ந்த டீப்சீக் மாதிரிகளைச் செய்ய வெறும் ஐம்பது கோடி ரூபாய்தான் ஆனது என்கிறது டீப்சீக். இதோடு ஒப்பிட்டுப் பார்த்தால் ஓபன்ஏஐ, மைக்ரோசாப்ட், கூகுள் கடந்த இரண்டாண்டுகளில் மட்டுமே செலவு செய்த இலட்சம் கோடி ரூபாய்கள் வீண் விரயமாகத் தோன்றியதால் பல அமெரிக்க நிறுவனங்களின் பங்குகள் ஜனவரி 2025 மாத இறுதியில் வேகமாகக் குறையத் தொடங்கின.

டீப்சீக்கின் இந்தச் சாதனையில் இன்னொரு சிறப்பு. இவர்கள் குழுவில் நிறுவனரான லியாங், தலைமை ஆராய்ச்சியாளரான லுவோ தொடங்கி பணியாற்றியுள்ள அனைத்துச் செயற்கை நுண்ணறிவு பொறியாளர்களும் வெளிநாட்டில் குறிப்பாக அமெரிக்காவில் படித்திராதவர்கள். இது சீனாவின் பல்கலைக்கழகங்களின் சமீபத்திய வளர்ச்சியைக் காட்டுகிறது. அமெரிக்காவை அதிர வைத்த டீப்சீக் செயலியைக் காட்டிலும் முக்கியமானதாக இது பார்க்கப்படுகிறது.

எல்லா வகையிலும் சாதனை செய்திருந்தாலும் டீப்சீக் பற்றிக் குற்றம் சொல்பவர்களும் இருக்கிறார்கள். உண்மையிலேயே இவர்கள் பயன்படுத்தியது மிக அதிகமான அளவு என்விடியா ஜி.பி.யுக்கள். அமெரிக்க ஏற்றுமதிக் கட்டுப்பாட்டை மீறி, ரகசியமாக வாங்கியுள்ளார்கள் என்பது முதல் குற்றச்சாட்டு. அடுத்தது அமெரிக்க மாதிரிகளின் தரவுகளையும் நிரல் முறைகளையும் திருடி இருக்கிறார்கள் என்பது அடுத்தது. டீப்சீக் திற மூலமாக வெளியிடப்பட்டுள்ளதால், உண்மையாகவே குறைந்தளவு செலவில்தான் இதனைத் தயாரித்தார்களா என்பதை உலகம்

முழுவதிலும் இருக்கும் இந்தத் துறை ஆராய்ச்சியாளர்கள் சுலபமாகச் செய்து பார்த்துச் சொல்லிவிடுவார்கள். பொறுத்திருந்து பார்ப்போம். ஆட்டம் இப்போதுதான் தொடங்கியிருக்கிறது.

எப்படி இருந்தாலும் செயற்கை நுண்ணறிவு துறையில் தான் மட்டுமே ராஜா என்றிருந்த அமெரிக்கப் பெரும் நிறுவனங்கள் ஆட்டம் கண்டு இருப்பது உண்மை. இது இந்தியாவுக்கும் மற்ற நாடுகளுக்கும் நல்லதே என்று தோன்றுகிறது.

12. காதுக்குள் வானொலி

எண்பதுகளில் தமிழ்நாட்டு மக்கள் பலரும் காலை எழுந்தவுடன் கேட்டது வானொலியில் ஒலிபரப்பான தென்கச்சி கோ. சுவாமிநாதன் அவர்களின் "இன்று ஒரு தகவல்" நிகழ்ச்சியை. ஒரு குட்டிக் கதையோடு ஆரம்பித்து ஐந்து நிமிடங்களில் வாழ்க்கைத் தத்துவங்களை அவருடைய பாமர உச்சரிப்பில் கேட்கும் சுகமே அலாதியானது. இருபது ஆண்டுகள் கழித்து தொழில்நுட்பம் வளர இதே நிகழ்ச்சி சன் தொலைக்காட்சியில் வந்த போதும் அதேயளவு வரவேற்பைப் பெற்றது.

இதைப் போன்ற நிகழ்ச்சிகளை இன்றைக்கு இளைஞர்கள் முன்பைவிட அதிகமான நேரம் கேட்கிறார்கள். சென்னை மெட்ரோவாகட்டும், பேருந்துப் பயணமாகட்டும் எல்லோரும் இயர்போனை மாட்டிக் கொண்டு எதையாவது கேட்ட வண்ணம் இருக்கிறார்கள். கையில் இருக்கும் செல்பேசியில் அவர்களுக்கு பிடித்தமான நிகழ்ச்சிகளைக் கேட்கிறார்கள். இப்படி இவர்கள் கேட்கும் இணைய ஒலிபரப்புகளுக்கு பாட்காஸ்ட் *(Podcast)* என்று ஆங்கிலத்தில் பெயர். இதன் தொடக்கத்தையும், பாட்காஸ்ட்களைக் கேட்கப் பிரபலமாக இருக்கும் செயலியைப் பற்றி இந்தக் கட்டுரையில் பார்க்கலாம்.

இன்றைக்கு ஆப்பிள் நிறுவனம் என்றாலே நமக்கு முதலில் நினைவுக்கு வருவது ஐபோன். ஆனால் அதன் முன்னோடியாக,

2002இல் வெளிவந்து உலகளவில் மிகப் பெரிய வெற்றி பெற்றது ஐபாட் (iPod) மற்றும் அதோடு வந்த கணினிகளுக்கான ஐட்யுன்ஸ் செயலியும்.

பாட்காஸ்ட் என்கிற இந்தப் பெயர் ஐபாட், பிராட்காஸ்ட் (Broadcast) என்கிற பெயர்களின் கலவை. இந்த வார்த்தையை முதலில் பயன்படுத்தியது 2004ஆம் ஆண்டு பிபிசி செய்தியாளர் பென் ஹம்மர்ஸ்லே. இதே ஆண்டு ஐட்யுன்ஸ் செயலியில் அறிமுகப்படுத்தப்பட்டது பாட்காஸ்ட் வசதி. இந்த வசதியைக் கொண்டு அப்போது இணையத்தில் வரத் தொடங்கியிருந்த ஒலிப்பதிவுகளைக் கொண்ட வலைப்பூக்களை ஒரே இடத்தில் தேடி, நமக்கு வேண்டியதைத் தேர்வு செய்து கொள்ள முடிந்தது. இப்படித் தேர்வு செய்யப்பட்ட ஒலிப்பதிவுகள், நம் கையில் எடுத்துச் செல்லும் ஐபாட் கருவிகளில் தானாகவே பதிவிறக்கம் செய்யப்பட்டிருக்கும். இது திறன்பேசிகளுக்கும், நடமாடும் இணைய வசதிகளுக்கும் முன்னிருந்த காலம் என்பதை நினைவில் கொள்ளவும். இதனால் நாம் போகும் வழியில் வசதியாக ஒலிப்பதிவுகளைக் கேட்ட வண்ணம் செல்ல முடிந்தது. இப்படியாக இந்த பாட்காஸ்ட் முறையும் பிரபலமாகத் தொடங்கியது.

ஒரு பாட்காஸ்ட் தளத்தை உருவாக்குவது என்பது இணையத்தளத்தை உருவாக்குவது போன்றதே. ஒலிப்பதிவுகளைச் செய்ய நல்ல ஒலிவாங்கியும், வெட்டி ஒட்ட ஒரு சக்திவாய்ந்த கணினியும் இருந்தால் போதும். வானொலி அலைவரிசைகளுக்கு அரசு விதிக்கும் கட்டணம் போல் இங்கே எதுவும் கிடையாது. இந்தக் காரணங்களால் 2025ஆம் ஆண்டு கணக்குப்படி சுமார் நாற்பது இலட்சம் பாட்காஸ்ட் ஓடைகள் இருப்பதாகச் சொல்லப்படுகிறது. அரசியல், பொருளாதாரம், திரைப்படம், அறிவியல், வேற்றுக்கிரகவாசிகள், காதல், பயணம் என்று மனிதர்களுக்கான எல்லாக் கருப்பொருட்கள் பற்றியும் இன்று பாட்காஸ்ட் இணைய ஒலிபரப்புகள் வருகின்றன. இவற்றில் பெரும்பாலானவற்றை இலவசமாகக் கேட்கலாம்.

பாட்காஸ்ட்களைக் கேட்க ஆப்பிள் பாட்காஸ்ட் செயலி இருந்தாலும், அது ஆப்பிள் கணினிகளிலும் ஐபோன், ஐபேட் கருவிகளில் மட்டுமே வேலை செய்யும். கூகுள் பாட்காஸ்ட் செயலியை அவர்கள் 2024ஆம் ஆண்டிலேயே நிறுத்திவிட்டார்கள்.

விண்டோஸ், மேக், ஐபோன், ஆன்ட்ராய்ட் மற்றும் இணைய உலாவியிலும் சிரமம் இல்லாமல் பாட்காஸ்ட்களைக் கேட்கப் பிரபலமாக இருக்கும் செயலி பாக்கெட் காஸ்ட்ஸ் *(Pocket Casts)*. இது ஓர் இலவசச் செயலி.

தேவாலயங்களின் நகரம் என்று அழைக்கப்படும் ஆஸ்திரேலியாவின் அடிலெய்ட் நகரிலிருந்து 2011ஆம் ஆண்டு வெளிவந்தது பாக்கெட் காஸ்ட்ஸ் செயலி. ரஸ்ஸல் இவானோவிக் *(Russell Ivanovic)* மற்றும் பிலிப் சிம்சன் *(Philip Simpson)* என்கிற மென்பொருள் பொறியாளர்கள் 2006ஆம் ஆண்டு கிரௌண்ட்ஹாக் சாஃப்ட்வேர் என்கிற நிறுவனத்தில் பணிபுரிந்தனர். அப்போது எல்லோரும் பயன்படுத்த விரும்பும் ஒரு செல்பேசி செயலியை உருவாக்க வேண்டும் என்ற எண்ணத்தில் அவர்களின் மாலை நேரங்களில் எழுதத் தொடங்கியதுதான் பாக்கெட் காஸ்ட்ஸ் செயலி. இதற்காக இவர்கள் நிறுவியது ஷிஃப்டி ஜெல்லி *(Shifty Jelly)* என்கிற நிறுவனத்தை. முதலில் ஐபோனுக்கும், பிறகு ஆன்ட்ராய்ட்டுக்கும் வந்தது பாக்கெட் காஸ்ட்ஸ்.

முதலில் இருந்தே செயலி பயனர்களுக்கு எளிதாக இருக்க வேண்டும் என்பதில் ஷிஃப்டி ஜெல்லி குழு கவனமாக இருந்தது. இதற்காகப் பயனர்களிடம் அடிக்கடி கருத்துகளைக் கேட்டபடி இருந்தார்கள். இப்படிப் பயனர்கள் கேட்டதால் கொண்டுவரப்பட்டது இன்றும் பிரபலமாக இருக்கும் வசதிகளான பலசாதன ஒத்திசைவு, ஒலி அளவு பெருக்கம் மற்றும் தானாகவே மௌனத்தை நீக்குதல். இதில் பலசாதன ஒத்திசைவு வசதியைக் கொண்டு, நாம் ஒரு பாட்காஸ்ட் பதிவைப் பத்து நிமிடம் வரை ஐபோனில் கேட்கிறோம் என்று வைத்துக் கொள்வோம். பிறகு அதே கணக்கைக் கொண்டு இணைய உலாவிக்குச் சென்றாலோ, ஆன்ட்ராய்ட் செல்பேசிக்குச் சென்றாலோ பத்தாவது நிமிடத்திலிருந்து அந்தப் பதிவைத் தொடரலாம். இதோடு நாம் விரும்பித் தேர்வு செய்து வைத்திருக்கும் பாட்காஸ்ட் பட்டியல் நமது எல்லாக் கருவிகளிலும் வரும். 2016ஆம் ஆண்டு இவர்கள் தங்களின் ஐபோன் பதிப்பை ஆப்பிளின் ஸ்விஃப்ட் நிரலி மொழியைக் கொண்டு புதுப்பித்தார்கள். அதே ஆண்டு ஆன்ட்ராய்ட் பதிப்பிலும் பல புது வசதிகளை வெளியிட்டார்கள்.

அடுத்த சில ஆண்டுகளில் வானொலி கேட்பவர்கள் எண்ணிக்கை

குறையத் தொடங்க, பாட்காஸ்ட் கேட்பவர்களின் எண்ணிக்கை அதிகரித்துக் கொண்டே போனது. இதனால் 2018ஆம் ஆண்டு வளரும் துறையான பாட்காஸ்ட் துறையில் நுழைய, அமெரிக்காவின் நேஷனல் பப்ளிக் ரேடியோ என்கிற வானொலி அலைவரிசைகளின் கூட்டமைப்பானது பாக்கெட் காஸ்ட்ஸ் செயலியை வாங்கியது. பாக்கெட் காஸ்ட்ஸ் செயலியை இலவசமாகக் கிடைக்கும்படியும் செய்தது அந்த அமைப்பு. பயன்பாடு அதிகரித்தாலும் வருமானம் வரவில்லை, அதனால் நஷ்டத்தில் இயங்கிய செயலியை 2021ஆம் ஆண்டு உலகப்புகழ் வேர்ட்பிரஸ்.காம் தளத்தின் நிறுவனமான ஆட்டோமேட்டிக் வாங்கியது. இவர்களின் வழிகாட்டுதலில் செயலியில் பல முன்னேற்றங்கள் வந்தவண்ணம் இருக்கிறது. அடுத்த ஆண்டே ஐஓஎஸ் மற்றும் ஆன்ட்ராய்ட் இயங்குதளங்களுக்கான பாக்கெட் காஸ்ட்ஸ் செயலிகளின் நிரல்களைத் திற மூலமாகவும் வெளியிட்டது ஆட்டோமேட்டிக்.

2025ஆம் ஆண்டு கணக்குப்படி சுமார் ஐம்பது கோடிக்கு அதிகமானோர் பாட்காஸ்ட் கேட்கிறார்கள். பாட்காஸ்ட் அத்தியாயங்களில் மிகவும் பிரபலமானதாகப் பார்க்கப்படுவது முன்னாள் அமெரிக்க அதிபர் பராக் ஒபாமா, “மார்க் மரோன்” அவர்களுடன் பேசிய பாட்காஸ்ட் உரையாடல். இதற்கு அடுத்ததாக “தி ஜோ ரோகன்” அவர்களுடன் ஈலோன் மஸ்க் பேசிய அத்தியாயத்தைச் சொல்லலாம். இப்படிக் கடந்த இருபது ஆண்டுகளில் பாட்காஸ்ட்கள் விரும்பிக் கேட்கப்படுகிறது, இது வரும் ஆண்டுகளில் வளரும் என்று சொல்லப்படுகிறது. இதனால்தான் இந்தத் துறையில் யுட்யூப் மற்றும் ஸ்பாட்டிபை நிறுவனங்களும் அதிகக் கவனம் செலுத்திவருகின்றன.

13. வேகம் ஒன்றே மூலதனம்

வெளிநாட்டில் வசிக்கும் நண்பரும் அவருடைய மனைவியும் அவர்களின் ஒரு வயதுக் குழந்தையும் வீட்டுக்கு வருவதாகத் தொலைபேசியில் அழைத்துச் சொன்னார்கள். அருகில் ஒரு வேலையாக வந்திருப்பதாகவும், அடுத்த பதினைந்து நிமிடங்களில் வந்துவிடுவோம் என்றார்கள். தாராளமாக வாருங்கள் என்று அழைத்தாலும், மனத்தில் பதற்றம் வந்தது. முதல் முறையாக வரும் கைக் குழந்தைக்குப் பரிசாகக் கொடுக்க எந்த விளையாட்டுச் சாமானும் வீட்டில் இல்லை. அருகில் இருக்கும் கடைகளில் டயப்பர், பால் புட்டியைத் தாண்டி எதுவும் கிடைக்காது.

ஓரிரு நிமிடங்களில் ஒரு யோசனை தோன்றியது.

செல்பேசியை எடுத்து ஜெப்டோ *(Zepto)* செயலிக்குச் சென்று, பொம்மைகள் பட்டியலில் அந்த வயதுக் குழந்தைக்கு ஏற்ற சிலவற்றை வாங்க ஆர்டர் செய்தாயிற்று. அடுத்த எட்டாவது நிமிடத்தில் வீட்டின் மணி அடித்தது. பொம்மைகள் வந்துவிட்டன. சில நிமிடங்களில் நண்பரும் வந்தார். அவருடைய குழந்தைக்கு நாங்கள் அளித்த பரிசும் பிடித்துப் போக, புதிய இடத்திலும் அழாமல் விளையாடிக்கொண்டிருந்தது. கடந்த சில ஆண்டுகளில் இந்தியாவின் நகரங்களில் நுகர்வோர் வணிகத்தையே மாற்றியமைத்துக் கொண்டிருக்கும் விரைவு அங்காடியின் கதை இது.

2020ஆம் ஆண்டு துபாய் நகரம். ஆதித் பாலிசா (*Aadit Palicha*), கைவல்யா வோஹ்ரா (*Kaivalya Vohra*) என்கிற இரண்டு நண்பர்கள். இருவருக்கும் பதினேழு வயது. இருவரின் தந்தைகளும் பொறியாளர்கள். இருவரும் பல அமெரிக்க ஸ்டார்ட் அப் விடியோக்களைப் பார்த்துப் பார்த்து, தாங்களும் பெரியதாக எதையாவது உருவாக்க வேண்டும் என்று கனவுக் காண்கிறார்கள். பெரியளவில் சாதிக்க அதிகமான முதலீடுகள் வேண்டும், அவை இருப்பதோ அமெரிக்காவின் சிலிக்கான் பள்ளத்தாக்கில். அங்கே போவதற்குச் சிறந்த வழி, ஸ்டான்போர்டு பல்கலைக்கழகத்தில் சேருவது என்று முடிவெடுத்தனர். விண்ணப்பித்த இருவருக்கும் இடமும் கிடைத்தது. அந்தச் சமயம் பெருந்தொற்று தொடங்குகிறது.

தங்கள் கல்லூரிப் படிப்பை இணையம் வழி தொடங்காமல் ஓராண்டு தள்ளி வைத்தார்கள். மும்பை வந்தார்கள். அவர்கள் இருந்த குடியிருப்பில் வசித்த பெரும்பாலானவர்கள் முதியவர்கள். அவர்களால் முழு அடைப்பு நாள்களில் வெளியில் போய் பொருட்கள் வாங்க முடியவில்லை. அமேசான், பிளிப்கார்ட் போன்ற இணைய அங்காடிகளும் பொருட்களைக் கொண்டுவரப் பல நாட்கள் எடுத்துக் கொண்டன. இதற்கு மாற்றாக ஆதித்தும் கைவல்யாவும் ஒரு வாட்ஸ்-ஆப் குழுவை உருவாக்கி, முதியவர்கள் கேட்ட பொருட்களை வாங்கிவந்து கொடுத்தார்கள். முதலில் இலவசமாகச் செய்தவர்கள், தேவை அதிகரிக்க இதையே தொழிலாகச் செய்ய முடிவெடுத்தார்கள். இதற்காக கிரானகார்ட் (தமிழில் சிறிய மளிகைக் கடைகள்) என்கிற பெயரில் செயலிச் சேவையை உருவாக்கினார்கள். அருகில் இருந்த மளிகைக் கடைகளிலிருந்து பொருட்களை வாங்கி, வாடிக்கையாளர்களின் வீடுகளுக்கு விரைவில் வழங்கினார்கள்.

வியாபாரம் அதிகரிக்க, ஒவ்வொரு மளிகைக் கடையாக ஏறி, தங்களின் செயலியை தரவிறக்கி அதில் அவர்களை விற்பனையாளர்களாகச் சேர்த்து தங்களின் விலைப் பட்டியலையும் உள்ளிடச் சொன்னார்கள். இப்படி இவர்கள் அணுகிய பத்து மளிகைக் கடைகளில் ஒருவர் மட்டுமே சேர்ந்தார். இருந்தும் மும்பையின் ஒவ்வொரு பகுதியாகத் தினமும் சென்று, பல கடைகளையும் தங்களின் செயலியில் இணைத்தார்கள். இதற்கிடையே அமெரிக்காவின் கான்ட்ரேரி என்கிற துணிகர முதலீட்டு (வென்ச்சர் கேப்பிடல்) நிறுவனத்திடம் விண்ணப்பித்த

இருவருக்கும் இன்ப அதிர்ச்சியாகப் பதில் வந்தது. பதிலோடு ரூபாய் நாற்பது இலட்சம் பணமும் வந்தது. இந்தப் பணத்தைக் கொண்டு நீங்கள் விரும்பியதைப் பெரியதாகச் செய்யவும் என்பதைக் கேட்ட ஆதித்தும் கைவல்யாவும் சொன்னதைச் செய்தும் காட்டினார்கள்.

அவர்களின் நிறுவனத்தின் பெயரை ஜெப்டோ என்று மாற்றினார்கள். அது வரை இணைய வணிகத்தில் கோலாச்சியிருந்த அமேசான், பிளிப்கார்ட் ஆகியவற்றில் வாங்கிய அடுத்த நாளில் பொருட்களை உங்கள் வீட்டில் சேர்த்தார்கள். ஸ்விகி, சோமாட்டோ என்கிற உணவு நிறுவனங்களோ சில மணி நேரங்களில் விநியோகித்தார்கள். ஆனால் ஜெப்டோவோ அவர்கள் இயங்கிய நகரங்களில் நாற்பது நிமிடத்திற்குக் குறைவான நேரத்தில் பொருட்களை வாடிக்கையாளர்களிடம் சேர்த்தார்கள். இதையே இருபது நிமிடங்களுக்குள் விநியோகிக்கும் போது, வியாபாரம் இரட்டிப்பானதைக் கவனித்த ஜெப்டோ, ஒரேயடியாகப் பத்து நிமிட விநியோகம் என்று செய்து காட்டிப் பயனர்களை ஆச்சரியப்படுத்தினார்கள். இதைச் செய்ய அவர்களின் இருட்டு கிடங்குகளில் மொத்தமாக ஆயிரத்துக்கும் குறைவான வகைகளை மட்டுமே வைத்திருந்தார்கள். இதனால் செயலியின் மூலம் வாடிக்கையாளர்கள் கேட்ட பொருட்களை அவர்களின் பணியாளர்கள் விரைவாகக் கண்டெடுத்து அவர்களின் ஓட்டுநர்களிடம் கொடுக்க முடிந்தது.

ஜெப்டோவின் வளர்ச்சியைப் பார்த்து அடுத்த இரண்டே ஆண்டுகளில், பல பெரிய முதலீட்டாளர்களும் பல ஆயிரம் கோடி பணத்தை முதலீடாகக் கொடுத்தவண்ணம் இருந்தார்கள். முதலீடு மட்டுமில்லாமல் 2023ஆம் இறுதியில் ஆண்டுக்கு ஐயாயிரம் கோடி ரூபாய்க்கும் அதிகமான வணிகத்தைச் செய்து எல்லோரையும் அதிர வைத்தது ஜெப்டோ.

ஒரு நாளில் பல இலட்சம் பொருட்களை, பல நகரங்களிலும் அதுவும் பத்து நிமிடங்களுக்குள் விநியோகம் செய்ய வேண்டுமானால் இவர்களின் பின்னணிச் செயல்பாடுகள் மிகச் சிறந்ததாக இருத்தல் அவசியம். இதில் இவர்களுக்கு பெரிதும் உதவுவது தொடக்கத்தில் இருந்தே இயந்திரக் கற்றலைக் கொண்டு இவர்களின் பொறியாளர்கள் உருவாக்கிய நிரல்களே.

உதாரணமாகத் தேவைகள் முற்கணிப்பு நிரல், ஓட்டுநர்கள் போகும் வழிகளை முன்கூட்டியே கணிக்கும் நிரல், கேட்கப்பட்ட பொருட்கள் கிடங்கில் இருக்கும் இடத்தைத் தானாகவே சொல்லும் நிரல் என்று சொல்லிக்கொண்டே போகலாம்.

தங்களின் பொறியாளர்கள் தேவையைப் பூர்த்தி செய்ய 2024ஆம் ஆண்டு நிறுவனத்தின் தலைமையகத்தை மும்பையிலிருந்து பெங்களூருக்கு மாற்றினார்கள் ஆதித்தும் கைவல்யாவும். 2025ஆம் ஆண்டில் சுமார் எழுபதாயிரம் பகுதி நேர ஓட்டுநர்கள், ஜெப்டோவின் கூட்டாளிகளாகப் பொருட்களைப் பயனர்களுக்கு விநியோகம் செய்கிறார்கள்.

இந்தக் கட்டுரையைச் சுலபமாகப் படிக்க பெரிய திரை கொண்ட செல்பேசி வேண்டுமா? ஜெப்டோ செயலிக்குச் சென்று புதிதாக ஒன்றை வாங்கவும், அடுத்த எட்டாவது நிமிடம் உங்கள் கையில் வந்துவிடும். பணம் மட்டும் நீங்கள் கொடுத்தால் போதும்.

14. காதலிக்க வலதுபுறம் தள்ளவும்

சுயம்வரம், கந்தர்வ விவாஹம், குடும்பத்திற்குள் பெரியோர்கள் முடிவு செய்வது என்று பல வகைத் திருமண ஏற்பாடுகள் நம் நாட்டில் இருந்திருக்கின்றன. இன்றைக்குப் பல நாடுகளில் நிலைமை முதலில் காதல், திருமணத்தைப் பின்னர் பார்க்கலாம் என்று மாறத் தொடங்கிவிட்டது. இதற்கு ஒரு படி மேலே போய் திருமணங்களின் எண்ணிக்கையே வேகமாகக் குறைந்து வரும் ஜப்பான் நாட்டில் அரசாங்கமே தரகர் சேவையை வழங்கிவருகிறது. இத்தகைய நவீனச் சூழலில் தங்களின் துணைவர்களைத் தேட உதவுவதில் உலகளவில் முன்னணியில் இருப்பது 'டிண்டர்' செயலி!

இணையம் தொடங்கிய காலம் தொட்டே காதலும் ஆபாசமும் அதில் வரத் தொடங்கிவிட்டது. உதாரணமாக 1993ஆம் ஆண்டில் வந்த மாட்ச் (Match.com) என்கிற தளத்தில் காதலர்களைத் தேடி அவர்களோடு தொடர்பு கொள்ளலாம். இதைப் போலவே அடுத்த இருபது ஆண்டுகளில் பல தளங்கள் வெளிவந்து, ஓரளவு வெற்றியும் பெற்றன. ஆனால் 2012ஆம் ஆண்டு லாஸ் ஏஞ்சலஸில் நடந்த ஒரு சடுதி மென்பொருள் ஆக்க (hackathon) போட்டியில் உருவாக்கப்பட்ட மேட்ச்பாக்ஸ் செயலி வந்த வேகத்திலேயே முழுச் சந்தையையும் கைப்பற்றியது. அப்போதிருந்த செயலிகளைவிடப் புதியவர்களைச் சந்தித்து, பழகல் (Dating) தொடர்புகளை உருவாக்குவதை எளிதாகச் செய்தது மேட்ச்பாக்ஸ்.

இதை உருவாக்கியவர் சீன் ராட் என்கிற ஈரானிய அமெரிக்கர். அவருக்கு உதவியவர் பொறியாளர் ஜோ முனோஸ் என்பவர். போட்டி முடிந்த கையோடு சீன் ராட் தனது நண்பரான ஜஸ்டீன் மாட்டீனோடு இணைந்து இதைத் தொழிலாகச் செய்யத் தொடங்கினார். முதல் முதலாக 2004ஆம் ஆண்டு தெற்கு கலிபோர்னியா பல்கலைக்கழகத்தில் கணித வகுப்பில் பார்த்ததிலிருந்து இருவரும் நெருங்கிய நண்பர்கள். அடுத்த சில ஆண்டுகளில் ஐபோன் வந்த போது "உன் வாழ்வையே இது மாற்றிவிடும்" என்று சொல்லி அதை அறிமுகம் செய்தார் சீன். இந்தத் தாக்கத்தாலோ என்னவோ பின்னாளில் 'டிண்டர்' (*Tinder*) என்று பெயர் மாறிய மேட்ச்பாக்ஸ் செல்பேசிகளுக்கான செயலியாக மட்டுமே பல ஆண்டுகள் வழங்கப்பட்டது.

அமெரிக்கப் பல்கலைக்கழகங்களில் ஃப்ராடெர்னிட்டிஸ் என்கிற கிரேக்க எழுத்துகள் பெயர் கொண்ட மாணவர் குழுக்கள் பிரபலமானது. மாணவர்களிடம் நட்பையும் தொடர்புகளையும் வளர்க்கும் இந்தக் குழுக்களில் சேர்வது எளிதில்லை. நுழைவு என்பது பல சடங்குகளைக் கொண்டது. இது மாதிரியான ஒரு குழுவில் ஜஸ்டீன் இருந்தார். அவரால் அங்கே அறிமுகமாகப்படுத்தப்பட்டது டிண்டர். விரைவிலேயே பல கல்லூரிகளிலும் பிரபலமானது. தொடங்கிய பதினேழு மாதங்கள் கழித்து முக்கியமான திருப்புமுனை வந்தது. அதுவரை மாணவர்கள் அதிகமாகப் பயன்படுத்திய இந்தச் செயலியில், மற்ற வயதினர்களும் அதிக எண்ணிக்கையில் பதிவிடத் தொடங்கியிருந்தார்கள். அந்தக் காலத்தில் 7 சதவிகித பயனர்கள் பதின்பருவத்தினர்களாக இருந்தார்கள். இவர்களின் பாதுகாப்பிற்காக அந்த வயதினர் மற்ற வயதினரின் விவரங்களைப் பார்க்கவோ, பேசவோ முடியாது, இவர்களோடும் மற்றவர்கள் தொடர்பு கொள்ள முடியாது என்று டைம்ஸ் பத்திரிகை பேட்டி ஒன்றில் உறுதி அளித்திருந்தார் ஜஸ்டீன்.

விரைவில் இவர்களோடு சேர்ந்தவர் மென்பொருள் இடைமுகப் பொறியாளரான ஜோனாதன் படீன். தொடக்கக் காலத்தில் செயலியின் வடிவம் எப்படி இருக்க வேண்டும் என்று நாங்கள் மூவரும் பல வாரங்கள் விவாதித்தபடி இருந்தோம் என்று நினைவுகூர்ந்திருந்தார் ஜோனாதன். செயலியின் பயன்பாட்டை

பொழுதுபோக்காக, விளையாட்டைப் போல எப்படி மாற்றுவது என்று சிந்தித்தபோது உதித்த யோசனை ஸ்வைப் (விரலால் தள்ளுதல்) முறை. சீட்டுக் கட்டு விளையாட்டிலிருந்து தூண்டப்பட்ட இதை எப்படிப் புரிந்து கொள்ளலாம்?

பொதுவாகக் காதலர்களைத் தேடும் தளங்கள், இவர்களையெல்லாம் நமக்குப் பிடிக்கக்கூடும் என்று ஒரு பட்டியலைத் தயாரித்து வழங்கும். இதில் ஒவ்வொருவரின் படங்கள், அவர்களின் விருப்பு வெறுப்புகள் என்று வரிசையாக வரும். அவற்றில் ஒவ்வொன்றாக வேண்டும் வேண்டாம் என்று நாம் சொல்ல வேண்டும். சீக்கிரமே இது சலிப்பாகிவிடும். ஆனால் இதுவே ஒருவரின் படத்தைப் பார்த்து நமக்குப் பிடித்திருக்கிறது என்று வலது புறம் நகர்த்துவது எளிதாக இருக்குமல்லவா? பிடிக்காதவர்களை இடது புறம் தள்ளிவிடலாம். இந்த பிரித்தல் முறைதான் ஸ்வைப்பிங். 2013ஆம் ஆண்டு டிண்டர் செயலியில் அறிமுகம் செய்யப்பட்ட இந்த முறை இன்று ஒரு சமூக அடையாளமாகவே மாறிவிட்டது. இதைக் கவனித்தால் நம்மூர் புடவைக் கடைகளில் பெண்கள் புடவையைத் தேர்வு செய்யும் முறை நினைவுக்கு வரும். இந்த புது வித இடைமுக முறைக்கு, அமெரிக்காவில் சீன் பெயரில் காப்புரிமையும் வழங்கப்பட்டது.

அடுத்த இரண்டு ஆண்டுகளில் அசுர வளர்ச்சியைக் கண்டது டிண்டர். ஆப்பிளின் வாழ்க்கைமுறை செயலிகள் பட்டியலில் முதல் இடத்தில் வரத் தொடங்கியது. இலவசமாக இரண்டு கோடிக்கும் அதிகமானோர் பயன்படுத்தினார்கள், குறிப்பாக பல இலட்சம் நபர்கள் சந்தா கட்டி கூடுதல் வசதிகளைப் பெற்றார்கள். இந்த வெற்றிக்குக் காரணம் ஸ்வைப் முறை மட்டுமில்லை, டிண்டர் கொண்டு வந்திருந்த “இரு முனை ஒப்புதல்” முறையும். உதாரணமாக இந்த முறையில் ஓர் ஆண் தனக்குப் பிடித்த பெண்ணின் படத்தை வலதில் தள்ளுகிறார் என்றால், உடனே அவரால் அந்தப் பெண்ணுக்குச் செய்தி அனுப்ப முடியாது. குறிப்பிட்ட அந்தப் பெண்ணும் இவரின் படத்தை வலதில் தள்ளியிருக்க வேண்டும். இந்த இருவரின் ஒப்புதல் முறை, தேவையில்லாமல் அதிகளவில் பெண்களுக்கு அனுப்பப்படும் செய்திகளைக் குறைக்கிறது. இந்த வசதி மற்ற செயலிகளில் அப்போது இல்லாத ஒன்று.

ஆரம்பக்காலங்களில் டிண்டருக்கான மென்பொருட்கள், பைதான் மற்றும் ஜாவாஸ்கிரிப்ட், ரியாக்ட் கட்டமைப்பிலும் எழுதப்பட்டன. அதோடு அன்றிலிருந்து இன்றுவரை இவர்களின் பெறுமளவு கணினித் தேவைகளுக்கு அமேசான் இணையச் சேவைகள் *(AWS)* மேகக் கணிமையைப் பயன்படுத்துகிறார்கள்.

கடந்த பத்தாண்டுகளில் டிண்டர் மூலம் பல இலட்சம் பழகல்களும் திருமணங்களும் உருவாகியுள்ளன. இதில் சில வேடிக்கையான நிகழ்வுகளும் உண்டு. இவற்றில் சிலவற்றை ரெடிட் போன்ற தளங்களில் படிக்கலாம். உதாரணமாக, ஒரு பெண் முதல் சந்திப்பில் சொன்னார், “காபியைக் குடித்துவிட்டு கப்பை மேஜையிலேயே வைத்தால் எனக்குப் பிடிக்காது. அப்படிச் செய்யும் ஆண்களை செருப்பால் அடித்து விரட்டியிருக்கிறேன்.” இதைக் கேட்டுப் பயந்து போன ஆண் உடனே சொன்னார், “காஸ் அடுப்பை நிறுத்த மறந்துவிட்டேன், நான் உடனே கிளம்புகிறேன்!” என்று.

டிண்டர் மூலம் நடந்த சந்திப்புகளில் நல்ல உறவுகள் மட்டுமில்லாமல், பல வருத்தமான நிகழ்வுகளும், மோசடிகளும், குற்றங்களும் நடந்துள்ளன. இந்தியாவிலும் இதுபோன்ற சம்பவங்கள் அதிகரித்து வருகின்றன. எனவே, பயனர்கள் மிகுந்த ஜாக்கிரதையாக இருக்க வேண்டும்.

2025ஆம் ஆண்டில் ஏழு கோடிக்கும் அதிகமான பயனர்கள் இருக்கும் டிண்டருக்கு போட்டியே இல்லை என்று சொல்ல முடியாது. டிண்டரின் மிகப் பெரிய குறையே அவர்களின் பயனர்களில் 75 சதவிகிதத்தினர் ஆண்கள். இதனால் சமீப ஆண்டுகளாகப் பெண்களுக்காக வடிவமைக்கப்பட்ட ‘பம்பில்’ செயலி பிரபலமாகிக் கொண்டிருக்கிறது. அதோடு இன்றைய இளைஞர்களுக்குச் செயலிகளும் இணையமும் அலுத்துவிட்டது. இதனால் நிஜ உலகில் நடக்கும் நிகழ்ச்சிகளில், நண்பர்களின் பரிந்துரைகளின் மூலம் பழகலை, காதலை, துணைவர்களைத் தேடுவதை அவர்கள் விரும்புகிறார்கள்.

இன்றைக்கு டிண்டர் மூலம் உலகளவில் ஒவ்வொரு மூன்று வினாடிகளிலும் ஒரு புதிய உறவு தொடங்குகிறது என்று அந்த நிறுவனம் சொல்கிறது. எது எப்படியிருந்தாலும் என்றைக்குமே காம தேவனின் அம்பு ஒருவரையும் விட்டு வைக்காது. அதனால் டிண்டர் போன்ற சேவைகளுக்கு என்றைக்குமே தேவையிருக்கும்.

15. டுவோ ஆந்தையைக் கொன்றது நீங்களா?

தமது துறையில் பல ஆண்டுகளாக உயர் பதவிகளில் இருப்பவர் அவர். பல இலட்சம் டாலர்கள் சம்பளம் தரக்கூடிய வேலைக்கான நேர்காணலைச் சிறப்பாகச் செய்துவிட்டு ஊர் திரும்பிவிட்டார். ஆனால் இந்த அமெரிக்கக் கல்வி நிறுவனத்திடம் இருந்து அவரை நிராகரித்துவிட்டோம் என்ற பதில் வருகிறது. அவருக்கு ஏன் என்றே புரியவில்லை.

பின்னர் விசாரிக்கும் போது காரணத்தைத் தெரிந்து கொள்கிறார். அன்று நேர்காணலை முடித்துவிட்டு அவரை விமான நிலையத்தில் இறக்கிவிட்ட அவர்களது ஓட்டுநரிடமும் அவரை மதிப்பிடச் சொல்லியிருக்கிறார்கள். அவரிடம் இவர் செருக்காக நடந்து இருக்கிறார், அதனால் அவருக்குக் குறைவான மதிப்பெண்களை அவர் கொடுத்திருக்கிறார். அந்த நிறுவனம் டுவோலிங்கோ.

டுவோலிங்கோ *(Duolingo)* செயலியை நடத்தும் நிறுவனம் என்றைக்கும் திறமையை மட்டுமே பார்த்தது இல்லை. 2009ஆம் ஆண்டு நிறுவனத்தைத் தொடங்கிய காலத்தில் இருந்தே டுவோலிங்கோவில் பணிச் சூழல் அழுத்தமாக இருக்கக் கூடாது என்பதில் நிறுவனம் கவனம் செலுத்துகிறது.

இரு மொழி என்பதைக் குறிக்கும் பெயர் டுவோலிங்கோ. இன்றைக்கு உலகளவில் 200 கோடிக்கும் அதிகமானோர் தாய் மொழியைத் தாண்டி, இரண்டாவதாக ஒரு மொழியைக்

கற்கிறார்கள். அதில் 80 சதவிகிதத்திற்கும் அதிகமானவர்கள் ஆங்கிலத்தைக் கற்கிறார்கள் என்பது கூடுதல் தகவல். இப்படி இரண்டாவதாக ஒரு மொழியைச் செல்பேசி செயலி மூலம், ஒரு விளையாட்டைப் போலச் சொல்லிக்கொடுக்கும் செயலி டுவோலிங்கோ. இதன் பயனர்களில் 94 சதவிகிதத்தினர்களுக்கு இது இலவசமாக வழங்கப்படுகிறது என்பது இதன் சிறப்பு.

மெக்சிகோவிற்கு அருகில் இருக்கும் சின்ன நாடு குவாத்தமாலா. இங்கே இனிப்பு மிட்டாய்களைத் தயாரிக்கும் தொழிலில் இருந்த குடும்பத்தில் 1978ஆம் ஆண்டில் பிறந்தவர் லூயிஸ் வான் ஆன் (*Luis von Ahn*). இவருடைய தாயார் அந்த நாட்டில் மருத்துவப் படிப்பை முடித்த முதல் பெண்மணி. தனி ஒருவராகக் கடினமாக உழைத்து அந்த நாட்டில் இருந்த சிறப்பான ஆங்கிலக் கல்விக் கூடத்தில் லூயிஸ்ஸை படிக்க வைத்தார் அவர். பின்னாளில் தனக்குக் கிடைத்த இந்த ஆங்கிலக் கல்விதான் தன்னை இந்தளவிற்கு உயர்த்தியிருக்கிறது என்று அடித்துச் சொல்கிறார் லூயிஸ். மேல் கல்விக்காக அமெரிக்கா வந்தவர், புகழ் பெற்ற கார்னெகி மெல்லன் பல்கலைக்கழகத்தில் கணினி அறிவியலில் முதுநிலைப் பட்டம் படித்து, அங்கேயே பேராசிரியராகச் சேர்ந்தார்.

இன்றைக்கும் இணையத்தில் இந்திய இரயில் சீட்டு வாங்கப் போனால் நாம் மனிதரா என்பதை உறுதி செய்ய கேப்சா (*CAPTCHA*) என்ற எழுத்துக்களைக் கலைத்து, கிறுக்கிப் போடப்பட்டிருப்பதைச் சரியாக உள்ளீடு செய்யும் சோதனை வரும். இந்த முறையைக் கண்டுபிடித்தவர் லூயிஸ். இந்தச் சோதனைகளில் செலவு செய்யும் மனித நேரத்தைப் பயனுள்ளதாக மாற்ற இதன் அடுத்தப்பதிப்பாக ரீ- கேப்சா என்பதையும் கண்டுபிடித்தார். கூகுள் புக்ஸ் மூலம் இன்று இணையத்தில் பல இலட்சம் பழமையான ஐரோப்பிய மொழி புத்தகங்கள் சரியாக எழுத்துணரப்பட்டு வந்திருப்பதற்கு இந்த ரீ- கேப்சா முறையின் பங்கு மிக அதிகம். இப்படி மொழியியல் மீது ஆர்வமாக இருந்த லூயிஸ், எப்படிச் சுலபமாக மொழிகளை ஏழை நாடுகளில் இருப்பவர்களுக்குச் செல்பேசி வழி சொல்லித் தரலாம் என்று சிந்தித்துக் கொண்டிருந்தார். அந்தச் சிந்தனையின் விளைவே டுவோலிங்கோ. 2009ஆம் ஆண்டு கார்னெகி பல்கலைக்கழகத்தில் அவரிடம் படித்த மாணவரான ஸ்விட்சர்லாந்திலிருந்து வந்த செவெரின் ஹேக்கர் (*Severin Hacker*) என்பவரோடு இணைந்து தொடங்கியது டுவோலிங்கோ.

நிறுவனத்தைத் தொடங்கிய சில காலத்திலேயே தங்களுக்குத் தேவையான ஆரம்ப நிதியை மெக்ஆர்தர் ஃபெல்லோஷிப் மற்றும் (அமெரிக்க) தேசிய அறிவியல் அறக்கட்டளையின் மானியத்தால் பெற்றனர். ஆரம்பத்தில் வந்தது சுமார் மூன்று மில்லியன் அமெரிக்க டாலர்கள். செயலிக்குக் கிடைத்த வரவேற்பைப் பார்த்து, அடுத்த சில ஆண்டுகளில் சில நூறு மில்லியன் டாலர்களை அமெரிக்காவின் புகழ் பெற்ற முதலீட்டாளர்களிடம் இருந்து பெற்றார்கள். 2021ஆம் ஆண்டு அமெரிக்கப் பங்குச் சந்தையில் பட்டியல் இடப்பட்ட டுவோலிங்கோ நிறுவனத்தின் இன்றைய மதிப்பு ஒரு இலட்சம் கோடி இந்திய ரூபாய்க்கும் மேல்.

செல்பேசியில் மொழிகளைச் சொல்லி தரலாம் என்று முடிவு எடுத்தவர்களுக்குச் சவாலாக இருந்தது ஏற்கனவே செல்பேசிகளிலிருந்து விளையாட்டுகளும் சமூக வலைத்தளங்களும். சாப்பிட உட்காருபவர்களிடம் ஒரு தட்டில் கீரையும் ஒரு தட்டில் இனிப்பையும் வைப்பதைப் போன்ற சிக்கல் இது என்று எளிதாக விளக்குகிறார் லூயிஸ்.

இந்தப் பொழுதுபோக்கு செயலிகளுக்கு அடிமையாக இருப்பவர்களை எப்படித் தங்களின் செயலியின் பக்கம் திருப்புவது என்று சிந்தித்தவர்கள், அதே வழிமுறைகளைக் கற்றுப் பயன்படுத்தினார்கள். உதாரணமாகப் பெரும்பாலான செல்பேசி விளையாட்டுகளில் தரப்பட்டியல் இருக்கும். அதில் தங்களது பெயர் வரவேண்டும் என்பதில் பலரும் குறியாக இருப்பார்கள். இதற்காகவே பல மணி நேரம் தொடர்ந்து விளையாடுவார்கள். இந்த முறையையே மொழிகளைக் கற்றுக் கொடுக்கும் நல்ல முயற்சிக்கு டுவோலிங்கோ செயல்படுத்துகிறது 2025ஆம் ஆண்டில் சுமார் ஒரு கோடிக்கும் அதிகமானோர் கடந்த ஓர் ஆண்டில் ஒரு நாள் கூட விடாமல் தொடர்ந்து செயலியின் மூலம் கற்கிறார்கள் என்கிற பட்டியலில் இருக்கிறார்கள்.

தொடக்கக் காலங்களில், டுவோலிங்கோ தங்களது மென்பொருள் நிரல்களைத் தயாரிக்கத் திறமூலத் தொழில்நுட்பங்களான பைதான் மற்றும் (டி)ஜான்கோ இணையவலைக் கட்டமைப்பு போன்றவற்றைப் பயன்படுத்தினார்கள். அதோடு சீனாவில் அலிபாபாவின் மேகக் கணினிகளையும் மற்ற நாடுகளில் அமேசானின் மேகக் கணினிகளையும் பெருமளவுப் பயன்படுத்துகிறார்கள்.

டுவோலிங்கோ செயலியின், மாணவர்களுக்கான பாடங்களில், எதை எப்போது எப்படிக் காட்டுவது என்பதையெல்லாம் ஆராய்ந்து இயக்குவது இவர்களின் செயற்கை நுண்ணறிவு மாதிரியான பேர்ட்ப்ரெயின் *(Birdbrain)*. பறவை மூளை என்ற பெயர் இதற்குப் பொருத்தமானது. வரும் காலங்களில் எந்த முறையில் சொல்லிக் கொடுத்தால் மாணவர்களின் கவனத்தை தக்கவைக்கலாம் என்பதையும் பேர்ட்ப்ரெயின் ஆராய்ந்து செய்யும் என்கிறார் இதை உருவாக்கிய பொறியாளர்கள்.

தங்களின் செயலியைப் பிரபலப்படுத்த விளையாட்டாகப் பலவற்றை வழக்கமாகச் செய்து வருகிறது டுவோலிங்கோ நிறுவனம். 2025ஆம் ஆண்டின் தொடக்கத்தில் இதுநாள் வரை செயலியின் இலச்சினையாக இருந்த பச்சை வண்ண ஆந்தை இறந்துவிட்டது என்ற அறிவிப்பைச் செய்தார்கள். இணையத்தில் பல்லாயிரம் நபர்கள் ஏன், ஏன் என்று கேட்க, செயலியில் நீங்கள் உங்களின் மொழிப் பாடங்களைப் படிக்காத காரணத்தால் மனம் உடைந்து இறந்துவிட்டது “டுயோ” ஆந்தை என்று பதில் சொன்னார்கள். சில நாட்களிலேயே இதுவும் ஒரு பாடம் என்று சொல்லி மழுப்பினார்கள்.

உலகம் முழுவதும் இருந்து அமெரிக்கா வரும் மாணவர்கள் பலரும் தங்களின் ஆங்கிலத் திறனை நிரூபிக்க டோஃபல் *(TOEFL)* போன்ற திறனாய்வு தேர்வுகளை எழுத வேண்டும். இதற்குப் பல ஆயிரம் ரூபாய்கள் கட்டணமாக வசூலிக்கப்படுகிறது. இதை அநீதியாகப் பார்த்த லூயிஸ், டுவோலிங்கோவின் பெயரிலேயே குறைந்த விலையில் இணையம் வழியாக எழுதக்கூடிய தேர்வைப் பெருந்தொற்று காலத்தில் தொடங்கினார். இன்றைக்கு நாலாயிரத்திற்கும் அதிகமான கல்லூரிகள் இதை ஏற்றுக் கொள்கின்றன.

தாய்நாட்டை விட்டு வந்துவிட்டாலும் குவாத்தமாலா அரசியலைக் கூர்ந்து கவனித்து ட்விட்டரில் கருத்துக்களைப் பகிர்கிறார் லூயிஸ். இவரின் தனிப்பட்ட அறக்கட்டளை மூலம் அந்த நாட்டிலும் மற்றும் பல இடங்களிலும் பெண்கள் கல்விக்கும், சுற்றுச்சூழலுக்கும் பல கோடிகளை தானம் செய்தும் வருகிறார்.

16. சமூக வலைத்தளமா? சமூகவிரோதத் தளமா?

1789ஆம் ஆண்டு குடிமக்கள் உரிமைகள் பிரகடனம் கொண்டுவரப்பட்டதிலிருந்து பேச்சு சுதந்திரத்தை மிகவும் மதிக்கும் நாடாக பிரான்ஸ் விளங்குகிறது. ஆகஸ்டு 2024இல் அஜர்பைஜானிலிருந்து தனது சொந்த விமானத்தில் பாரிஸ் வந்திறங்கிய பாவெல் டுரோவ் உடனே கைது செய்யப்பட்டார். இந்தக் கைது, அவர் தன்னிடம் கோரப்பட்ட தகவல்களை அரசாங்கத்துடன் பகிர மறுத்ததால் நடந்தது. கருத்துச் சுதந்திரத்திற்கு எதிரான இந்த நடவடிக்கை அதுவும் பிரான்ஸ் நாட்டில் நடந்தது உலகளவில் பெரும் விவாதத்தை ஏற்படுத்தியது. யார் இந்த பாவெல்?

பாவெல் டுரோவ் 10, அக்டோபர் 1984இல் சோவியத் யூனியனின் லெனின்கிராட் (இப்போதைய செயின்ட் பீட்டர்ஸ்பர்க்) நகரில் பிறந்தார். தனது குழந்தைப் பருவத்தின் பெரும்பகுதியை இத்தாலியின் துரின் நகரில் கழித்தார். அங்கு அவருடைய தந்தை கல்லூரிப் பேராசிரியராகப் பணியில் இருந்தார். பாவெலின் தாத்தா இரண்டாம் உலகப் போரில் போராடி, பல விருதுகளைப் பெற்றவர். பாவெலின் தாய்வழி சொந்தங்கள் இன்றும் உக்ரைன் நாட்டில் இருக்கிறார்கள்.

ரஷ்யாவின் செயின்ட் பீட்டர்ஸ்பர்க் மாநில பல்கலைக்கழகத்தின் மொழியியல் பீடத்தில் பட்டம் பெற்றவர் பாவெல் டுரோவ்.

2006ஆம் ஆண்டு தனது வகுப்புத் தோழர்கள் இருவரைச் சேர்த்து அவர் தொடங்கியது விகாண்டக்டே (VK). இந்தச் சமூக வலைத்தளத்தின் மென்பொருளை எழுதியவர் பாவெல்லின் அண்ணன் நிகோலாய் டுரோவ். அடுத்த சில ஆண்டுகளில் மிகப் பெரிய வளர்ச்சியைக் கண்டது விகாண்டக்டே. இன்றும் ரஷ்யாவில் அதிகமானோர் பயன்படுத்தும் சமூகவலைத்தளமாக விளங்குகிறது. இதன் வளர்ச்சியைக் கண்டு கலங்கிய ரஷ்ய அரசாங்கம் அழுத்தம் கொடுக்கத் தொடங்கியது. இதைத் தொடர்ந்து 2014ஆம் ஆண்டு நிறுவனர் பதவியிலிருந்து விலக்கப்பட்டார் பாவெல். சில மாதங்களிலேயே நாட்டைவிட்டும் வெளியேறினார்.

இதற்கு ஓர் ஆண்டிற்கு முன்னர் சகோதரர்கள் இருவரும் சேர்ந்து வெளியிட்ட செயலி டெலிகிராம் மெசஞ்சர். இணையம் வழியாக உலகில் எங்கே வேண்டுமானாலும் இருக்கும் இன்னொரு பயனரோடு இலவசமாக அரட்டையடிக்கச் செய்யும் செயலி டெலிகிராம். இதில் ஒருவர் மற்றொருவருக்கு அனுப்பும் அரட்டை மிகவும் ரகசியமாகப் பாதுகாக்கப்படும். இதற்கு வகை செய்வது நிகோலாய் டுரோவ் கண்டுபிடித்த எம்.டி.புரோட்டோ (MTProto) என்கிற பாதுகாப்பான தரவு பரிமாற்ற நெறிமுறை. பல ஆண்டுகள் கழித்து இந்தச் செய்முறையே இவரின் சகோதரர் பாவெலைப் பிரெஞ்ச் அரசாங்கம் கைது செய்வதற்குக் காரணமாக அமையும் என்று அவரே அன்று நினைத்திருக்க மாட்டார்.

2013ஆம் ஆண்டு வெளிவந்ததிலிருந்து இன்றுவரை இலவசமாகவே கிடைக்கிறது டெலிகிராம். தொடங்கிய ஆண்டுகளில் வாட்ஸ்-ஆப்பைத் தாண்டி இது பிரபலமாக இரண்டு காரணங்கள். முதலாவது செய்திகளை ஒருவரிடம் இருந்து மற்றொருவருக்கு மிக வேகமாக டெலிகிராம் அனுப்பியது. இன்னொன்று செயலி பயன்படுத்திய அதி நவீன மறையாக்கு முறை. அனுப்புநர், பெறுநரைத் தாண்டி வேறு எவரும், அரசாங்க பாதுகாப்புத் துறைகள் கூட வேவு பார்க்க முடியாததற்குக் காரணம் இந்த மறையாக்கு முறை. உதாரணமாக அக்டோபர் 2014இல், தென் கொரிய அரசாங்கத்தின் கண்காணிப்பு திட்டங்களால் அந்த நாட்டின் பல இலட்சம் பயனர்கள் உள்நாட்டு செயலியைவிட்டு டெலிகிராமுக்கு மாறினார்கள். இது போன்ற எதிர்பாரா வளர்ச்சியால் ஒரே ஆண்டில் ஐந்து கோடிக்கும் அதிகமானோர் பயன்படுத்தும் செயலியாக உருவெடுத்தது டெலிகிராம்.

ரஷ்யாவை விட்டு வந்த பாவெல், எந்த நாட்டின் கண்காணிப்பிலும் சிக்காமல் பாதுகாத்துக் கொள்ளப் பல்வேறு முயற்சிகளைச் செய்கிறார். இதற்காக அவரும் சுமார் பதினைந்து பேர் கொண்ட டெலிகிராம் செயலியின் முக்கியமான நிரலாளர்கள் குழுவும் ஒரு நாட்டிலிருந்து இன்னொரு நாட்டுக்கு நகர்ந்து கொண்டேயிருந்ததாகக் கூறப்படுகிறது. 2025ஆம் ஆண்டு நிலவரப்படி பிரிட்டிஷ் விர்ஜின் தீவுகளிலும், ஐக்கிய அரபு அமீரகத்திலும் பதிவு செய்யப்பட்ட நிறுவனம் டெலிகிராம். வேறு எந்தந்த நாடுகளில், நகரங்களில் இவர்களுக்கு அலுவலகங்களும், பொறியாளர்களும் இருக்கிறார்கள் என்பதை மிகவும் ரகசியமாக வைத்திருக்கிறது நிறுவனம்.

டெலிகிராம் செயலியைக் கொண்டு அரட்டைகள், படங்கள், பாடல்கள், வீடியோக்கள், கோப்புகள் என்று பலவற்றையும் இன்னொரு பயனருக்கு அனுப்ப முடியும். இதன் சிறப்பு, இப்படி அனுப்பப்படும் கோப்புகள் 2 ஜி.பி. அளவிற்கு இருக்கலாம். இதைக் கொண்டு ஒரு முழுநீளத் திரைப்படத்தைக் கூட சுலபமாகப் பகிரலாம். வாட்ஸ்-ஆப் மாதிரி இல்லாமல் டெலிகிராம் குழுக்களில் இரண்டு இலட்சத்திற்கும் அதிகமானோர் இருக்கலாம். குழுக்களில் இருப்பவர்களின் விவரங்கள் மற்றவர்களுக்குத் தெரியாமல் மறைத்து வைக்க முடியும். உங்கள் பெயரை, எண்ணைச் சொல்லாமலேயே செய்திகளைப் பகிர முடியும். இந்தக் காரணங்களுக்காகவே திருடர்கள் திரைப்படங்களையும், புத்தகங்களையும் டெலிகிராம் குழுக்களின் மூலம் பகிர்கிறார்கள். இதோடு நின்றுவிடாமல் தீவிரவாதிகள் டெலிகிராமைப் பயன்படுத்தி ஆயுதங்களை வாங்குகிறார்கள், சில சமூக விரோதிகள் சிறுவர்களைக் கடத்தி வேறு நாடுகளில் விற்கிறார்கள் என்றும் சொல்லப்படுகிறது.

வாட்ஸ்-ஆப்பில் வருவதற்குச் சில ஆண்டுகளுக்கு முன்பாகவே ஒலி, ஒளி அழைப்புகள் டெலிகிராமில் வந்துவிட்டது. நீங்கள் அனுமதி அளித்தால் உங்களுக்கு அருகில் இருக்கும் மற்ற டெலிகிராம் பயனர்களுடன், அவர் யாரென்றே தெரியாமல் நீங்கள் தொடர்பு கொண்டு அரட்டை அடிக்கலாம்.

பாவெல் டுரோவ் திருமணம் செய்து கொள்ளவில்லை. ஆனால் அவருக்கு இரண்டு காதலிகளும் அவர்கள் மூலம் ஐந்து குழந்தைகளும் இருப்பதாகச் சொல்லப்படுகிறது. அதோடு

இல்லாமல், தான் பலமுறை விந்து தானம் செய்திருப்பதாகவும், பன்னிரண்டு நாடுகளில் சுமார் நூறுக்கும் அதிகமான குழந்தைகள் அதன் மூலம் பிறந்திருக்கிறது என்று சொல்கிறார் பாவெல். அதோடு அவரின் குழந்தையை விந்து தானம் மூலம் பெற்றுக் கொள்ளத் தயாராக இருக்கும் தாய்மார்களின் பிரசவச் செலவைத் தானே ஏற்பதாகவும் சொல்லியுள்ளார்.

2025ஆம் ஆண்டு தொடக்கத்தில் 100 கோடிக்கும் அதிகமான பயனர்கள் டெலிகிராம் செயலியைப் பயன்படுத்துகிறார்கள். தொடங்கிய காலத்திலிருந்து இன்று வரை டெலிகிராம் செயலி இலவசமாகவே கிடைக்கிறது, விளம்பரம் என்பதும் கிடையாது. இலவசமாக வழங்கப்படுவதால் டெலிகிராம் நிறுவனத்தை நடத்த வருமானம் எங்கிருந்து வருகிறது என்கிற கேள்விக்கு விடை கொஞ்சம் சிக்கலானது.

தொடக்கத்தில் பல ஆண்டுகளுக்குப் பெரும்பாலான செலவை பாவெல் தனது சொந்தப் பணத்திலிருந்து செய்துள்ளார். 2022ஆம் ஆண்டிலிருந்து ப்ரிமீயம் என்கிற சந்தாவை அறிமுகம் செய்தது டெலிகிராம். அதிலிருந்து வருமானம் தொடர்ந்து அதிகரிக்கிறது. இதைக் கொண்டு பல விதமான செயற்கை நுண்ணறிவு வசதிகளையும், மேலும் அதிகமான அளவிலான கோப்புகளையும் பகிரலாம். அடுத்ததாகப் பல இலட்சம் உறுப்பினர்கள் இருக்கும் குழுக்களில் எழுதப்படும் பதிவுகளை முன்னிலைப்படுத்த விளம்பரதாரர்கள் பணம் கொடுக்கிறார்கள். அதோடு செயலியில் இணைக்கப்படும் தானியங்கி உரையாடல் (சாட்பாட்) மூலம் விற்கப்படும் சேவைகள், பொருள்களுக்கு வாங்குபவர்கள் கொடுக்கும் பணத்தில் டெலிகிராம் ஒரு சிறு தொகையைத் தரகு கட்டணமாக எடுத்துக்கொள்கிறது. இப்படியான கூடுதல் வருவாய்களும் வருகின்றன.

நிறுவனம் வைத்திருக்கும் டோன்கோயின் (Toncoin) என்கிற கிரிப்டோகரன்சி முதலீடுகள், கடந்த சில ஆண்டுகளில் நல்ல லாபத்தைக் கொடுத்திருக்கின்றன. சில ஆண்டுகளுக்கு முன்னர் இருந்து டெலிகிராம் நிறுவனத்தின் கடன் பத்திரங்களை அபுதாபி அரசின் நிதி நிறுவனமும், பிரான்ஸ் மற்றும் அமெரிக்காவில் இருக்கும் முன்னணி முதலீட்டு மேலாண்மை நிறுவனங்களும் வாங்கியுள்ளன. இவற்றிலிருந்தும் வருவாய் வருகிறது.

ஒரு சுவாரஸ்யமான தகவல்: உலகளவில் சீனாவைத் தவிர்த்து, இன்று பரவலாகப் பயன்படுத்தப்படும் இரண்டு அரட்டைச் செயலிகள் உள்ளன. ஒன்று இந்தக் கட்டுரையில் பார்த்த டெலிகிராம், மற்றொன்று வாட்ஸ்-ஆப். இந்த இரண்டு செயலிகளையும் உருவாக்கியவர்களின் தாய்மார்கள் உக்ரைன் நாட்டு வம்சாவளியைச் சேர்ந்தவர்கள்.

17. தரகைத் தவிர்த்தால் பெருகும் வணிகம்!

ஐஐடியில் படித்தவர்கள் பலரும் அமெரிக்காவுக்கும் ஐரோப்பாவுக்கும் போய்விடுவார்கள். அதே போல இந்தியாவில் இணைய வணிகத்தில் அமேசான், பிளிப்கார்ட் நிறுவனங்களைத் தாண்டி இன்னொன்று வர முடியாது.

இந்த இரண்டையும் பொய்யாக்கிச் சாதித்து இருக்கிறார்கள் ஐஐடி டெல்லியில் படித்த விதித் ஆத்ரேவும் சஞ்சீவ் பர்ன்வாலும். இந்த நண்பர்களின் பயணம் எப்படி நடந்தது?

1991ஆம் ஆண்டு டெல்லியில் பிறந்த விதித் ஆத்ரேவின் குடும்பத்திற்கு உத்திரப் பிரதேசத்தில் விவசாயப் பின்னணி. இவருடைய தந்தை டெல்லி நகர நீர்த் துறையில் பணியாற்றியவர். ஐஐடி டெல்லியில் மின் பொறியியலில் பட்டப்படிப்பை முடித்தார் விதித். அதைத் தொடர்ந்து பிரபல வணிக நிறுவனமான ஐடிசி (ITC) லிமிடெட்டில் விநியோக மேலாளராகவும், பின்னர் செல்பேசி விளம்பர நிறுவனமான இன்மொபியில் வளர்ச்சிக்கான வியூக அமைப்பாளராகவும் இருந்தார்.

இவரோடு ஐஐடி டெல்லியில் அதே துறையில் படித்தவர் சஞ்சீவ் பர்ன்வால். இவர் பிறந்தது ஜார்கண்ட் மாநிலத்தில். படிப்புக்குப் பிறகு ஜப்பான் சோனி நிறுவனத்தில் ஆன்ட்ராய்ட்

செல்பேசிகளின் கேமரா மென்பொருள் உருவாக்கக் குழுவில் பணிபுரிந்தார் சஞ்சீவ். 2016ஆம் ஆண்டு இவர்கள் இணைந்து தொடங்கிய சமூக வணிக இணையச் சந்தை மீஷோ (*Meesho*). இன்று 12 கோடிக்கும் அதிகமானவர்கள் ஒவ்வொரு மாதமும் மீஷோவைப் பயன்படுத்துகிறார்கள்.

மீஷோவைத் தொடங்கிய ஓர் ஆண்டுக்கு முன்னர் இருவரும் ஃபேஷ்நியர் (*Fashnear*) என்கிற முயற்சியில் ஈடுபட்டார்கள். சாப்பாட்டைச் செயலிகள் மூலம் ஆர்டர் செய்வதைப் போல ஆடைகளை வாங்கச் செய்ய இவர்கள் தொடங்கியது தோல்வியடைந்தது. சிறு வணிகர்கள் பெரும் நிறுவனங்களோடு நேரடியாகப் போட்டி போடாமல் எப்படி வியாபாரத்தில் இருக்கிறார்கள் என்பதை இருவரும் கூர்ந்து கவனித்தார்கள். சிறு வணிகர்கள் வாட்ஸ்-ஆப், பேஸ்புக் போன்ற சமூக வலைத்தளங்களில் தங்களின் வாடிக்கையாளர்களை அடையப் பயன்படுத்துகிறார்கள் என்பதைத் தெரிந்து கொண்டார்கள். அதுவும் இந்த வகையில் விற்பனை செய்வது பெரும்பாலும் வீட்டில் இருக்கும் பெண்கள் என்பதையும் கண்டுபிடித்தார்கள். விற்பனையாளர் வாடிக்கையாளர்களிடம் தங்களின் செய்தியைச் சமூக வலைத்தளங்கள் மூலம் கொண்டு சென்றால் போதுமா? அடுத்தது அவர்களை எப்படி வாங்கச் செய்வது, வாங்கிய பொருள்களுக்குப் பணத்தை எப்படிப் பெறுவது, அடுத்து பொருள்களை எப்படி இந்தியாவில் எங்கே வேண்டுமானாலும் அனுப்புவது? இந்தச் சிக்கல்களுக்கு எல்லாம் விடையாக உருவாக்கப்பட்டது மீஷோ.

தொடங்கிய ஆண்டிலேயே அமெரிக்க சிலிகான் பள்ளத்தாக்கின் மிகப் பிரபலமான துளிர்த்தொழில் அடைகாப்பு நிறுவனமான ஒய்- காம்பினேட்டரில் இடம் கிடைத்தது. அங்கே வந்த முன்னணி நிறுவனர்களிடம் இருந்து கற்றுக் கொண்டவை மிகவும் பயனுள்ளதாக இருந்ததாகச் சொல்கிறார் விதித். அடுத்த ஆண்டு மீஷோவிற்கு பல கோடி ரூபாய் முதலீடாகக் கிடைத்தது. 2019ஆம் ஆண்டு பேஸ்புக் நிறுவனம் ஏராளமாக முதலீடு செய்தது, மீஷோவின் வளர்ச்சியில் திருப்புமுனையானது.

இன்று ரிலையன்ஸ் ஜியோவால் கூட இணைய வணிகத்தில் இருக்கும் இரு பெரும் ஜாம்பவான்களைச் சமாளிக்க முடியாத

நிலையில் மீஷோவால் எப்படித் தனக்கான இடத்தைப் பிடிக்க முடிந்தது? இதற்கு முக்கியமான காரணங்கள் மூன்று. பெருந்தொற்றுக்கு முன்னர் பெரும் நிறுவனங்கள் இந்தியாவின் முக்கியமான நகரங்களைத் தாண்டி யோசிக்கவில்லை. ஆனால் ஆரம்பத்தில் இருந்தே மீஷோ இரண்டாவது, மூன்றாவது நகரங்களையும் பின்னர் கிராமங்களையும்தான் குறிவைத்தது. அடுத்து மீஷோவில் பொருட்களை விற்கத் தரகு கட்டணம் கிடையாது. அமேசான், பிளிப்கார்ட்களில் இந்தத் தரகு மட்டுமே 30 முதல் 40 சதவிகிதம் வரை இருக்கும், இதனாலேயே அங்கே விற்கப்படும் பொருட்களின் விலை மீஷோவை விடக் கூடுதலாக இருக்கும். மீஷோவில் விற்பனை நடந்து ஏழாவது நாளே விற்பனையாளர் வங்கிக் கணக்கில் பணம் வரவு வைக்கப்படும், மற்ற நிறுவனங்களில் இது இரண்டு வாரங்களுக்கு மேல் ஆகும்.

இந்தக் காரணங்களைத் தாண்டி மீஷோ, அவர்களின் விற்பனையாளர்களோடு போட்டியிடுவதில்லை. அதாவது, மீஷோ ஒரு சந்தை மட்டுமே. அங்கே இவர்கள் தங்கள் நிறுவனத் தயாரிப்புகளை வேறு பெயர்களில் விற்பதில்லை. உதாரணமாக ஒரு குறிப்பிட்ட விற்பனையாளரின் புது வகைச் சட்டை நன்றாக விற்கிறது என்றால், அமேசான் உடனே அவர்களின் பெயரிலேயே அதை மலிவாகத் தயாரிக்க வைத்து விற்கத் தொடங்குவார்கள். இதனால் முதலில் அதை அறிமுகப்படுத்திய விற்பனையாளர் வியாபாரத்தை இழப்பார். இந்தப் போட்டி மீஷோவில் கிடையாது என்கிறார்கள். அடுத்து இங்கே விற்பனையாளர்கள் அவர்களின் படைப்புகளை முன்னிலைப்படுத்த விளம்பரங்களைச் சுலபமாகவும், மலிவான கட்டணத்திலும் செய்யலாம். இது இரண்டும் மீஷோவின் கூடுதல் சிறப்புகள்.

மீஷோவில் என்னவெல்லாம் கிடைக்கிறது? 250 ரூபாய்க்கு ஆண்கள் அலுவலகத்திற்கு அணிந்து செல்லும் ஷூ, 500 ரூபாய்க்கு ஐ.எஸ்.ஐ. முத்திரையிட்ட தலைக்கவசம், நூறு ரூபாய்க்கு அழகான கைக் கடிகாரம், 190 ரூபாய்க்கு ஜரிகை வேலை செய்து தைத்த இரவிக்கை என்று பலவும் அடக்கமான விலைகளில் கிடைக்கின்றன. உலகத்தரம் என்றெல்லாம் சொல்ல முடியாது, ஆனால் மட்டமானதும் இல்லை.

மீஷோ சந்தையில் சராசரி வணிக நடவடிக்கையின் மதிப்பு ரூபாய் 300, இதுவே அமேசான் பிளிப்கார்ட்களில் ரூபாய் 1000க்கும்

மேல். அதோடு மீஷோவில் விற்கப்படுவதில் 95 சதவிகிதமான பொருட்களுக்குக் குறிப்பிட்ட வர்த்தகப்பெயர் (ப்ராண்ட்) கிடையாது. பெரும் நிறுவனங்கள் வேண்டாம் என்று ஒதுக்கிய சிறிய வணிகர்களையும், குறைவான விலையுள்ள பொருட்களையும், தொடங்கிய காலத்திலிருந்து இன்று வரை குறிவைத்து வேலைச் செய்கிறது மீஷோ.

இந்த மாதிரி போட்டியே இல்லாத சூழலைக் கண்டுபிடித்து அங்கே கவனம் செலுத்துவதன் பெயர் நீலக்கடல் *(Blue Ocean Strategy)*. இந்தத் தேர்வும் மீஷோவின் வெற்றிக்குக் காரணம். அதோடு இன்று சோமாட்டோ, ஸ்விகி போன்றவை உடனடி இணைய வணிகம் என்று சென்று கொண்டிருக்க, மீஷோ அதைப் பற்றிக் கவலைப்படாமல் எங்களின் வாடிக்கையாளர்கள் பொருட்களின் மதிப்பைப் பார்த்து வாங்குபவர்கள், எவ்வளவு விரைவாக அவர்களுக்கு வருகிறது என்பதைப் பார்ப்பவர்கள் அல்ல என்பதில் தெளிவாக இருக்கிறார்கள். அவரவருக்கு ஒரு சந்தை!

18. ரோப்லாக்ஸ்: அனுபவம் புதுமை

காலையில் எழுந்தவுடன் பள்ளி மாணவர்கள் விளையாட்டுக்களைத் தவிர்த்து வீட்டுப்பாடத்தைச் செய்ய வேண்டும். மகாகவி பாரதி "காலை எழுந்தவுடன் படிப்பு" என்று சொன்ன அதே அறிவுரைதானே? குறிப்பிட்டு இதை இங்கே சொல்ல என்ன காரணம்? இதை பிபிசி நேர்காணலின் போது சொன்னது உலகளவில் முன்னணியில் இருக்கும் மின்-விளையாட்டு நிறுவனமான ரோப்லாக்ஸின் *(Roblox)* தலைவர் டேவிட் பஸ்ஸுக்கி. ரோப்லாக்ஸ் என்றால் என்ன, அதன் தொடக்கம், அதன் முக்கியத்துவத்தைத் தெரிந்து கொள்வோம்.

இன்று இருக்கும் பல இலட்சம் வீடியோ கேம்களில் இருந்து ரோப்லாக்ஸ் வித்தியாசமானது. இது விளையாட்டுகளை உருவாக்கும் கூடம். உதாரணமாக யுட்யூப்பை எடுத்துக் கொள்ளலாம், யுட்யூப்பில் மற்றவர்களின் காணொலிகளை நாம் பார்க்கலாம், நாமாகப் புதிதாக ஒன்றை ஒளிப்பதிவு செய்து பதிவேற்றமும் செய்யலாம். அதாவது தயாரிப்பு, நுகர்தல் என இரண்டையும் செய்யும் வசதியை யுட்யூப் வழங்குகிறது. இதையே மின்-விளையாட்டுகளுக்குச் செய்யும் மேடை ரோப்லாக்ஸ்.

2024 இறுதியில் இருபது கோடிக்கும் அதிகமானோர் மாதம்தோறும் ரோப்லாக்ஸில் விளையாடுகிறார்கள். இதில் எட்டுக் கோடி

பயனர்கள் பதின்மூன்று வயதுக்கு உட்பட்டவர்கள். அடுத்த எட்டுக் கோடி பயனர்கள் பதினெட்டு வயதுக்கு உட்பட்டவர்கள். அதாவது சுமார் 80 சதவிகிதப் பயனர்கள் சிறுவர்கள். அமெரிக்காவில் இருக்கும் சிறுவர்களில் பாதிக்கும் மேற்பட்டோர் ரோப்லாக்ஸ் பயனர்கள் என்றால் நம்புவீர்களா? இந்தளவு எண்ணிக்கையில் சிறுவர்களைக் கொண்ட செயலி வேறு எதுவுமேயில்லை. மிகப் பிரபலமான ஃபோர்ட்நைட் விளையாட்டின் பயனர்களில் கூட, சிறுவர்களின் சதவிகிதம் அறுபதுதான். ரோப்லாக்ஸில் சிறுவர்கள் அதிகமாக இருப்பதால் அவர்களின் பாதுகாப்பை உணர்ந்து தாங்கள் செயல்படுவதாகவும், ஒருவருக்கு கூட பாதிப்பு வரக் கூடாது என்பதில் தாங்கள் கவனமாக இருப்பதாகச் சொல்கிறார் டேவிட்.

ரோப்லாக்ஸில் இருக்கும் மொத்த விளையாட்டுகளின் எண்ணிக்கை மட்டுமே ஒன்றரை கோடி. இவற்றில் பெரும்பாலானவை மற்ற சிறுவர்கள் உருவாக்கியவை. ரோப்லாக்ஸில் இருக்கும் விளையாட்டுகளை அவர்கள் மெய்நிகர் அனுபவங்கள் (Experiences) என்று அழைக்கிறார்கள். இப்படித் தாங்களே அனுபவங்களைச் சிந்தித்து உருவாக்குவதால் மற்ற விளையாட்டுகளைப் போல இல்லாமல் ரோப்லாக்ஸ் மாணவர்களின் படைப்பாற்றலை அதிகரிக்கிறது. இதை நம்பக் கடினமாக இருந்தாலும், நிறுவனர்களின் பயணத்தைப் படித்தால் நமது ஐயம் தீரும்.

நம் எல்லோருக்கும் பிடித்த மஞ்சள் நிறக் கற்பனைக் கரடியான "வின்னி த பூ"வின், பெயர்க்காரணமான நகரம் வின்னிபெக். கனடாவில் இருக்கும் இந்த நகரில் பிறந்தவர் டேவிட் பஸ்ஸுக்கி. இவருடைய முன்னோர்கள் உக்ரைன் நாட்டிலிருந்து கனடாவில் குடியேறியவர்கள். டேவிட் ஸ்டான்போர்டு பல்கலைக்கழகத்தில் பொறியியல் மற்றும் கணினி அறிவியல் பயின்றார். எண்பதுகளின் தொடக்கக்காலத்தில் அங்கு படிக்கும் போது, அமெரிக்காவின் மிகப் பெரிய வாகனக் குழுமமான ஜெனரல் மோட்டார்ஸில் ஒரு கோடைக்காலப் பயிற்சிக்குச் சென்றார். அந்தப் பயிற்சியில் அவருக்குக் கொடுக்கப்பட்ட பணி, கணினியைப் பயன்படுத்தி கார் இயந்திரங்களைக் கட்டுப்படுத்துவது. சில ஆண்டுகள் கழித்து, தனது சகோதரர் கிரெக் பஸ்ஸுக்கியுடன் சேர்ந்து இயற்பியல் விதிகளை மென்பொருளில் உருவகப்படுத்துதல் செய்யும் நிறுவனத்தைத் தொடங்கினார். இயற்பியலை அடுத்து இயந்திரப்

பொறியியல் வடிவமைப்புகளைச் செய்யும் மென்பொருளையும் உருவாக்கினார்கள் சகோதரர்கள்.

சில ஆண்டுகள் கழித்து, தன்னுடன் வேலை செய்த எரிக் காசல் என்கிற பொறியாளருடன் சேர்ந்து டைனாப்ளாக்ஸ் என்ற புதிய திட்டத்தில் பணியாற்றத் தொடங்கினார் டேவிட். இது வளர்ந்து 2004ஆம் ஆண்டில் கணினித் திரையில் ஒளிரும் பல வகையான குற்றிகளைக் (ப்லாக்ஸ்) கொண்டு மெய்நிகர் உலகங்களை உருவாக்கும் மேடையாக வளர்ந்தது. அடுத்த ஆண்டு இந்த மென்பொருளை ரோபோட்கள் (எந்திரன்) மற்றும் ப்லாக்ஸ் (குற்றிகள்) என்னும் இரண்டு கருத்தைக் குறிக்கும் நோக்கில் ரோப்லாக்ஸ் என்று பெயர் மாற்றினார்கள்.

தொடங்கிய காலத்திலேயே பயனர்கள் வரவு நாளுக்கு நாள் அதிகரித்தது. ஆனால் பயன்பாட்டுக்கு இணையாக வருவாய் வரவில்லை. ரோப்லாக்ஸ் வருமானம் என்றால் விளம்பரங்கள் மற்றும் ரோபக்ஸ் (Roblox + Bucks) என்கிற மெய்நிகர் நாணயத்தின் விற்பனை. சிறுவர்கள் அதிகமாக இருப்பதால் சமூக வலைத்தளங்களில் இருப்பது போன்ற விளம்பரங்கள் இங்கே கிடையாது. அதற்கு மாற்றாகத் தேடுதல் பட்டியலில் விளம்பரம் செய்த அனுபவங்கள் முன்னிலைப்படுத்தப்படும், நிறுவனங்கள் தங்கள் தயாரிப்புகளை அனுபவங்களாகப் பதிவேற்றலாம். ரோபக்ஸ் நாணயத்தைப் பயன்படுத்தி அனுபவங்களினுள்ளே மெய்நிகர் பொருள்களை, உதாரணமாக உடைகளை வாங்கலாம். இந்த முயற்சிகளின் பயனால் சில ஆண்டுகள் கழித்து நிறுவனம் இலாபம் சம்பாதிக்கத் தொடங்கியது.

நாம் ஏற்கனவே பார்த்தது போல ரோப்லாக்ஸ் அனுபவங்களைப் படைத்து விநியோகம் செய்ய உதவுகின்ற கூடம். நீங்கள் உருவாக்கும் அனுபவங்களை இலவசமாக வழங்கலாம், அல்லது அதற்கு ஒரு விலை வசூல் செய்யலாம். பயனர்கள் உங்களின் அனுபவத்தின் உள்ளே நுழைந்து விளையாடக் கட்டணத்தை ரோபக்ஸ் நாணயமாகச் செலுத்துவார்கள். அனுபவங்களை, அதில் வரும் மெய்நிகர் பொருட்களை, உருவாக்குவதையே முழு நேரத் தொழிலாகப் பலரும் வெற்றிகரமாகச் செய்துவருகிறார்கள்.

ரோப்லாக்ஸில் இன்று பிரபலமாக இருக்கும் அனுபவம் என்ன தெரியுமா? நாம் எல்லோருமே சிறு வயதில் விளையாடிய

திருடன் போலீஸ். இதில் வரும் மெய்நிகர் உலகில் சிறையிலிருந்து தப்பிக்கும் குற்றவாளியைப் பிடிக்க வேண்டும். அவர் நகரில் எங்கே வேண்டுமானாலும் இருக்கலாம். இது பல நாட்களுக்கு பொழுதுபோக்காக இருக்கும். பெருந்தொற்று காலத்தில் வீட்டினுள் எல்லோருமே அடைபட்டிருந்த நேரத்தில் பிலிப்பைன்ஸ் நாட்டுக் கத்தோலிக்கக் குழுவொன்று ரோப்லாக்ஸில் மெய்நிகர் தேவாலயத்தைத் தொடங்கி நடத்தினார்கள். இதில் "பஹாலிக்" என்கிற கருப்பு நசரின் சிலையை முத்தமிடும் பாரம்பரியமும் நடந்தது குறிப்பிடத்தக்கது. இத்தகைய புதுமையான அனுபவங்கள் வந்தவண்ணம் இருந்ததால் கொரோனா காலத்தில் அசுர வளர்ச்சியடைந்தது ரோப்லாக்ஸ்.

ரோப்லாக்ஸில் பயனர்கள் தங்களுக்குள் பேசிக் கொள்ளலாம், அனுபவங்களைப் பகிர்ந்து கொள்ளலாம். ஆனால் இங்கே சிறுவர்கள் அதிகமாக இருப்பதால் மற்ற சமூக வலைத்தளங்களைக் காட்டிலும் பாதுகாப்பு கட்டுப்பாடுகள் அதிகம். குறிப்பாகச் சிறுவர்கள் தங்களுக்குள் மட்டுமே தொடர்பு கொள்ள முடியும், தங்களுக்கு அறிமுகம் இல்லாத வயதிற்கு வந்தவர்களோடு தொடர்பு கொள்ள முடியாது. அதோடு இவர்களுடைய எல்லா அரட்டைகளும் தானியங்கி முறையில் கண்காணிக்கப் படுகிறது. பதின்மூன்று வயதிற்கு உட்பட்டவர்கள் குறிப்பிட்ட வார்த்தைகளை, வாக்கியங்களை மட்டுமே அனுப்ப, பெற முடியும். பெற்றோர்கள் இந்த அரட்டை வசதியை முற்றிலும் நிறுத்தவும் முடியும்.

ரோப்லாக்ஸில் குறையில்லாமல் இல்லை. இவர்களின் சந்தையின் மூலம் விற்கப்படும் சேவைகளுக்குத் தயாரிப்பாளர்களுக்குச் சரியான பங்கு கொடுக்கப்படுவதில்லை என்று சிலர் வழக்குப் பதிந்திருக்கிறார்கள். தங்களின் தரகுக் கட்டணமாகச் சுமார் 70 சதவிகிதம் வரை ரோப்லாக்ஸ் எடுத்துக் கொள்கிறது, இதனால் தயாரிப்பாளர்கள் சுரண்டப்படுவதாகவும் குற்றஞ்சாட்டப்படுகிறது. சிறுவர்கள் பாதுகாப்பு முறைகளில் பல ஓட்டைகள் இருப்பதாகச் சமூக ஆர்வலர்கள் குறிப்பிட்டுச் சொல்கிறார்கள். இவை ஒரு புறம் இருக்க, 100 கோடி பயனர்களுக்கு "நன்னம்பிக்கை மற்றும் நாகரிகத்தை" வழங்குவதுதான் நிறுவனத்தின் குறிக்கோளாக டேவிட் குறிப்பிடுகிறார். வருங்காலத்தில் செயற்கை நுண்ணறிவைக்

கொண்டு கற்பனைக்கு எட்டாத புதுப் புது மெய்நிகர் உலகங்களை, அதாவது ரோப்லாக்ஸ் அனுபவங்களை வழங்கும் வேலையில் தீவிரமாக இருக்கிறது நிறுவனம்.

நியூயார்க் பங்குச்சந்தை பட்டியலில் 2021ஆம் ஆண்டு ரோப்லாக்ஸ் சேர்க்கப்பட்டது. நிறுவனத்தின் தற்போதைய மதிப்பு 45 பில்லியன் அமெரிக்க டாலர்களுக்கும் (இந்திய ரூபாய் நான்கு இலட்சம் கோடி) மேல். இந்தச் சாதனையைப் பார்க்க இணை நிறுவனரான எரிக் காசல் உயிரோடு இல்லை, ஏழு ஆண்டுகளுக்கு முன்பாகவே தனது நாற்பத்தைந்து வயதில் புற்று நோய் வந்து இறந்துவிட்டார். நிறுவனத்தைத் தொடர்ந்து தலைமை தாங்கி நடத்தும் டேவிட்டின் மனைவி பெயர் ஜான் எல்லிசன், இவர் ஓர் எழுத்தாளர். தம்பதியினர் நடத்தும் தன்னார்வ நிறுவனம் மன ஆரோக்கியம், மூளைக் கோளாறுகளுக்கான மருத்துவ முறைகளைப் பற்றிய ஆராய்ச்சிகளில் தீவிரமாக இயங்குகிறது.

19. ரகசியம் பேசுவோம்!

யெமனின் ஹூதி போராளிகளுக்கு எதிரான தாக்குதல் திட்டங்களை அமெரிக்காவின் பாதுகாப்பு செயலாளர் பீட் ஹெக்ஸெத், துணை அதிபர் ஜே.டி. வான்ஸ்க்கும் தேசியப் பாதுகாப்பு ஆலோசகர் மைக் வால்ட்ஸ்க்கும் இந்தச் செயலியின் மூலமாகவே பகிர்ந்துள்ளார். இப்படி அமெரிக்காவின் உயர்மட்ட அதிகாரிகளால் போர் விவரங்கள் உரையாடும் அளவு பாதுகாப்பானது, "சிக்னல்" என்கிற அரட்டைச் செயலி. வாட்ஸ்-ஆப் செயலியில் ரகசியமாக அரட்டையடிக்கப் பயன்படுத்தப்படும் சிக்னல் மறையாக்கு நெறிமுறையின் தோற்றத்திற்குக் காரணம் இந்த சிக்னல் *(Signal)* செயலியே. இதன் வரலாற்றை இங்கே தெரிந்து கொள்வோம்.

சுமார் பதினைந்து ஆண்டுகளுக்கு முன்னர் தன்னை ஒரு மென்பொருள் பரத்தையாக (சைபர்பங்க்) அடையாளப்படுத்திக் கொண்டவர் மோக்ஸி மார்லின்ஸ்பைக் *(Moxie Marlin-spike)*. அதற்கேற்ப அந்தக் காலங்களில், பின்னப்பட்ட குதிரைவால் முடியோடு இருக்கும் இவருடைய மேடைப் பேச்சுகளை இன்றும் யுட்யூப்பில் பார்க்கலாம். அமெரிக்காவின் ஜார்ஜியாவில் 1980களில் பிறந்தவர் மோக்ஸி. இங்கே 80களில் என்று தோராயமாகச் சொல்லியுள்ள காரணம் இவர் தனது தனிப்பட்ட விவரங்களை வெளியிட விரும்புவதில்லை, அதை

ரகசியமாக வைத்துள்ளார். தன்னைப் போலவே எல்லோரும் அவரவர் அந்தரங்க விவரங்களைப் பாதுகாப்பது அவசியம், அது அவர்களது அடிப்படை மனித உரிமை என்பதில் தீவிரமான நம்பிக்கையுள்ளவர் மோக்ஸி.

இந்த நம்பிக்கையே இன்று உலகளவில் அதிகமாகப் பயன்படுத்தப்படும் சிக்னல் மறையாக்கு (நெறிமுறை) கட்டமைப்பை இவர் உருவாக்கக் காரணமானது. இணையத்தில் தனது உண்மையான அடையாளம் தெரியாமல் கலந்துரையாட, ரகசியமாகத் திறமூல மென்பொருளை வெளியிட இவர் வைத்துக் கொண்ட புனைபெயர் மோக்ஸி. தன்னார்வ மாலுமியான இவர், கடல் பயணங்களில் தனக்கிருக்கும் ஆர்வத்தினால் தேர்வு செய்த பெயர் இது. இதில் மோக்ஸி என்பது மனவுறுதியையும், மார்லின்ஸ்பைக் என்பது கப்பல்களில் பயன்படுத்தும் கயிறுகளைப் பிரிக்கப் பயன்படுத்தப்படும் முள் போன்ற ஆணியையும் குறிக்கிறது. இவரின் உண்மையான பெயர் மத்தியூ ரோசன்ஃபீல்ட்.

இரண்டாம் உலகப் போரில் ஜெர்மனி தங்களுடைய ராணுவ ரகசியங்களை எதிரிகளால் புரிந்து கொள்ள முடியாமல் இருக்கக் கணினித் தொழில்நுட்பத்தைப் பயன்படுத்தினார்கள். இதை ப்ரிட்டன் பொறியாளர்கள் நொறுக்கி, அறிந்து கொள்ளும் வகையைக் கண்டுபிடிக்கும் வரை இது ஜெர்மனிக்கு போரில் கூடுதல் ஆதாயங்களை வழங்கியது. அப்போதிருந்து அரசாங்கங்கள் தங்களால் உடைக்க முடியாத மறையாக்கு (*encryption*) முறைகளைச் சாதாரண மக்கள் பயன்படுத்துவதை விரும்பவில்லை. இருந்தாலும் மென்பொருள் துறை வளர வளர, கணினிகளைக் கொண்டு செய்யும் குறியாக்கவியல் (*cryptography*) முறைகளும் அசுர வளர்ச்சியடைந்தது. இதைக் கவனித்து வந்த அமெரிக்க அரசும் இவற்றைக் கடுமையாகத் தடுக்கப்பார்த்தது. உதாரணமாக, போர் ஆயுதங்களை அமெரிக்காவிலிருந்து வேறு நாடுகளுக்குக் கடத்தினால் எந்தவகையான கடுமையான தண்டனை கிடைக்குமோ அதையே குறியாக்கவியல் முறைகளுக்கும் இருக்கும் என்ற சட்டத்தை இயற்றியது அமெரிக்க அரசு.

இந்த அடுக்குமுறைகளைத் தீவிரமாக எதிர்த்தார்கள் சைபர்பங்க் என்று தங்களை அடையாளப்படுத்திய சமூக ஆர்வலர்கள். இவர்களின் தாரக மந்திரமாக இருப்பது “சுதந்திரமாக

இருக்கவே தகவல்கள் விரும்புகிறது" *(Information Wants to be Free)*. அமெரிக்காவின் கட்டுப்பாட்டிலிருந்து தப்பிக்க குறியாக்கவியல் நுட்பங்களில் ஈடுபட்டிருந்த முக்கியமான சிலர் அமெரிக்காவை விட்டு சின்னஞ்சிறு கரிபியன் தீவான அங்குவில்லாவில் குடிபெயர்ந்தார்கள். இத்தகைய சூழ்நிலையில் 1995இல் வெளிவந்த பி.ஜி.பி. போன்ற மென்பொருட்கள் மிகச் சிறந்த படைப்புகளாக இருந்தாலும் அவற்றைப் பயன்படுத்துவது பயனர்களுக்குச் சுலபமாக இருக்கவில்லை. இந்த நிலையை மாற்றி எல்லோரும் அவர்களின் செல்பேசியில் ஒரு செயலியை இலவசமாக நிறுவுவது மூலமே அந்தரங்கமாகப் பேசிக் கொள்ள முடியும் என்கிற கனவை நனவாக்கியவர்களில் முக்கியமானவர் மோக்ஸி.

மோக்ஸியும், இயந்திர மனிதயியல் வல்லுநரான ஸ்டுவர்ட் ஆண்டர்சனும் 2010ஆம் ஆண்டு விஸ்பர் சிஸ்டம்ஸ் என்கிற நிறுவனத்தைத் தொடங்கினார்கள். இந்த நிறுவனம் இரண்டு குறியாக்கவியல் மென்பொருட்களைத் தயாரித்தது.

முதலாவது மறையாக்கப்பட்ட தகவல்களைச் சுலபமாகப் பரிமாறிக் கொள்ளும் டெக்ஸ்ட்செக்யூர் *(TextSecure)*. அடுத்தது மறையாக்கப்பட்ட ஒலி அழைப்புகளைச் செய்ய உதவும் ரெட்போன் (சிகப்பு தொலைபேசி) நிரல். அடுத்த ஆண்டே விஸ்பரை ட்விட்டர் வாங்கியது. விஸ்பரை வாங்கிய காரணம் மோக்ஸி அதிவேகமாக வளர்ந்து வந்த ட்விட்டர் நிறுவனத்தின் அனைத்து மென்பொருட்களின் பாதுகாப்பை மேம்படுத்த உதவுவார் என்பதால். அதைச் செய்ததோடு டெக்ஸ்ட்சிக்யூர் மற்றும் ரெட்போன் நிரல்களைத் திறமூலக் கட்டமைப்புகளாக வெளியிட்டார் மோக்ஸி. அடுத்த இரண்டு ஆண்டுகள் கழித்து ட்விட்டரில் இருந்து விலகி, திறந்த விஸ்பர் சிஸ்டம்ஸ் என்கிற இலாபமில்லா நிறுவனத்தைத் தொடங்கி இந்தக் கட்டமைப்புகளைத் தொடர்ந்து மேம்படுத்த வழி செய்தார். தகவல்களுக்கும், அழைப்புகளுக்கும் தனியாக இருந்த முறைகளை ஒன்றாக்கி 2015ஆம் ஆண்டு சிக்னல் என்கிற மறையாக்கப்பட்ட நெறிமுறையையும் அதோடு அதைப் பயன்படுத்தி சிக்னல் அரட்டை செயலியையும் உருவாக்கினார் மோக்ஸி. இதே ஆண்டு இந்தச் செயலியை ஆன்ட்ராய்ட் மற்றும் ஐபோன் செல்பேசிகளுக்கு இலவசமாக வழங்கினார்.

வாட்ஸ்-ஆப் செயலியைப் போலவே சிக்னல் செயலியை நிறுவிக் கொள்ள நம் செல்பேசி எண்ணைக் கொடுத்து, வரும் ஒரு முறை கடவு எண்ணை உள்ளீடு செய்தல் வேண்டும். சிக்னல் செயலியிலும் நம் நண்பர்களோடு, குழுக்களில் அரட்டை அடிக்கலாம், பேசலாம், காணொலிகளில் பங்கு பெறலாம். இரண்டு செயலிகளும் தங்களின் தகவல்கள் பரிமாற்றத்திற்கு சிக்னல் நெறிமுறையையேப் பயன்படுத்துகின்றன. இருந்தும் இரண்டுக்கும் முக்கியமான வேறுபாடு எவையென்று பார்க்கலாம். முதலாவதாக சிக்னல் செயலியை வழிநடத்துவது ஓர் இலாபமற்ற அமைப்பு, வாட்ஸ்-ஆப் செயலி மெட்டா நிறுவனத்தின் சொத்து. அடுத்தது, அரட்டைகளில் இருக்கும் தகவல்கள் வாட்ஸ்-ஆப், சிக்னல் இரண்டிலும் மறையாக்கப்பட்டிருந்தாலும், அதோடு வரும் மேல் தரவுகள் அப்படியில்லை. அது என்ன மேல்தரவு? உதாரணமாக நாம் யாரோடு, எப்போது, எங்கிருந்து, எந்த செல்பேசியில் அரட்டையடிக்கிறோம் என்கிற அரட்டைகளைச் சுற்றியுள்ள விவரங்கள்தாம் மேல்தரவு (மெட்டாடேட்டா) எனப்படுகின்றன. சிக்னல் அமைப்பு தங்களின் பயனர்களின் எந்த ஒரு மேல்தரவுகளையும் பார்ப்பதோ, சேமிப்பதோ இல்லை.

இந்தக் காரணத்தால் இவற்றை அரசாங்கங்கள் கேட்டாலும் சிக்னல் அமைப்பிடம் கொடுக்க ஒன்றும் இருக்காது. அதோடு நமது அரட்டைகளை சிக்னல் அவர்களின் மேகக்கணினிகளில் சேமிப்பதும் இல்லை. அடுத்தாக சிக்னல் செயலி, அதன் மென்பொருள் நெறிமுறை, கட்டமைப்புகள் என எல்லாமே திறமூலமாக இணையத்தில் வழங்கப்படுகின்றன.

இவற்றையெல்லாம்விட முக்கியமான வேறுபாடு சிக்னல் அமைப்பின் வருமானம் எப்படி வருகிறது என்பதில் இருக்கிறது. வாட்ஸ்-ஆப் பயனர்களுக்கு இலவசமாக இருந்தாலும், நிறுவனங்கள் தங்களின் செய்திகளைத் தங்களின் பல இலட்சம் வாடிக்கையாளர்களுக்கு அனுப்பக் கட்டணம் செலுத்த வேண்டும். இதோடு பல வகைகளிலும் மெட்டா தங்களின் வாட்ஸ்-ஆப் செயலியைக் கொண்டு வருவாய் ஈட்டுகிறது. ஆனால் சிக்னல் இலாபமில்லா அமைப்பு என்பதால் அவர்களின் செயலியில் எந்தவித விளம்பரமோ, மேல்தரவுகள் விற்பனையோ செய்வதில்லை.

அப்படியென்றால் நிறுவனத்தின் செலவுகளை எப்படிச்

செய்கிறார்கள். முழுக்க முழுக்க நன்கொடைகள் மூலமாக வரும் பணத்தைக் கொண்டு மட்டுமே இயங்குகிறது சிக்னல். இதுவே அமெரிக்காவின் சிலிக்கான் பள்ளத்தாக்கு நிறுவனங்களில் இருந்து சிக்னல் அமைப்பைத் தனித்துவமாக்குகிறது.

வாட்ஸ்-ஆப் நிறுவனத்தை பேஸ்புக் வாங்கிய சில ஆண்டுகளில் மெட்டாவின் செயல்பாடுகள் பிடிக்காமல் இணை நிறுவனரான பிரையன் ஆக்டன் (Brian Acton) விலகி மோக்ஸியோடு சிக்னல் அமைப்பில் தலைவராக இணைந்தார். தொடர்ந்து சிக்னல் செயலியை இலவசமாக வழங்க, பிரையன் 50 மில்லியன் அமெரிக்க டாலர்களை (நானூறு கோடி இந்திய ரூபாய்கள்) 2018ஆம் ஆண்டு வழங்கினார்.

தனக்கு வேலைப்பளு அதிகமாக இருப்பதால், சிக்னல் அமைப்பின் தலைமை அதிகாரி பதவியிலிருந்து மட்டும் மோக்ஸி 2022ஆம் ஆண்டு விலகினார். அவரிடமிருந்து பொறுப்புகளைச் செயற்கை நுண்ணறிவு ஆராய்ச்சியாளரான மெரிடித் விட்டேகர் எடுத்துக் கொண்டுள்ளார்.

சிக்னல் தொடங்கி பத்தாண்டுகளுக்கும் மேலாகப் பிரபலமாகவும், தொடர்ந்து மேம்படுத்தப்பட்டும் வருவதற்கு மறையாக்கு முறையைத் தாண்டி காரணமாக இருப்பது இரண்டு. ஒன்று, தொழில்நுட்பச் சிக்கல்களைப் பயனர்களின் தோளில் சுமத்தாமல் பின்னணியில் இயங்கும் நிரல்களே பார்த்துக் கொள்வது. இரண்டாவது, அவர்களின் செயலில் இருப்பது நேர்மையான பயனர் இடைமுகம் என்கிறார்கள். அதாவது செயலியில் பயனர்களுக்கு என்ன காட்டப்படுகிறதோ அதுவே உண்மையாகப் பின்னணியிலும் கையாளப்படுகின்றன. பயனர்களுக்குத் தெரியாமல், திருட்டுத்தனமாக எந்தத் தகவலோ, மேல்தரவுகளோ சிக்னல் அமைப்பு எடுத்துக் கொள்வதில்லை.

20. மெலனி வடிவமைத்த வெற்றி

ஆண்டு 2024, இடம் லாஸ் ஏஞ்சல்ஸ் நகரின் புகழ்பெற்ற யூட்யூப் அரங்கம்.

ஒரு வெளிநாட்டு செயலியின் முதல் அமெரிக்க ஆண்டு விழா. வந்திருந்த மூவாயிரத்திற்கும் அதிகமான பெரும் நிறுவனங்களின் அதிகாரிகளின் மனங்களைக் கவர வேண்டிய சவால். தற்போது வரை தங்களுக்குத் தேவையான வரைகலை வடிவமைப்பு (கிராஃபிக் டிசைன்) மென்பொருட்களை அமெரிக்க சிலிக்கான் பள்ளத்தாக்கு நிறுவனங்களிடம் இருந்து மட்டுமே வாங்குபவர்கள் இவர்கள்.

பொதுவாக இது போன்ற நிகழ்ச்சிகளில் மென்பொருளின் பொறியியல் சிறப்புகளை மணிக்கணக்காக எடுத்துரைப்பார்கள். அப்படியில்லாமல் திடீர் என்று மேடையில் ஒரு சுயாதீன இசைக்கலைஞர் தனது குழுவோடு ராப் இசையைப் பாடி ஆடுகிறார். எல்லோரும் இது பொழுதுபோக்கு என நினைக்கையில் செயலின் சிறப்புகளை ஒவ்வொன்றாகப் பாடல் வரிகள் பட்டியல் இடுகிறது. இசையும் ஆட்டமும் சேர்ந்து வந்திருந்தவர்களைத் தாளம் போட வைக்கிறது. நிகழ்ச்சி வெற்றி. அதோடு அந்த நாள் முழுவதும் உலகளவில் 25 இலட்சத்திற்கு அதிகமானோர் இந்த வீடியோவைப் பார்த்து சமூகத் தளங்களில் பகிர்ந்தார்கள்.

இப்படித் தங்களின் விற்பனை உத்திகளை மாற்றி யோசித்த நிறுவனம் ஆஸ்திரேலியாவின் கான்வா *(Canva)*. இதன் நிறுவனர் மெலனி பெர்கின்ஸ் *(Melanie Perkins)*.

“வாழ்வதற்குச் சிறந்த நகரங்கள்” பட்டியலில் முன்னணியில் இருக்கும் பெர்த் நகரில் 1987ஆம் ஆண்டு, இரண்டு சகோதரர்களுக்கு அடுத்துப் பிறந்தவர் மெலனி. இவரின் தாயார் ஒரு ஆசிரியர். மலேசியரான தந்தை பிலிப்பைன்ஸ் மற்றும் இலங்கை வம்சாவளியைக் கொண்ட ஒரு பொறியாளர்.

அண்ணன்கள் இருவருமே நினைத்ததை உடனடியாக அழகாக வரையக் கூடியவர்கள். இசையிலும் சிறந்து விளங்கியவர்கள். இருந்தும், இன்றைக்கு 22 கோடிக்கு அதிகமானோர் பயன்படுத்தும் வடிவமைப்பு செயலியின் நிறுவனரான மெலனிக்கு வரையத் தெரியாது என்றால் ஆச்சரியமாகவே இருக்கிறது. மெலனி படிப்பில் புலி, ஆறாம் வகுப்பு படிக்கும் போது இவருக்குப் பாடம் எடுத்த ஆசிரியர் இவருடைய தாயாரிடம் வந்து, ‘உங்கள் மகள் அளவிற்கு அதிகமாக வீட்டுப்பாடத்தைத் தினமும் செய்கிறாள், படிப்பதைக் கொஞ்சம் குறைத்துக் கொள்ளச் சொல்லுங்கள்’ என்றாராம்.

கல்லூரிப் படிப்பிற்காக மேற்கு ஆஸ்திரேலியா பல்கலைக்கழகத்தில் தொடர்பியல் மற்றும் வணிகவியல் பாடங்களைப் பயின்றார் மெலனி. தனது படிப்புச் செலவிற்காக, மற்ற மாணவர்களுக்கு வரைகலை வடிவமைப்பு செயலிகளான அடோபி போட்டோஷாப் போன்றவற்றைக் கற்றுக் கொடுத்து வந்தார். இந்தச் செயலிகளில் ஒரு விசயத்தைச் செய்வது சிக்கலாக இருப்பதை உணர்ந்தார். உதாரணமாக ஒரு படத்தை பி.டி.எப்.பாக மாற்றி, அச்சிட 22 முறை சுட்டியைச் சொடுக்க வேண்டி இருப்பதைக் கவனித்தார். மேலும் இது பயனர்கள் தங்களைத் தாங்களே முட்டாள்களாக உணரச் செய்தது. உண்மையில் இது அந்தந்த மென்பொருளின் தவறு. இந்தப் புரிதல் அவரிடம் பெரும் தாக்கத்தை உருவாக்கியது.

இதன் தொடர்ச்சியாகத் தனது பத்தொன்பதாம் வயதில் கல்லூரியிலிருந்து விலகி, தனது காதலரான ‘கிளிஃப் ஓபிரெக்ட்டோடு’ சேர்ந்து தங்களுடைய முதல் துளிர்த்தொழிலைத் தொடங்கினார். ஃப்யூஷன் புக்ஸ் என்கிற அந்த நிறுவனம் இன்றும் இருக்கிறது. எந்தவித வடிவமைப்பு பயிற்சியும் இல்லாதவர்கள்கூட இந்தச் செயலியைக் கொண்டு பள்ளி மாணவர்களுக்கான

ஆண்டு மலரை உருவாக்க முடியும். ஏற்கனவே பல நூறு சிறந்த வடிவமைப்பு வார்ப்புருக்களைக் கொண்டிருந்தது ஃப்யூஷன் புக்ஸ் வெற்றி பெற முக்கியமான காரணமாக இருந்தது. செயலியை மட்டும் இல்லாமல், பள்ளிகள் விரும்பினால் அவர்களின் ஆண்டு மலருக்கான முழு வேலையையும் மெலனியின் நிறுவனமே செய்தது.

2011ஆம் ஆண்டு பெர்த் நகரில் நடந்த நிகழ்ச்சியொன்றில் பெரிய முதலீட்டாளரான 'பில் டாய்' அவர்களிடம் ஓரிரு நிமிடங்கள் பேசும் வாய்ப்பு கிடைத்தது மெலனிக்கு. அவருடைய அழைப்பை ஏற்று நிறுவனர்கள் இருவரும் சிலிக்கான் பள்ளத்தாக்குக்குச் சென்று பில்லை சந்தித்தார்கள். அவருக்கு, மெலனியின் படைப்பு, வடிவமைப்பு துறையில் கோலோச்சி இருந்த அடோபியின் இணைய உருவமாகத் தோன்றியது.

காற்றாடிச் சறுக்குதல் (Kite Surfing) விளையாட்டின் பெரிய ரசிகர் பில் டாய். தனது தொழில் முனைவோர்கள் பயிற்சிப் பட்டறையில் காற்றாடி சறுக்குதல் மூலமே யோசனைகளைப் பகிர விரும்புகிறவர் அவர். தொழிலில் வழிகாட்டியாகப் பில்லை பெற வேண்டி இந்தக் கடினமான விளையாட்டைக் கற்றுக் கொண்டார் மெலனி. தொடர்ந்து பல உரையாடல்களுக்குப் பின்னர், சில முதலீட்டாளர்களை அறிமுகம் செய்து தானும் பணம் போட்டார் பில்.

முதல் முறை மெலனியும் தனது காதலரான கிளிஃப்பும் இந்த சறுக்குதல் விளையாட்டில் பங்கு பெற ஒரு தனித் தீவிற்குச் சென்றபோது மற்றவர்கள் பெரிய கப்பலில் வந்திருந்தார்கள். ஆனால் இவர்கள் இருவரும் சின்னஞ்சிறு படகில் போயிருந்தார்களாம். படகின் மோட்டாரில் சிறு பிரச்சினை வந்த போதும் அதைப் பற்றி கவலையே இல்லாமல் மற்றவர்களையும் படகில் ஏற்றி எப்படியோ விளையாடி முடித்தாராம் கிளிஃப். எந்தச் சிக்கல் வந்தாலும் அதைப் பற்றி கவலைப்படாமல் அதற்கான விடையைக் கண்டுபிடித்து வெற்றிபெறும் இவருடைய குணமும் இன்றைக்கு கான்வா இந்தளவு வளர முக்கியமான காரணமாகச் சொல்லப்படுகிறது.

தொழில்நுட்பம் தெரியாமல் யார் வேண்டுமானாலும் எளிதாக வரைகலை வடிவமைப்புகளை அழகாகச் செய்ய வைக்க வேண்டும் என்பது மெலனியின் கனவு. இதற்கான பாதையில் முதல் படியாக

முதலீடு கிடைத்துவிட்டது. ஆனால் அதை நனவாக்க மென்பொருள் நிரல்கள் உருவாக்கம் தெரிந்தவர்கள் உடனிருக்க வேண்டும். இந்த தேடுதலில் மெலனிக்கு உதவியவர் கூகுள் மேப்ஸ் உருவாக்கத்தில் முக்கியமானவராக இருந்த லார்ஸ் ராஸ்முஸ்ஸன். இவருக்குக் கீழ் கூகுள் நிறுவனத்தில் வேலைச் செய்த கேமரன் ஆடம்ஸ் *(Cameron Adams)* மெலனிக்கு அறிமுகமானார். தொழில்நுட்ப மேதையான கேமரன், மெலனியின் கனவைக் கேட்டவுடன் கவரப்பட்டார். இப்படியாக மெலனி, கிளிஃப் மற்றும் கேமரன் சேர்ந்து 2012இல் தொடங்கிய நிறுவனம்தான் கான்வா.

தங்களோடு ஒரு சிறிய மென்பொருள் பொறியாளர்கள், வடிவமைப்பாளர்கள் குழுவைப் பணியில் அமர்த்தி அடுத்த ஓர் ஆண்டில் கான்வாவின் சோதனைப் பதிப்பை உருவாக்கினார்கள். மேலும் ஆறு மாதங்கள் இதைப் பயனர்கள் பலரிடம் காட்டி, அவர்களின் கருத்துக்களைப் பெற்று மெருகேற்றினார்கள். வெளியீட்டுத் தேதிக்குச் சில நாட்களுக்கு முன்னர் கேமரன் ஓட்டிச் சென்ற மிதிவண்டி மீது டாக்சி ஒன்று மோதியது. பலமாக அடிபட்டுப் பல பற்கள் உடைந்த நிலையிலும் ஒரே ஒரு நாள் ஓய்விற்குப் பிறகு வேலைக்கு வந்தார் கேமரன்.

அன்றைக்கு இருந்த இணைய வலை உலாவிகள் (உத. கூகுள் கிரோம்) தொழில்நுட்பத்தைக் கொண்டு அதிக எண்ணிக்கையிலான படங்களை, வரி வடிவங்களை எளிதாகக் கையாள்வது மிகவும் சவாலானது. இன்றைக்கு இத்தகைய வேலைகளைச் சுலபமாகச் செய்ய உதவுவது ரியாக்ட் *(React)* என்கிற ஜாவாஸ்கிரிப்ட் கட்டமைப்பு. இந்த ரியாக்ட் 2013இல்தான் வெளிவந்தது, தொடக்கக் காலத்தில் குறைந்த வசதிகளைக் கொண்டிருந்தது. இத்தகைய சூழ்நிலையில் கான்வா தளத்தை இணையத்தில் வேகமாகவும், எளிதாகவும் இயங்க செய்வது மிகப் பெரிய சவாலாக இருந்தது மெலனியின் குழுவிற்கு.

தொடர்ந்து கான்வா நிறுவனத்தில் பல அமெரிக்கர்கள் முதலீடுகள் செய்தார்கள். கான்வா தங்கள் நாட்டைவிட்டுச் செல்லாமல் தடுக்க ஆஸ்திரேலிய அரசோடு தொடர்புடைய புதுத்தொழில் முதலீடும் வந்தது. கான்வா வெளிவந்த முதல் ஆண்டிலேயே சுமார் பத்து இலட்சம் பயனர்கள் கிடைத்தார்கள். முதல் பல ஆண்டுகள் பயனர்கள் பலரும் இலவசமாகவே கான்வாவைப்

பயன்படுத்தினார்கள். 2017ஆம் ஆண்டில் இவர்களில் மூன்று இலட்சம் பயனர்கள் சந்தா கட்டத் தொடங்கினார்கள். அந்த ஆண்டு முதல் முறையாக இலாபம் கிடைக்கத் தொடங்கியது கான்வாவிற்கு.

கான்வாவை முதலில் பயன்படுத்தத் தொடங்கியது வடிவமைப்பு வல்லுநர்கள் இல்லை. அப்போது அதி வேகமாக வளரத் தொடங்கியிருந்த சமூகத் தளங்களில் செல்வாக்குள்ள படைப்பாளர்கள்தான் *(Influencers)*. இவர்களே கான்வாவை முதலில் கண்டு கொண்டு பிரபலப்படுத்தியவர்கள். கான்வா நிறுவனம் அடுத்தடுத்த ஆண்டுகளில் செல்பேசி பதிப்பு, ஐபேட் பதிப்புகள் வெளியிட்டது. சமீபத்தில் பல இயற்றறிவு வசதிகளும் கான்வாவில் வந்துள்ளது.

கான்வாவின் வெற்றியைத் தொடர்ந்து, கடந்த ஐந்து ஆண்டுகளில் இந்தத் துறையின் ஜாம்பவான்களான அடோபி எக்ஸ்பிரஸ் என்கிற செயலியையும் மைக்ரோசாப்ட் டிசைனரையும் வெளியிட்டுள்ளார்கள். இந்தப் போட்டிகள் இருந்தாலும் இன்றும் பயனர்களின் நம்பிக்கையைத் தக்க வைத்துக் கொண்டுள்ளது கான்வா. செயற்கை நுண்ணறிவு இந்தத் துறையையே தலைகீழாக மாற்றப் போகும் நிலையில் மெலனி போடும் மாற்றுத் திட்டங்களே அவர் வெற்றி தொடர்வதை வடிவமைக்கும்.

21. அறிவு+அழகு = 5000 கோடி

துளிர்த்தொழில் தொடங்கிச் சாதித்தவர்கள் பெரும்பாலும் ஏன் ஆண்களாகவே இருக்கிறார்கள்? முப்பத்தைந்து வயதைத் தாண்டியவர்கள் தொழில் தொடங்கலாமா? தொழில்நுட்பம் தெரியாமல் இணைய வணிகச் செயலியை உருவாக்கலாமா?

இது போன்ற கேள்விகளுக்கு விடை இந்தப் பெண் நிறுவனர்.

வெண்மை களிம்பும், உதட்டுச் சாயமும், கண் மையும் என்று மட்டுமே இருந்தது இந்தியப் பெண்களுக்கான அழகுப் பொருட்கள் சந்தை. தொடங்கி ஐந்தே ஆண்டுகளில் இதை மாற்றியது ஒரு நிறுவனம். 'நைகா' என்கிற இவரது செயலியும், இணையச் சந்தையும் சேர்ந்து ஆண்டுக்கு ஆறாயிரம் கோடிக்கும் அதிகமாக வியாபாரம் செய்கிறது என்றால் நம்ப முடிகிறதா?

இந்தக் கதையில் இன்னொரு ஆச்சரியமும் காத்திருக்கிறது. நிறுவனத்தைத் தலைமை ஏற்று நடத்திவருவது ஒரு பெண்ணும் அவரது மகளும். நிறுவனத்தைத் தொடங்கி சுமார் பத்தாண்டுகளில் இவர்களின் குடும்ப மதிப்பு மட்டுமே இருபத்தைந்தாயிரம் கோடி ரூபாய்.

1963ஆம் ஆண்டு மும்பையில் ஒரு குஜராத்தி குடும்பத்தில் ஃபால்குணி நாயர் (Falguni Nayar) பிறந்தார். இவரின் தந்தை, இவரின் தாயாரின் உதவியுடன் ஒரு சிறிய பியரிங்ஸ்

தயாரிக்கும் நிறுவனத்தை நடத்திவந்தார். ஃபால்குணியும் அவரின் சகோதரரும் ஆண் பெண் என்ற வேறுபாடில்லாமல் ஒரே மாதிரியாக வளர்க்கப்பட்டார்கள். உதாரணமாகத் தனது பள்ளிக் காலத்திலேயே காஷ்மீருக்குச் சென்று ஒரு காஷ்மீரக் குடும்பத்தோடு தங்கிப் பழகும் அளவிற்குச் சுதந்திரமாக இருக்க அனுமதிக்கப்பட்டார் ஃபால்குணி. சிறு வயதில், நண்பர்கள் உறவினர்கள் வீடுகளுக்கு அழைத்துச் செல்லும் போது அவர்களைப் பற்றி ஏதாவது பாராட்டிப் பேச வேண்டும் என்று கண்டிப்பாகச் சொல்வாராம் இவருடைய தந்தை. இப்படி வளர்க்கப்பட்டவர் மனத்தில் தானாகச் சாதிக்க வேண்டும் என்ற கனவு பல ஆண்டுகள் இருந்து வந்ததில் வியப்பேயில்லை.

ஃபால்குணி, மும்பை சிடன்ஹாம் கல்லூரி ஆஃப் காமர்ஸ் அண்ட் எகனாமிக்ஸில் பி.காம் பட்டம் மற்றும் அகமதாபாத் இந்தியன் இன்ஸ்டிடியூட் ஆஃப் மேனேஜ்மெண்ட்டில் முதுகலைப் பட்டம் (1985) பெற்றார். தன்னுடன் படித்த 'சஞ்சய் நாயர்' என்பவரைக் காதலித்து மணம் முடித்தார். 1993ஆம் ஆண்டு அப்போது வளர்ந்துவந்த நிதி நிறுவனமான கோடக் மகிந்தராவில் சேர்ந்தார். கணவர் லண்டனுக்கு மாற்றலாகிப் போன போது, வேலையை விடப் போனவரைத் தடுத்து உதய் கோடக், லண்டனில் கோடக் வங்கியின் கிளையைத் தொடங்கச் சொன்னார். மேலை நாடுகளில் ஒரு வங்கியை அதுவும் இந்திய நிறுவனம் தொடங்குவது சுலபமானதில்லை. இந்தச் சவாலை ஏற்றுச் சிறப்பாகச் செய்தார் ஃபால்குணி. அடுத்து அமெரிக்காவின் நியூயார்க்கிலும் கிளையைத் தொடங்கினார். அடுத்த பத்தாண்டுகளில் இந்தியாவில் வெளிவந்த மிகப் பெரிய பங்குச் சந்தை வெளியீடுகள் இவர் வழிகாட்டுதலில் நடந்தது. பல தொழில் முனைவோர்களை ஏற்றிவிட்ட அவரை அவரின் சிறுவயதுக் கனவு துரத்த, தனது நாற்பதியெட்டாம் வயதில் தனது மேலாண்மை வேலையை விட்டார்.

ஃபால்குணிக்கு இரண்டு குழந்தைகள், அத்வைதா நாயர் மற்றும் அன்சித் நாயர் என்ற இரட்டையர்கள். இவர்களின் தந்தை சஞ்சய் நாயர் ஒரு அமெரிக்க வங்கியில் முக்கியமான பொறுப்பில் இருந்ததால் பல நாடுகளுக்கு மாற்றலாகிப் போவார். இப்படி மாறி மாறி பல நாடுகளில் படித்ததில் உலக அறிவைப் பெற்றார் மகள் அத்வைதா. அவருடைய படிப்பை முடித்து,

'நைகா' தொடங்கியதிலிருந்து அதன் இணை நிறுவனராக இருக்கிறார். நடுவில் இரண்டு ஆண்டுகள் தனது முதுகலை வணிக மேலாண்மை *(MBA)* படிப்பை முடித்துவிட்டு முழு நேரமாக 'நைகா' வழிநடத்துகிறார்.

'நைகா' தொடங்கிய ஆண்டு 2012. அதுவரை இந்தியாவில் விற்கப்பட்ட அழகு சாதனங்களின் வகைகள் மிகக் குறைவு. பல மேற்கத்திய இலச்சினைகளின் உரிமையாளர்கள் இந்தியாவின் சந்தையைப் பொருட்படுத்தவில்லை. அவர்களுக்குத் தெரிந்தது சீனா மட்டுமே. அத்தகைய சூழ்நிலையில் வேகமாக வளர்ந்து வரும் பொருளாதாரத்தைக் கொண்ட நாடான இந்தியாவில் பெண்கள் உலகத்தரமான அழகுப் பொருள்களைப் பெருமளவில் வாங்குவார்கள் என்பதைச் சரியாகக் கணித்தார் ஃபால்குணி. இவற்றை நேரடியாக இணையம் வழி விற்றால்தான் நாடுமுழுவதும் எடுத்துச் செல்ல முடியும் என்பதையும் திட்டமிட்டார். இப்படி இவர் தொடங்கியது 'நைகா'.

சமஸ்கிருதத்தில் 'நைகா' என்றால் நாயகி. ஒவ்வொரு பெண்ணும் அவளுடைய வாழ்வின் நாயகி என்கிற நம்பிக்கையை விதைக்கும் விதமாக இதையே தனது துளிர்த் தொழிலின் பெயராக வைத்தார் ஃபால்குணி. முதலீடுகள் துறையில் பல ஆண்டுகள் அனுபவம் இருந்தாலும், தானாகத் தொழில் தொடங்கிய போது முதலீட்டாளர் பலரும் இது ஆபத்தான முடிவு என்று அறிவுரை வழங்கியிருக்கிறார்கள். தன் சேமிப்பிலிருந்து சில கோடி ரூபாய்களைக் கொண்டு 'நைகா'வைத் தொடங்கினார்.

ஆரம்ப நாட்களில் அப்போது இந்தியாவிலிருந்து பெரும் நிறுவனங்கள் எதுவுமே தங்களின் தயாரிப்புகளை இணையத்தில் அதுவும் ஒரு துளிர்த்தொழில் மூலமாக விற்க விரும்பவில்லை. வாடிக்கையாளர்களும் போலி பொருட்களால் தாங்கள் ஏமாற்றப்படுவோம் என்று பயந்தார்கள். இரண்டையும் பொறுமையாகக் கையாண்டது 'நைகா'வின் வெற்றிக்குக் காரணம். இணையத்தில் அன்றைக்கு நைகாவுக்குப் போட்டியாக இருந்த இணையச் சந்தைகள் இரண்டு, பிளிப்கார்ட் மற்றும் ஸ்னாப்டீல். இந்தியாவில் அப்போது அமேசான் தளம் தொடங்கப்பட்டிருக்கவில்லை.

இருந்த இரண்டு தளங்களும், அதிகளவில் பொருட்களை

விற்பதில் கவனம் செலுத்தினார்கள். ஆனால், நைகாவோ வாடிக்கையாளர்களின் கவலையைப் போக்க முயன்றார்கள். முதலாவதாகத் தயாரிப்பாளர்களோடு நேரடியாக ஒப்பந்தங்களைச் செய்து அவர்களிடம் இருந்து பெறப்படுவது உண்மையான பொருட்கள் என்கிற உத்தரவாதத்தை வாடிக்கையாளர்களிடம் எடுத்துரைப்பது. அடுத்தது அழகுப் பொருட்களை, அவற்றின் பயன்பாடுகளைப் பற்றிய அறிவை இணையம் வழியாகவே சொல்லித்தருவது.

இணையவழி விற்பனை செய்ய முக்கியமானது இணையத்தளம் மற்றும் செல்பேசி செயலிகள். இவற்றைப் பாதுகாப்பாகத் தயாரிக்கத் தொழில்நுட்பம் தெரிந்த வல்லுநர் ஒருவர் வேண்டும். அத்தகைய தலைமை தொழில்நுட்ப இயக்குநர் *(CTO)* நைகாவிற்கு எளிதாகக் கிடைக்கவில்லை. முதல் சில மாதங்களிலேயே மூன்று தொழில்நுட்ப இயக்குநர்கள் மாறிவிட்டார்கள். இருந்தும் சோர்வடையாமல் அடுத்தவரைச் சேர்த்துக் கொண்டு ஓடிக் கொண்டே இருந்தார் ஃபால்குணி. எப்படியோ சுமாரான தரத்தில் பி.எச்.பி *(PHP)*, மை எஸ்கியூயெல் *(MySQL)* மென்பொருள்களைக் கொண்டு நைகா தளத்தை உருவாக்கி வெளியிட்டார். 2015ஆம் ஆண்டு ரியாக்ட் கட்டமைப்பைக் கொண்டு வெளியிட்ட நைகா செல்பேசி செயலிகள் பெருமளவு வரவேற்பைப் பெற்றன.

தொடக்கத்தில் இருந்தே தங்களின் இணையப் போட்டியாளர்களிடம் இருந்து நைகா மாறுபட்டிருந்தது. தயாரிப்பாளர்களிடம் இருந்து நேரடியாகத் தங்களின் கிடங்குகளுக்குப் பொருட்களை முன்கூட்டியே வாங்கிவைத்துக் கொள்வது இதில் முக்கியமானது. இதனால் பொருட்கள் வாடிக்கையாளர்களிடம் என்றைக்குச் சேரும் என்பதை நைகாவால் துல்லியமாகச் சொல்ல முடிந்தது.

அடுத்தது, அழகுப் பொருட்களை மட்டுமே விற்பதால் அதில் கவனம் செலுத்தி புது உத்திகளைக் கொண்டுவர முடிந்தது. உதாரணமாக இயந்திரக் கற்றலைக் கொண்டு இவர்கள் அறிமுகப்படுத்திய பொருத்தமான அடிப்படை முகப்பூச்சு *(foundation)* மற்றும் லிப்ஸ்டிக் நிறத்தைப் பரிந்துரைக்கும் வசதிகள் நல்ல வரவேற்பைப் பெற்றது. அடுத்தது, தங்களின் வாடிக்கையாளர்களைக் கவரவும், அவர்களுக்குக் கற்றுத்தரவும் நைகா பல்லாயிரம் காணொலிகளையும் விளக்கவுரைகளையும்

தயாரித்து வெளியிட்டது. இன்றைக்கு இந்தியா முழுக்க இணையத்தில் வெளிவரும் அழகுக் குறிப்புகளில் பத்து சதவிகிதத்திற்கும் மேலானவை நைகா வெளியீடுகள்.

இந்தக் காரணங்களால் 2021ஆம் ஆண்டு இறுதியில் பங்குச் சந்தைக்கு வந்து சுமார் 5000 கோடி ரூபாய்களை முதலீடாகப் பெற்றுத் தனது வெற்றியைப் பறைசாற்றியது நைகா.

22. மலிவுக்கு மரியாதை

கடந்த சில மாதங்களாகவே உலகத்தின் மிகப் பெரிய மொத்த விற்பனைக் கூடமான 'யிவு' சர்வதேச வணிகச் சந்தை *(Yiwu International Trade Market)* வியாபாரிகள் கவலையாக இருக்கிறார்கள். காரணம் அமெரிக்க அதிபர் ட்ரம்ப்.

சீனாவின் கிழக்குக் கரையோர ஷாங்காய் மற்றும் நிங்போ துறைமுகங்களுக்கு அருகில் உள்ளபடியால் 'யிவு' நகரம் முக்கியத்துவம் பெற்றது. உலகின் தொழிற்சாலை சீனா என்றால், அதன் பட்டுவாடா நிலையம் 'யிவு'. சீனாவின் பல பகுதிகளிலிருந்தும் வாடிக்கையாளர்களுக்கான பொருட்கள் 'யிவு' சந்தைக்கு வந்து, அங்கிருந்து உலகெங்கும் அனுப்பிவைக்கப்படும். இந்தச் சந்தை, 1500 ஏக்கர் அளவில் பரவியிருக்கிறது. இங்கே 75,000க்கும் அதிகமான சிறிய பெரிய கடைகள் இருக்கின்றன. நிற்க.

இன்று அமெரிக்கா, சீனா இடையில் நடக்கும் பொருளாதாரச் சண்டையில் முக்கியமான கதாபாத்திரமாகத் தொடர்ந்து இருக்கும் டிக்-டாக்கைப் போலவே இதுவும் ஓர் செயலி. இதன் பெயர் டெமு *(Temu)*.

சீன நிறுவனமான பி.டி.டி. ஹொல்டிங்ஸ் உலகின் பல நாடுகளில் அவர்களது இணையச் சந்தைத் தளங்களை 2015ஆம் ஆண்டிலிருந்து நடத்திவருகிறது. அவர்களது அமெரிக்க இணையச் சந்தையின்

பெயர்தான் டெமு. இது செப்டம்பர் 2022இல் தொடங்கப்பட்டது. அமெரிக்காவில் எண்ணிலடங்கா இணையச் சந்தைகள் இருக்கின்றன. அவற்றில் தங்களை அடையாளப்படுத்த வழக்கமாக அமெரிக்க நிறுவனங்கள் பலவும் செய்வதைச் செய்தது டெமுவும். உடனடியாக எல்லோரின் கவனத்தையும் பெற, அமெரிக்கக் கால்பந்துகள் போட்டியான சூப்பர் பௌலில் அதிகப்படியான விளம்பரங்களைச் செய்தது. அதற்கு அடுத்த ஆண்டும் (பிப்ரவரி 2024) இதை விட அதிகமாக, 150 இலட்சம் அமெரிக்க டாலர்கள் மதிப்பில் அதே சூப்பர் பௌலில் விளம்பரம் செய்தார்கள். பல அமெரிக்கப் பேரவை உறுப்பினர்கள் இந்த விளம்பரங்களைத் தடை செய்யச் சொன்னார்கள் என்றால் இதில் இருக்கும் அரசியலைப் புரிந்து கொள்ளலாம்.

அமெரிக்காவைத் தாண்டிப் பல ஐரோப்பா, ஆசிய, ஆப்பிரிக்க நாடுகளிலும் டெமு இருக்கிறது. இந்தியாவில் டெமு செயலியைப் பயன்படுத்தி பொருட்கள் வாங்க முடியாது.

டெமுவுக்கு அமெரிக்காவில் மட்டும் பத்துக் கோடிக்கும் அதிகமான பயனர்கள் இருக்கிறார்கள். அமெரிக்கர்கள் டெமுவின் மூலம் வாங்கும் பெரும்பாலான பொருட்கள் 'யிவு' சந்தையிலிருந்து தபால் வழியாக அமெரிக்காவிற்கு அனுப்பப்படுகிறது. அப்படி அனுப்பும் பொட்டலங்களின் மதிப்பு 800 அமெரிக்க டாலருக்குக் குறைவாக இருந்தால் சுங்க வரி இல்லாமல் அமெரிக்கா அனுமதித்தது. காரணம் குறைவான வரியில் வரும் கோடிக்கணக்கான பொட்டலங்களைப் பிரித்துச் சோதிக்கவே பெரும் செலவு ஆகும் என்பதால். இந்த வரிச் சலுகையை அதிபர் ட்ரம்ப் நீக்கிவிட்டார். இதனால் 'யிவு' சந்தையின் வியாபாரம் சரிவடைந்து வருகிறது, இதுவே அவர்களது கவலையின் காரணம்.

அலிபாபாவின் அலி-எக்ஸ்பிரஸ்ஸை விட மலிவான விலையில் பொருள்களை டெமுவில் வாங்கலாம். அது எப்படி?.

அமெரிக்காவின் வால்-மார்ட் தங்களின் ஒட்டு மொத்த வாங்கும் திறனைக் கொண்டு பொருட்களைத் தயாரிக்கும் நிறுவனங்களிடம் அழுத்தமாகப் பேரம் பேசும். வால்-மார்ட் பல இலட்சம் எண்ணிக்கையில் பொருட்களை முன் கூட்டியே ஆர்டர் கொடுத்து வாங்குவார்கள் என்பதால் அவர்களும் மிகக் குறைந்த விலையை

அளிப்பார்கள். அப்படி வாங்கிய பொருட்களைத் தங்களின் கிடங்குகளில் வைத்து, விற்கும் வால்-மார்ட்.

அலி-எக்ஸ்பிரஸ்ஸோ விற்பனையாளர்களையும் வாடிக்கையாளர்களை இணைக்கின்ற சந்தையாக மட்டுமே இயங்குகிறது. அவர்கள் எதற்கும் விலை பேசவோ, எதையும் முன்கூட்டியே வாங்கி, கிடங்குகளில் வைத்திருக்கவோ மாட்டார்கள். தங்கள் கட்டணத்தால் விலை ஏறக் கூடாது என்பதில் கவனமாக இருக்கும் அலி-எக்ஸ்பிரஸ்.

இந்த இரண்டு மாதிரிகளையும் இணைத்து ஒரு கலவையாகச் செய்கிறது டெமு. தங்களின் செயலியில் வரும் ஆர்டர்களை ஒன்றிணைத்து, 'எதிர் ஏலம்' மூலம் எந்த உற்பத்தியாளர் மிகக் குறைந்த விலையை அளிக்கிறாரோ அவர்களின் பொருட்களை மட்டுமே டெமு செயலியில் காட்டும். அதைப் பார்த்து வாடிக்கையாளர் வாங்கியவுடன் விற்பனையாளர் சீனாவிலிருந்து நேரடியாக அமெரிக்காவில் இருக்கும் வாடிக்கையாளருக்குப் பொருட்களை அனுப்புவார். அதோடு மற்ற சந்தைகளைவிடக் குறைவான விலையில் விற்பனையாளர்கள் தங்களின் செயலி மூலம் விற்கக் கட்டாயப்படுத்துகிறது டெமு. சில வகையான பொருட்கள் இப்படி ஒவ்வொன்றாக இல்லாமல், கூட்டாக அமெரிக்காவில் இருக்கும் 'குடும்ப' கிடங்குகளுக்கு அனுப்பப்படும். இவை அமெரிக்காவில் வசிக்கும் சீனர்கள் அவர்களது வீடுகளில் நடத்தும் சிறிய கிடங்குகள். வரும் ஆர்டர்களை இவர்களே கட்டி, தபால் தலை ஒட்டி பயனர்களுக்கு அனுப்புவார்கள். இதற்காக டெமு இவர்களுக்குச் சிறிய கட்டணம் அளிக்கும்.

டெமு நிறுவனத்தின் உரிமையாளர் கோலின் ஹுவாங் *(Colin Huang)*. ஹாங்ஜோ நகரில் தொழிற்சாலைத் தொழிலாளர்களான பெற்றோருக்கு மகனாகப் பிறந்தார் கோலின். டீப்சீக் ஏ.ஐ. நிறுவனர் லியாங் வென்ஃபெங் *(Liang Wenfeng)* படித்த புகழ் பெற்ற ஜெஜியாங் *(Zhejiang)* பல்கலைக்கழகத்தில் இவரும் தனது கணினி அறிவியல் படிப்பைப் படித்தார். அங்கிருந்து அமெரிக்கா சென்றவர், 2004இல் விஸ்கான்சின் பல்கலைக்கழகத்தில் கணினி அறிவியலில் முதுகலைப் பட்டம் பெற்றார். அங்கேயே கூகுள் மற்றும் மைக்ரோசாப்ட் நிறுவனங்களில் பயிற்சி பொறியாளராகப் பணியாற்றினார். படிப்பு முடித்து சீனா திரும்பி கூகுளில் பொறியாளராகச் சேர்ந்தார்.

அடுத்த ஆண்டு இவர் தொடங்கிய ஓயுகூ *(Ouku)* இணையச் சந்தையை, 2010இல் விற்று கோடீஸ்வரராக ஆனார். அடுத்த சில ஆண்டுகளில் இவர் தொடங்கிய இணைய வழி விவசாயப் பொருட்கள் விற்கும் நிறுவனம் பி.டி.டி. ஹொல்டிங்ஸ். தற்போது ஃபோர்ப்ஸ் சீனா பணக்காரர்கள் பட்டியலில் நான்காவது இடத்தில் இருக்கிறார் கோலின்.

அமெரிக்காவிலும் மற்ற பல நாடுகளின் ஒழுங்குமுறை அதிகாரிகளும் டெமுவில் விற்கப்படும் பொருள்களின் தரம் மோசமாக இருப்பதாக விசாரித்து வருகிறார்கள். அதோடு பல நாடுகளில் டெமுவிற்கும் இவர்களது சீன போட்டியாளரான ஷீன் *(Shein)* நிறுவனத்திற்கும் சட்டப் பூசல்கள் நடைபெற்று வருகின்றன.

இந்தியாவில் இல்லாவிட்டாலும் இந்தியாவில் இயங்கும் பல இணைய வணிகத்தில் டெமுவின் தாக்கத்தைப் பார்க்கலாம். மிக விலைக் குறைந்த பொருட்களில் இவர்கள் கவனம் செலுத்தத் தொடங்கியது டெமுவின் வரவுக்குப் பிறகுதான். டெமுவின் வளர்ச்சி, புதுமையான இணைய வணிக மாதிரிகள் வந்து கொண்டே இருக்கும் என்று நமக்கு உணர்த்துகிறது. பயனர்களுக்குக் கொண்டாட்டம் தொடர்கிறது.

23. உண்மையாக இரு

பிரபல இந்தி திரைக்கலைஞர் அனன்யா பாண்டே சில மாதங்களுக்கு முன்னர் தனது மன அழுத்தத்தைப் பற்றிப் பேசும் போது "சமூகவலைத்தளங்களில் யாருமே அவர்களது தோல்விகளைப் பகிர்வதில்லை" என்றார். ஒவ்வொரு நாளும் நமது அன்றாட வாழ்க்கையை மிகைப்படுத்தியே நாம் இச்செயலிகளில் பகிர்கிறோம் அந்தக் கட்டாயத்தினாலேயே மன அழுத்தம் வருகிறது என்பதைக் குறிக்கும்வண்ணம் இதைச் சொன்னார் அனன்யா.

இந்த நவீன உலகில், சமூக வலைத்தளங்களும் வேண்டும், அதில் நிஜமும் வேண்டும் என்றால் அது சாத்தியமா? சாத்தியம் என்று செய்து காட்டியிருக்கிறார்கள் "காதலுக்கான மொழியை" கொண்ட பிரான்ஸ் நாட்டினர் இருவர். பாரிஸ் நகரில் 'அலெக்சிஸ் பாரியாட்' *(Alexis Barreyat)* மற்றும் 'கெவின் பெரோ'வால் 2020ஆம் ஆண்டில் வெளியிடப்பட்ட செயலி "பீ-ரியல்" *(BeReal)*. உண்மையாக இரு என்பதைக் குறிக்கும் பெயர் இது. "பீ-ரியல்" செயலியின் நோக்கமே உங்களது அன்றாட வாழ்வின் ஒரு யதார்த்தமான தருணத்தைப் படமாக உங்களுக்கு விருப்பமானவர்களோடு பகிர்வது மட்டுமே.

இதற்கு முன்னர் அலெக்சிஸ் பாரியாட், கோ-பிரோ *(GoPro)* கேமரா நிறுவனத்தின் ஜெர்மன் கிளையில் வேலை செய்தார். அங்கே உலகத்தின் பல பகுதிகளில் நடக்கும் வித்தியாசமான

நிகழ்ச்சிகளையும், விளையாட்டுப் போட்டிகளையும் படம்பிடிப்பதைத் தயாரிக்கும் பொறுப்பில் இருந்தார். அப்போது வழக்கில் இருந்த சமூக செயலிகள் பயனர்களை அடிமையாக மாற்றிவிடுவதைப் பார்த்த அலெக்சிஸ் தனது கல்லூரி நண்பரான கெவினுடன் சேர்ந்து உருவாக்கியது "பீ-ரியல்".

இன்ஸ்டாகிராம், ஸ்னாப்சாட், டிக் டாக் போன்ற செயலிகளைப் போல பீ-ரியலும் ஒரு சமூக வலை செயலியே. ஆனால் வித்தியாசமானது. எப்படி?

"பீ-ரியல்" செயலியை நிறுவியவுடன் உங்களின் தற்போதைய படத்தைப் பதிவிட்டால் மட்டுமே, உங்களின் நண்பர்களும் மற்றவர்களும் பகிர்ந்த படங்களைப் பார்க்க முடியும். ஒரு நாளில் ஒரு முறை மட்டுமே பகிர முடியும். அதுவும் ஒவ்வொரு நாளும் ஏதோ ஒரு சமயத்தில் செயலியிலிருந்து ஓர் அறிவிப்பு வரும். அறிவிப்பு வந்த இரண்டு நிமிடங்களில் நீங்கள் இருக்கும் இடத்தையும், உங்களையும் சேர்த்து, படங்களாக எடுத்துப் பகிர வேண்டும். உங்களையும் நீங்கள் பார்ப்பதையும் சேர்த்து ஒரே சமயத்தில் எடுக்க உங்கள் செல்பேசியின் முன், பின் கேமராக்களை இயக்கி படம் எடுக்கச் செய்கிறது பீ-ரியல். பகிர்ந்தவுடன் உங்கள் நண்பர்கள் பகிர்ந்த படங்களைப் பார்க்கலாம்.

ஏதோ காரணமாக இரண்டு நிமிடங்களுக்குள் படம் எடுத்து அனுப்பவில்லை என்றால் சில மணி நேரம் கழித்துக் கூட அனுப்பலாம். ஆனால் நீங்கள் பகிரும் வரை அடுத்தவர்கள் பகிர்ந்த படங்களைப் பார்க்க முடியாது. அதோடு நீங்கள் எவ்வளவு மணி நேரம் தாமதமாகப் பகிர்கிறீர்களோ அதை உங்கள் பெயரின் கீழே, படத்திற்கு மேல் தெளிவாகக் காட்டிவிடும். இதனால் உடனடியாக உங்களின் படத்தைப் பகிர விரும்புவீர்கள். கொடுக்கப்படும் இரண்டே நிமிடங்களில் தலைவாரி, இஸ்திரி போட்ட சட்டையைப் போட்டு, மேஜையை அடுக்கி எல்லாம் போலியாக உங்களைக் காட்டிக் கொள்ள முடியாது. இன்ஸ்டாகிராம் போன்ற செயலிகளில் இருக்கும் தோற்றத்தை மாற்றும் பில்டர்கள் எதுவும் இங்கே கிடையாது, அதனால் உள்ளது உள்ளபடியே பகிர வேண்டும். எடுத்த படம் பிடிக்கவில்லை என்றால் வேறு எடுக்கலாம், ஆனால் பகிர்ந்த படம் இப்படி எத்தனாவது முறையில் எடுக்கப்பட்டது என்பதும்

படத்தின் கீழே காட்டப்படும். இந்தக் கட்டுப்பாடுகள் எல்லாம் உங்களின் அன்றாட வாழ்வை மெருகேற்றாமல், உண்மையாகப் பகிரச் செய்யும் முயற்சிகளே.

அடுத்ததாக, "பீ-ரியல்" செயலியில் நீங்கள் நண்பர்கள் என்று தேர்வு செய்தவர்களைத் தாண்டி டிஸ்கவரி என்கிற பக்கத்தில் எல்லாப் பயனர்களும் அவரவர் பகிர்ந்த படங்களையும் பார்க்கலாம். நீங்கள் பார்க்கும் படங்களின் கீழே, விருப்பக் குறியிடலாம், உங்களின் கருத்துக்களை எழுதலாம். இதுவரை நீங்கள் பகிர்ந்த உங்களின் நினைவுகளை ஒரே பக்கத்தில் பார்க்கலாம்.

உங்களின் உண்மையான பதிவு "பீ-ரியல்" என்று விளம்பரம் செய்தார்கள். மேலும் உங்களின் பதிவுகளின் மூலம் உங்களைப் புகழ்பெறச் செய்வது செயலியின் நோக்கமல்ல என்றும் சொன்னார்கள்.

தொடங்கிய அடுத்த ஆண்டே அமெரிக்காவின் இரண்டு முன்னணித் தொழில் முனைவு முதலீட்டாளர்களிடம் இருந்து முப்பது இலட்சம் அமெரிக்க டாலர்கள் முதலீடு வந்தது. இருந்தும் 2022ஆம் ஆண்டு வரை "பீ-ரியல்" செயலியை யாரும் கண்டுகொள்ளவில்லை. அதற்கு முன்னதாக இரண்டு ஆண்டுகளாக அதாவது பெருந்தொற்றில் எல்லோருமே இன்ஸ்டாகிராம், டிக் டாக் என்று பார்த்துப் பழகியதால் அந்தப் போலித்தனம் இளைஞர்களைச் சலிப்படையச் செய்திருந்தது.

புதிதாக ஏதாவது இருக்கிறதா என்று தேடியவர்கள் கண்ணில்பட்டது "பீ-ரியல்". அந்த ஓர் ஆண்டில் மட்டுமே அசுர வளர்ச்சியடைந்தது செயலி. ஆண்டு இறுதியில் சுமார் நான்கு கோடி பயனர்கள் எண்ணிக்கையைத் தாண்டியது. ஆப்பிள் நிறுவனத்தின் புகழ்பெற்ற 2022ஆம் ஆண்டுக்கான ஐபோன் செயலியாகத் தேர்வு செய்யப்பட்டது "பீ-ரியல்".

அடுத்த ஓர் ஆண்டுக்கு அமெரிக்கா, பிரான்ஸ், ஆஸ்திரேலியா போன்ற பல நாடுகளிலும் இருபது வயதினர்களிடம் அதிகமாகப் பிரபலமானது "பீ-ரியல்". ஜப்பான் நாட்டை தவிர்த்து ஆசியாவிலும், ஆப்பிரிக்காவில் கால்பதிக்க முடியவில்லை. அமெரிக்காவில் இவர்களுக்கு இருக்கும் சுமார் நாற்பது இலட்சம் பயனர்களில் பாதிக்கும் (58%) அதிகமானோர் பெண்கள், இது இன்ஸ்டாகிராமைவிடச் சிறிது அதிகம்.

எல்லாம் நன்றாகப் போய்க் கொண்டிருந்தது, ஆனால் வருமானம் எப்படி ஈட்டுவது என்பது பிடிபடவில்லை. செயலில் அன்றைக்கான அறிவிப்பு வந்த இரண்டு நிமிடங்களில் படம் பகிர வேண்டும் என்பது நல்ல நோக்கமாக இருந்தாலும், இன்றைய இளைஞர்கள் அதை அதிகாரத்தின் வெளிப்பாடாகப் பார்த்தார்கள். இதனால், பிரபலமான வேகத்திலேயே, பயனர்களின் பயன்பாடு குறையத் தொடங்கியது. 2024ஆம் ஆண்டு வூடூ (Voodoo) என்கிற நிறுவனம் "பீ-ரியல்" செயலியை ஐந்நூறு மில்லியன் யூரோவுக்கு வாங்கியது.

இவர்கள் வாங்கிய அதிர்ஷ்டம், எதிர்பாராவிதமாக ஜப்பான் நாட்டில் "பீ-ரியல்" பிரபலமாகியது. மார்ச் 2025இல் நிறுவனத்தின் தற்போதைய தலைவர் ஆய்மரிக் ரோஃப் (Aymeric Roffe) அளித்த பேட்டியில் அமெரிக்காவிற்கு அடுத்தபடி அதிகமான எண்ணிக்கையில் ஜப்பானியர்கள் "பீ-ரியல்" செயலியைப் பயன்படுத்துகிறார்கள் என்றார். அங்கே இருக்கும் பயனர்களில் பெரும்பாலானவர் 14வயதில் இருந்து 27வயதுக்கு உட்பட்டவர்கள். இதில் 90 சதவிகிதத்திற்கு மேலானவர்கள் அதிகளவில் படங்களைப் பகிர்கிறார்களாம்.

உண்மையை எந்தளவு மக்கள் விரும்புகிறார்கள் என்பதைப் பொறுத்திருந்து பார்க்கலாம்.

24. நீல வானம்

ஜில்லா படத்தில் மோகன்லால் ஒரு பெரிய ரவுடி. அவருடைய செயல்களினால் வரும் பாதிப்புகளைப் பார்த்துத் திருந்தும் மகனாக வரும் விஜய், தந்தையை எதிர்த்து வேலை செய்வார். இந்தக் கதையைப் போன்றது, ட்விட்டர் (தற்போது எக்ஸ்) நிறுவனத்தால் தொடங்கப்பட்ட "ப்ளூஸ்கை" செயலியின் கதை.

ப்ளூஸ்கை செயலியை இன்று பார்ப்போருக்கு, அது ஏன் ட்விட்டரைப் போலவே இருக்கிறது என்று தோன்றும், அதற்குக் காரணம் ப்ளூஸ்கையைத் தோற்றுவித்தது ட்விட்டர் என்று விளக்கினால் புரிந்துவிடும்.

ட்விட்டர் நிறுவனரான ஜாக் டோர்சி, அதன் தலைவராக இரண்டாம் முறையாக 2015ஆம் ஆண்டு வந்தார். அப்போதே அவர் ட்விட்டர் வடிவமைப்பில் இருந்த முக்கியமான பிரச்சனையாகச் சொன்னது, அதன் மையப்படுத்தப்பட்ட வழங்ககங்களைத்தான் (கணினி சர்வர்கள்). ட்விட்டரின் எல்லாச் செயல்களையும், தரவுகளையும் ஒரே அதிகாரத்தின் கீழே வைத்திருப்பதுதான் அதன் தலையாய பிரச்சனை என்றார் ஜாக்.

அந்தக் காலத்தில் ட்விட்டர் அமெரிக்கச் சமூக முறைகளையும், பொய்ச் செய்திகளையும் பரப்புகிறது எனப் பல நாட்டினரும் குற்றம் சொன்னார்கள். அதோடு நிற்காமல் ஒவ்வொரு நாடும் அவர்களுக்குப் பிடிக்காத கீச்சை (ட்விட்) மறைக்கச் சொன்னார்கள்.

இப்படி வரும் வேண்டுகோள்களை ஏற்று, குறிப்பிட்ட கீச்சை மறைத்தால் இன்னொரு நாடோ அல்லது இன்னோர் அமைப்போ குற்றம் சொன்னது. ஒரு கட்டத்தில் இந்தத் தணிக்கைகளே ட்விட்டரின் தலைவலியானது. பல நாடுகளின் சட்டத்துறைகளும் நிறுவனத்தை விசாரிக்கத் தொடங்கின. இருந்தும் ட்விட்டரின் பிரபலத்தால் யாராலும் வேறு ஒன்றுக்கு மாற முடியவில்லை.

இப்படி இருக்கையில் இதைத் தீர்க்க 2019ஆம் ஆண்டு ஜாக் தொடங்கியது ப்ளூஸ்கை *(Bluesky)*. அப்போது தான் ட்விட்டரின் தலைவராக இருந்தாலும், வருங்காலத்தில், ட்விட்டரும் இதில் ஓர் உறுப்பினர் என்கிற (குறைந்த) நிலைக்கு வந்துவிடும் என்றார் ஜாக்.

ஜாக்கைப் பற்றி ஓரிரு விசயங்களைப் பார்க்கலாம். நண்பர்கள் மூவரோடு ட்விட்டரைத் தொடங்கிய ஜாக், கடந்த இருபது ஆண்டுகளில் இன்னும் சில நிறுவனங்களைத் தொடங்கி வெற்றி பெற்றவர். இவர் தொடங்கிய ஸ்கொயர் செயலி மூலமாகவே இன்று அமெரிக்காவில் பெருவாரியான சிறு கடைகளில் பணம் பெறப்படுகிறது. இந்திய யோகா மற்றும் தியான முறைகளில் அதிக ஆர்வமுள்ளவர் ஜாக். தினமும் காலையில் தியானமும், விபாசன யோகாவும் செய்வதாகப் பல பேட்டிகளில் சொல்லியுள்ளார். 2018ஆம் ஆண்டு 2500 ஆண்டுகள் பழமையான தியான முறை பயிற்சிகளைக் கற்றுக்கொள்ள, பர்மா நாட்டில் இருக்கும் புத்த மடத்திற்குச் சென்றார். அங்கே இருந்த பத்து நாள்களும் அவர் எதையும் படிக்கவில்லை, யாரோடும் பேசவில்லை, பாடல்கள் கேட்கவில்லை, உடற்பயிற்சி செய்யவில்லை, ஏன் அடுத்தவர் கண்களைக்கூடப் பார்க்காமல், தொடர்ந்து 17 மணி நேரம் தியானத்தில் இருந்திருக்கிறார்.

ப்ளூஸ்கை திட்டத்தை அறிவித்து ஜாக் வெளியிட்ட கீச்சில், இந்த முயற்சிக்காக ஐந்து திறமையான ஆராய்ச்சியாளர்களை ட்விட்டர் வழங்கும், அவர்கள் சுதந்திரமாகச் செயல்படுவார்கள் என்றார். இவர்கள் என்ன செய்வார்கள் என்ற கேள்விக்கு, முக்கியமாக அவர்கள் பரவலாக்கப்பட்ட வழங்ககங்களைக் கொண்டு செயல்படும் ஒரு சமூக ஊடகத்தை வடிவமைப்பார்கள், அல்லது ஏற்கெனவே இருக்கும் முறைகளை அடையாளம் காட்டுவார்கள் என்றார் ஜாக்.

பரவலாக்கப்பட்ட வழங்ககங்கள் முறை என்றால் என்ன? இன்றைக்கு நாம் பயன்படுத்தும் பேஸ்புக், ட்விட்டர் போன்ற சமூக வலைத்தளங்களாகட்டும், ஜிமெயில் போன்றவையாகட்டும் இவை இயங்குவது அந்தந்த நிறுவனங்களின் மேகக் கணிமைகளின் உதவியால். இவை பல நாடுகளில் பல இடங்களில் பல வகைகளில் இருந்தாலும், இவற்றை இயக்கும் அதிகாரம் ஓர் இடத்தில் இருக்கும். இதற்கு மாற்றாகப் பலரும் பல வழங்ககங்கள் உதவியால் இயக்கக்கூடிய சேவை முறைதான் மையப்படுத்தப்படாத முறை அல்லது பரவலாக்கப்பட்ட முறை. ப்ளூஸ்கைக்கு சில ஆண்டுகளுக்கு முன்பே இத்தகைய முயற்சி ஜெர்மனியில் தொடங்கியது. இன்றும் பல இலட்சம் நபர்கள் பயன்படுத்தும் மாஸ்டோடன் (Mastodon) என்கிற சமூக வலைத்தளம் இப்படியான பரவலாக்கப்பட்ட முறையில் இயங்குகிறது. ஆனால் மாஸ்டோடன் உருவாக்கிய கட்டமைப்புகளைத் தவிர்த்து புதிதாகச் செய்தது ப்ளூஸ்கை.

ஜாக்கின் அறிவிப்பைத் தொடர்ந்து இரண்டாண்டுகளுக்கு ஆராய்ச்சி முயற்சியாகவே இருந்தது ப்ளூஸ்கை. 2021ஆம் ஆண்டு "ஜே கிராபர்" என்பவர் எழுதிய பரவலாக்கப்பட்ட கட்டமைப்புகள் என்கிற கட்டுரையைப் படித்த ஜாக், அவரை தனது ப்ளூஸ்கை முயற்சிக்குத் தலைவராக நியமித்தார். சுவிஸ் நாட்டை பூர்வீகமாகக் கொண்ட தந்தை, மற்றும் சீனத் தாயாருக்கு மகளாக 1991ஆம் ஆண்டு அமெரிக்காவின் ஓக்லஹோமாவில் பிறந்தவர் ஜே கிராபர். சீனக் கலாசாரப் புரட்சியின் கொடுமையைப் பார்த்த இவருடைய தாயார் தனது மகளுக்கு வைத்த சீன பெயர் லான்டியன், அதாவது எல்லையில்லா சுதந்திரம் என்பதைக் குறிக்கும் வகையிலான "நீல வானம்". பின்னர் இந்தப் பெயரைக் கொண்ட நிறுவனத்தை இவர் தலைமை ஏற்று நடத்துவர் என்று நிச்சயம் அன்று அந்தத் தாய்க்குத் தெரிந்திருக்காது.

பென்சில்வேனியா பல்கலைக்கழகத்தில் அறிவியல் இளங்கலை படிப்பை முடித்தார் ஜே கிராபர். மாணவர்கள் தங்களின் நேரத்தைப் பயன்படுத்திப் படிப்புக் கட்டணத்தைக் கட்டும் முறையை எளிதாக்க ஓர் இணைய வங்கியை யுபென்னில் படிக்கும் போது உருவாக்கிக் கவனத்தைப் பெற்றார் ஜே. அதற்குப் பிறகு மென்பொருள் உலகில் தலைசிறந்த மையப்படுத்தப்படாத

முறையில் இயங்கும் பிட்காயின் (*Bitcoin*) அகழ்வு செய்யும் நிறுவனத்தில் பொறியாளராகச் சேர்ந்தார். அதற்குப் பிறகு ப்ளூஸ்கை தலைவர் பதவி.

2022ஆம் ஆண்டு ட்விட்டரிலிருந்து முழுவதுமாகப் பிரிந்த ப்ளூஸ்கையை வழி நடத்த, ஜே அதே பெயரில் நிறுவனத்தைப் பதிவு செய்தார். மற்ற நிறுவனங்கள், பங்குதாரர்களின் நலனைக் காக்க வேலை செய்யும், ஆனால் ப்ளூஸ்கை சோஷியல், ஒரு பொது நலன் கம்பெனி. இது தன்னார்வ நிறுவனம் இல்லை, இருந்தும் சமுதாயத்திற்குக் குறிப்பிட்ட நல்லதைச் செய்வோம் என்ற உறுதியைக் கொண்டு நிறுவப்படும் நிறுவனங்கள் இவை இந்தியாவில் இவ்வகை நிறுவன முறைகள் இது வரை இல்லை. இதே ஆண்டுதான் இலான் மஸ்க் ட்விட்டர் நிறுவனத்தை பல ஆயிரம் கோடி ரூபாய் கொடுத்து வாங்கினார். அங்கே அவர் செய்த மாற்றங்களைக் கண்டு பலரும் ப்ளூஸ்கை நோக்கி நடந்தார்கள். இதன் உருவாக்கமும் வேகம் எடுத்தது.

அதுவரை குறிப்பிட்ட சிலருக்கு மட்டுமே என்று இருந்த ப்ளூஸ்கையைப் பலருக்கும் திறந்துவிட்டார் ஜே. ப்ளூஸ்கை செயலி, அதன் பின்னணி சேவைகள் என்று எல்லாவற்றையும் திறமூல வடிவில் வெளியிட்டார். ட்விட்டரிலிருந்து பிரிந்த பின்னர் நிதிக்குத் தடுமாறிய நிறுவனத்திற்குப் பலர் முதலீடுகளைச் செய்தார்கள். இதுவரை ப்ளூஸ்கை செயலியில் விளம்பரங்கள் கிடையாது. வருங்காலத்தில் கூடுதல் சேவைகளுக்குச் சந்தா வசூலிக்கலாம் என்று சொல்லியுள்ளார் ஜே. அப்படி நடந்தாலும் அதை விரும்பாதவர்கள் மாற்று மென்பொருளை, கணிமைகளைக் கொண்டு ப்ளூஸ்கை வலையில் இணையலாம், செய்திகளைப் பகிரலாம். இதுவே ப்ளூஸ்கையின் முக்கியமான தனிச்சிறப்பு.

2024ஆம் ஆண்டு ஜேவுடன் ஏற்பட்ட கருத்து வேறுபாட்டைத் தொடர்ந்து, நிறுவனத்தின் இயக்குநர்கள் அமைப்பின் தலைவர் பதவியிலிருந்து விலகுவதாக அறிவித்தார் ஜாக்.

பெருநிறுவனங்களின் கட்டுப்பாடுகள், அரசாங்கங்களின் அடக்குமுறைகளுக்கு மாற்றாக வந்திருக்கும் ப்ளூஸ்கை செயலிக்கு 2025ஆம் ஆண்டில் சுமார் மூன்று கோடி பயனர்கள் இருக்கிறார்கள், இது வேகமாக வளர்ந்து வருகிறது.

25. AI உலகின் ஏஜெண்ட் கண்ணாயிரம்

அமெரிக்காவே அந்தப் புதிய செயற்கை நுண்ணறிவு (ஏ.ஐ.) நிறுவனத்தைத் திரும்பிப் பார்த்தது. காரணம் விண்ட்சர்ஃப் (*Windsurf*) என்கிற இந்த நிறுவனத்தைச் சுமார் இருபத்தைந்தாயிரம் கோடி ரூபாய் கொடுத்து ஓபன்ஏஐ (சாட்ஜிபிடி) நிறுவனம் வாங்குவதாக அறிவித்தது. அப்படி என்ன மந்திரம் இருக்கிறது விண்ட்சர்ஃப் செயலியில்?

இன்று செயற்கை நுண்ணறிவைக் கொண்டு கட்டுரைகளை, படங்களை உருவாக்கச் சொல்கிறோம். சிறியளவு மென்பொருள் நிரல்களையும் கூட எழுதச் சொல்ல முடிகிறது. ஆனால் தேர்ந்த மென்பொருள் பொறியாளரைப் போலவே இயற்றறிவு செயல்பட முடியுமா? முடியும் என்று செய்து காட்டிய செயலிதான் விண்ட்சர்ஃப். இதை உங்கள் கணினியில் நிறுவி நீங்கள் மனத்தில் நினைத்த ஒரு மென்பொருளுக்கான குறிக்கோள்களையும், எப்படிச் செயல்பட வேண்டும் என ஓரிரு வரிகள் ஆங்கிலத்தில் சொன்னால் போதும். முழு மென்பொருளையும் எழுதிக் கொடுத்துவிடும். அதோடு, குறிப்பிட்ட நிரலைப் பற்றி நீங்கள் கேட்கும் எல்லாக் கேள்விகளுக்கும் ஒரு தகுதியான உதவியாளரைப் போலப் பதில் சொல்லும்.

ஒரு துளிர்த்தொழில், சூழ்நிலைகளுக்கு ஏற்ப தங்களைப் புதுப்பித்துக் கொள்ள வேண்டும் என்பதற்கு உதாரணம் விண்ட்சர்ஃப்

நிறுவனம். இது 2021ஆம் ஆண்டு தொடங்கப்பட்டபோது இதன் பெயர் எக்ஸாபங்க்ஷன் *(Exafunction)*. கணினியில் இருக்கும் வன்பொருளான ஜி.பி.யு.க்களை *(GPU)* ஆயிரக்கணக்கில் கட்டமைத்து, சிறப்பாக வேலைவாங்குவது இவர்களின் சேவை. சுலபமாகப் புரிந்து கொள்ள, உங்களுக்கு வேண்டிய வகை ஜி.பி. யு.க்களை, வேண்டிய எண்ணிக்கையில், வேண்டிய சமயத்தில் மட்டும் வாடகைக்குக் கொடுக்கும் சேவை. வெறும் எட்டு நபர்கள் மட்டுமே வேலை செய்தாலும், வியாபாரம் பெருகத் தொடங்கியது. ஆனாலும், நிறுவனர்களுக்குத் தெளிவாகத் தெரிந்தது, நாம் இதில் பெரியளவில் மதிப்புக் கூட்டு எதுவும் செய்யவில்லை என்று. அதைச் செய்வது எங்கே என்று யோசித்தபோது தோன்றியது ஏ.ஐ.யைப் பயன்படுத்தி உருவாக்கக் கூடிய புதிய செயலிகள்.

அடுத்த ஆண்டே *Exafunction*, கோடியம் *(Codeium)* என்று மாறியது. இதன் பெயரே நிரலிகள் தொடர்புடையது என்பதை உணர்த்தியது. ஆம், அப்போது வரத் தொடங்கியிருந்தது மைக்ரோசாப்டின் கிட்-ஹப் கோபைலட் *(Github Copilot)* என்கிற வசதி. இது செயற்கை நுண்ணறிவைக் கொண்டு, அவர்களின் விஷுவல் ஸ்டுடியோ கோடு *(Visual Studio Code)* பொறியாளர்கள் செயலியில் நிரலாக்கங்களில் உதவியது ஆச்சரியமாகப் பார்க்கப் பட்டது. நினைவில் கொள்ளவும், தற்போது பிரபலமாக இருக்கும் சாட்ஜிபிடி தளம் அப்போது வந்திருக்கவில்லை அதற்கு இன்னும் பல மாதங்கள் இருந்தன. கிட்-ஹப் கோபைலட்டைப் பார்த்துக் கவரப்பட்டு உருவானது கோடியம்.

கிட்-ஹப் கோபைலட்டைப் பயிற்றுவிக்க மைக்ரோசாப்ட் எந்தத் தரவுகளைப் பயன்படுத்தினார்கள் என்பதை ரகசியமாக வைத்திருக்கிறது. ஆனால் கோடியம், திற மூல நிரல்கள், அதுவும் அனுமதிக்கப்பட்ட சட்டங்களைக் கொண்ட திட்டங்களை மட்டுமே எங்கள் ஏ.ஐ. மாதிரிகள் கற்றுக் கொள்ளப் பயன்படுத்துகிறோம் என்கிறார்கள். இதுவே இவர்களின் முக்கியமான அம்சம். அடுத்தது, குறிப்பிட்ட சில துறைகளில் இருக்கும் நிறுவனங்கள், அவர்கள் பயன்படுத்தும் ஏ.ஐ. மாதிரிகள் அடுத்தவர் மேகக் கணினியிலிருந்து இயங்குவதை விரும்புவதில்லை. தங்களின் தொழில் ரகசியங்கள் கசிந்துவிடும் என்று கருதுவார்கள். கோடியம் செயலியைப் பயன்படுத்தினால், அதன் பின்னணியில் இயங்கும் இயற்றறிவு (ஏ.ஐ.) மாதிரிகள் மற்றும் அதற்குத் தேவையான மென்பொருள்

கட்டமைப்பு என எல்லாமே பயனர் கணினிகளிலேயே நிறுவிக் கொள்ள முடியும். இது போன்ற ஒரு வசதியைப் பல்வேறு காரணங்களுக்காக மைக்ரோசாப்ட், கூகுள், ஓபன்ஏஐ போன்ற பெருநிறுவனங்கள் வழங்குவதில்லை.

கோடியம் வெளிவந்து ஓர் ஆண்டிலேயே சுமார் மூன்று இலட்சம் பயனாளிகளைக் கவர்ந்தது. பயன்படுத்தும் ஒவ்வொரு பொறியாளரின் 45 சதவிகித நிரல்களை கோடியமே எழுதிக் கொடுக்கிறது என்கிறது அந்த நிறுவனம். நிற்க.

நிறுவனத்தை அமெரிக்காவின் கலிபோர்னியாவில் தொடங்கியது வருண் மோகன் *(Varun Mohan)* மற்றும் அவரின் பள்ளிக்கால நண்பர் ட்க்லஸ் சென் *(Douglas Chen)*. இந்தியாவில் இருந்து வந்து அமெரிக்காவில் குடியேறிய பெற்றோர்களுக்கு கலிபோர்னியாவில் பிறந்தவர் வருண் மோகன். பள்ளிப் படிப்பு அங்கே இருக்கும் தீ ஹார்கர் பள்ளியில். இந்தப் பள்ளி, அறிவியல், கணிதம், பொறியியல் பாடங்களுக்குப் பெயர்பெற்ற ஒன்று. பள்ளியில் படிக்கும் போதே பல கணித, கணினி போட்டிகளில் பரிசுகளைப் பெற்றவர் வருண். புகழ்பெற்ற எம்.ஐ.டி. *(MIT)* பல்கலைக்கழகத்தில் தனது இளங்கலை, பின்னர் முதுகலை பட்டப்படிப்பை மின்னியல் பொறியியல் & கணினி அறிவியல் பாடங்களில் படித்தார். அடுத்து ஸ்டான்போர்டு *(Stanford)* பல்கலைக்கழகத்தில் முனைவர் பட்டமும் பெற்றார்.

படிப்பிற்குப் பிறகு நூரோ *(Nuro)* என்கிற தானியங்கி வாகன துளிர்த்தொழில் நிறுவனத்தில் வேலைக்குச் சேர்ந்தார் வருண். அதற்கு மூன்று ஆண்டுகளிலேயே தனது கனவான சொந்த நிறுவனத்தைத் தொடங்கி இன்று வென்றுவிட்டார் இளைஞரான வருண்.

கோடியம் என்கிற பெயரிலிருந்து நிறுவனத்தை விண்ட்சர்ஃப் என்று 2024 ஆம் ஆண்டு மத்தியில் மாற்றினார் வருண். காரணம் நிரல்களைத் தாண்டி மென்பொருள் கட்டமைப்பில் அனைத்து இடங்களிலும் தனது சிறகை விரிக்க வேண்டும் என்பது நோக்கம் என்றார். அதே சமயத்தில் ஏ.ஐ. துறையில் புதிதாக வந்திருந்த நுட்பம் “ஏஜண்ட்கள்” *(Agents)*. இவை செயற்கை நுண்ணறிவுக்குக் கை, கால்கள் போன்றவை எனப் புரிந்து கொள்ளலாம். ஏஜண்ட்கள் அதாவது முகவர்கள், என்பதும் மென்பொருட்கள்தான். இவற்றைப்

பயன்படுத்தி, செ.நு. நிஜ உலகை உணர்ந்து கொள்ள முடியும் உதாரணமாக ஒரு தொழிற்சாலையில் எத்தனைப் பொருட்கள் தற்சமயம் எங்கே உருவாகிக் கொண்டிருக்கிறது என்பதைத் தெரிந்து கொள்ளலாம். அதோடு முகவர்களாகச் செயல்பட முடியும், அதாவது மற்ற கணினிகளோடு, மென்பொருளோடு பேசி, தரவுகளைப் பகிர முடியும், கட்டளைகளை இட முடியும். இந்த ஏஜண்டிக் ஏ.ஐ. என்கிற திறனையும் பொறியாளர்களுக்குத் தங்களது செயலியில் வழங்கத் தொடங்கியது விண்ட்சர்ஃப்.

*2025*ஆம் ஆண்டு தொடக்கத்தில் சுமார் முந்நூறு கோடி வருமானம் ஈட்டும் நிறுவனமான விண்ட்சர்ஃப்பை ஓபன்ஏஐ *75* மடங்கு மதிப்பில் வாங்க முயன்றது. ஆனால் அடுத்த சில மாதங்களில் பல்வேறு காரணங்களால் இந்த விற்பனை கைகூடவில்லை. அதைத் தொடர்ந்து, தான் தொடங்கிய நிறுவனத்தில் இருந்து பல முக்கியப் பொறியாளர்களையும் அழைத்துக் கொண்டு வருண் கூகுளில் இணைந்தார். இது கூகுளின் தலைமைச் செயல் அதிகாரி சுந்தர் பிச்சை அவர்களின் சாதுர்யமான நகர்வாகப் பார்க்கப்படுகிறது.

இரு பெரும் நிறுவனங்கள் போட்டி போட்டுக்கொண்டு இவர்களைத் தங்களோடு இணைக்க முயன்றதே, வருண் மற்றும் அவர் குழுவினரின் திறமைக்குச் சான்று. இறுதியில், திறமையாளர்களை இழந்த விண்ட்சர்ஃப் நிறுவனத்தை, காக்னிஷன் *(Cognition)* நிறுவனம் மிகச் சொற்பத் தொகைக்குக் கையகப்படுத்தியுள்ளது.

26. உறவே, நலமா?

நம் எல்லோருக்கும் தினமும் இருக்கும் சிக்கல் இது. முன்பு எப்பொழுதோ தெரிந்திருந்த ஒருவரை இப்போது எப்படித் தொடர்பு கொள்வது? செல்பேசி தொடர்புகளில் பார்த்தால் அவருடைய எண்ணோ முகவரியோ இருக்காது. பேஸ்புக்கில் இருக்குமா? வாட்ஸ்-ஆப்பில் இருக்குமா? லிங்க்டின்னில் இருக்குமா? என்று ஒவ்வொன்றாகத் தேட வேண்டும்.

இதே பிரச்சனை நிறுவனங்களுக்கும் இருக்கிறது. ஆயிரக்கணக்கான பயனர்களின் தொடர்புகளை எப்படித் தொகுப்பது? சேமிப்பது? அவர்களுடன் எப்போது, யார், என்ன பேசினார்கள்? அவர்களுக்குக் கடைசியாக என்ன செய்தோம் என்று இது விரிவடைந்து கொண்டே போகும். இதைக் கையாள நிறுவனங்கள் "வாடிக்கையாளர் உறவு மேலாண்மை" *(CRM)* என்கிற சிறப்பு மென்பொருளைப் பயன்படுத்துகிறார்கள். இதற்கு உதாரணமாக சென்னையிலிருந்து வரும் பிரஷ்வோர்க்ஸ் *(Freshworks)*, உலகளவில் முன்னணியில் இருக்கும் சேல்ஸ்போர்ஸ் *(Salesforce)* போன்ற மென்பொருள்களைச் சொல்லலாம்.

ஆனால் தனிப்பட்ட பயனர்களுக்கு அவர்களின் அன்றாட வாழ்வில் இதுவரை தொடர்புகள் மேலாண்மைக்கு எந்தச் செயலியும் இல்லை. இதைச் செய்யக் கடந்த இருபது ஆண்டுகளில் பலரும் முயன்றிருக்கிறார்கள். ஆனால் எதுவுமே பயனர்களின்

வரவேற்பைப் பெறவில்லை. காரணம், பொதுவாக நம்மில் பலரும் அலுவலகத் தகவல்களுக்குக் கொடுக்கும் அக்கறையை நம் தனிப்பட்ட தகவல்களைச் சேமிக்கவோ, தொகுக்கவோ கொடுப்பதில்லை. அப்படிச் செய்தால் லாபம் எதுவுமில்லை என்று நினைக்கிறோம். இருந்தாலும் மக்கள் தங்களை ஆதரிப்பார்கள் என்று நம்பி, சில ஆண்டுகளுக்கு முன்னர் ஒரு செயலி வந்திருக்கிறது. அதன் பெயர் டெக்ஸ் சி.ஆர்.எம். *(Dex CRM).*

இந்தப் பெயர் வர காரணம், 1960களிலும் 70களிலும் அமெரிக்காவில் பிரபலமாக இருந்தது ரோலோடெக்ஸ் *(Rolodex)* என்கிற கருவி. முகவரிகளை, தொலைபேசி எண்களை எழுதிய அட்டைகளைச் சுழலும் சட்டத்தில் மாட்டி, சுலபமாகத் தேடி எடுக்க உதவும் கருவியின் பெயரே ரோலோடெக்ஸ். இதைப் போன்று இன்று கணினிகளில் தொடர்புகளைச் சுலபமாகக் கையாளச் செய்யும் செயலி டெக்ஸ்.

2019ஆம் ஆண்டு டெக்ஸ் நிறுவனத்தைத் தனியாளாகத் தொடங்கியவர் கெவின் சன் *(Kevin Sun).* இவர் அமெரிக்காவின் "அமைதிப் படை" என்கிற அரசாங்கத் துறையில் பகுதி நேரப் பணியாளராக இருந்தார். பிறகு ஹார்வர்ட் பல்கலைக்கழகத்தில் கணிதத்தில் இளங்கலைப் படித்தார். அங்கேயே தரவுகளைக் காட்சிப்படுத்துதல் துறையில் ஆசிரியராகப் பணி புரிந்தார். பிறகு அதே துறையைச் சார்ந்த 'இன்பர்' என்கிற நிறுவனத்தில் இரண்டு ஆண்டுகளும், அமேசானின் ஏ9 பிரிவில் ஓர் ஆண்டும் வேலை செய்தார். அதைத் தொடர்ந்து ரிஸ்க்டீவி *(RiskDV)* என்ற பெயரில் துளிர்த் தொழில் நிறுவனர்களை ஊக்குவிக்கும் ஒரு நிறுவனத்தைத் தொடங்கினார். அது எதிர்பார்த்த அளவு வெற்றியடையவில்லை.

இப்படிப் பல பணிகளில் இருந்த போது கெவினுக்கு இருந்த பொதுவான சிக்கல், தன் கூட்டாளிகளை, வாடிக்கையாளர்களின் தொடர்புகளைச் சேமிப்பது. இதையே சிந்தித்திருந்தவர் அதற்கான தனது படைப்பைப் பற்றிய விவரங்களை அமெரிக்காவின் சிலிக்கான் பள்ளத்தாக்கின் பிரபலமான தொழில் முனைவோர் பட்டறையான "ஒய் காம்பினேட்டருக்கு" *(Y Combinator)* அனுப்பினார். அவர்களுடைய 2019 கோடைக்காலத் தொகுதியில் தேர்ந்தெடுக்கப்பட்டார் கெவின். முதல் சுற்றிலேயே டெக்ஸ் முயற்சிக்கு 1.25 கோடி ரூபாய் முதலீடு கிடைத்தது.

முதலில் டெக்ஸ், கூகுள் குரோம் வலையுலாவிக்கு நீட்சியாக வெளிவந்தது. பயனர்களுக்குப் பிடித்துவிட, பிறகு ஐபோன், ஆன்ட்ராய்ட் செல்பேசிகளில் செயலியாகவும் வந்தது. சிக்கனமாக இந்த மென்பொருள்களை உருவாக்க கெவினின் குழுவில் சில பொறியாளர்களே இருக்கிறார்கள். எல்லோருக்கும் பொதுவான அலுவலகம் கிடையாது, அவரவர்கள் இருக்கும் இடத்தில் இருந்தே வேலை செய்கிறார்கள்.

சரி, டெக்ஸ்ஸை எப்படிப் பயன்படுத்துவது? உங்களின் ஜிமெயில், லிங்க்டின், பேஸ்புக், கூகுள் காலண்டர் கணக்குகளை டெக்ஸோடு இணைக்க வேண்டும். பிறகு டெக்ஸ் செயலியில் உங்களுடைய எல்லாத் தொடர்புகளையும் ஒரே இடத்தில் பார்க்கலாம், தேடலாம், மாற்றலாம். அவர்களுடைய விவரங்களை அவரவரே மாற்றினால், உங்களுக்கு உடனே மாற்றங்கள் தெரியவரும். பொதுவாக நமக்கு நெருக்கமான நண்பர்கள், உறவினர்களோடு மாதத்திற்குப் பலமுறை பேசுவோம், அவர்களுடைய தொடர்புகளைப் பத்திரமாகச் சேமித்து வைத்திருப்போம். ஆனால் என்றைக்கோ ஒரு சந்தர்ப்பத்தில் பார்த்தவர்களின் தொடர்புகளை வாங்கிக் கொள்வோம், ஆனால் எங்கே வைத்தோம் என்று மறந்துவிடுவோம். பிறகு அவர் சம்பந்தப்பட்ட விசயம் நமக்குத் தேவைப்பட அந்த குறிப்பிட்டவரின் தொடர்பைத் தேடுவோம். இதைத் தவிர்க்க நாம் பார்ப்பவர்களின் தொடர்புகளை, எதற்காக அவரைப் பார்த்தோம் என்று சிறிய குறிப்பை எழுதிவைத்தால் நாம் தேடும் போது டெக்ஸ் உடனடியாக எடுத்துக் கொடுக்கும்.

சில முக்கியமானவர்களை நாம் அவ்வப்பொழுது ஏதாவது ஒரு காரணம் சொல்லி தொடர்பு கொண்டால்தான் அவர்களுக்கு நாம் நினைவில் இருப்போம். அதற்காகத் தினமும் தொல்லைப்படுத்தவும் கூடாது, சில ஆண்டுகள் மறந்துவிட்டுத் திடீரென்று அழைத்துப் பேசுவதும் வீண். சிறந்த விற்பனையாளர்களுக்கு இதை எப்படிச் சரியாகச் செய்ய வேண்டும் என்று தெரியும். ஒரு சிலரை ஆண்டுக்கு இரண்டு முறை, வேறு சிலரை மாதத்திற்கு ஒரு முறை என்று தொடர்பு கொள்ள நினைத்தால் டெக்ஸ் அந்த நேரத்தில் உங்களுக்கு நினைவூட்டும்.

கெட்டெக்ஸ் (GetDex) இணையத்தளத்தில் இருக்கும் ஒரு புதுமை இது. அங்கே சென்றால் முதுநிலை வணிக நிர்வாக மாணவர்கள்,

வேலை தேடுபவர்கள், முதலீட்டாளர்கள், படைப்பாளர்கள், நிறுவனர்கள் என்று ஒவ்வொரு வகையானவர்களும் டெக்ஸ் செயலியை எப்படி அவர்களின் தேவைக்குப் பயன்படுத்துவது என்று விரிவாக எழுதியிருக்கிறார்கள். இப்படிப் பயனர்களின் தேவைக்கு ஏற்ற மாதிரியான தகவல்களை மற்ற செயலிகளின் இணையத்தளங்களில் பார்ப்பது அரிது.

கடந்த சில ஆண்டுகளாக டெக்ஸ் செயலியின் உருவாக்கத்தில் பல முன்னேற்றங்கள் வந்திருந்தாலும் இதுவரை பெரியளவில் பிரபலமாகவில்லை. இதுவரை இருபதாயிரம் பயனர்களே இருக்கிறார்கள். இதற்காக கெவின் மனம் சோர்வடையவில்லை, செயற்கை நுண்ணறிவைக் கொண்டு எப்படி டெக்ஸ் செயலியைப் பயனர்களுக்கு எளிதாக்குவது என்று தீவிரமாக வேலை செய்து கொண்டிருக்கிறார். கடந்த பத்து ஆண்டுகளில் பெரும் எண்ணிக்கையில் பொதுமக்கள் தங்களுடைய அன்றாடத் தேவைக்கான பல மென்பொருட்களைக் காசுக் கொடுத்து வாங்குகிறார்கள். இதுவே டெக்ஸைத் தொடர்ந்து நடத்த எனக்கு ஊக்கம் அளிக்கிறது என்கிறார் கெவின்.

27. ஊபருக்கு ஆப்பு

பத்து ஆண்டுகளுக்கு (2015 காலக்கட்டம்) முன்னர் மக்கள் பயணம் செய்யும் முறையை மாற்றி அமைத்தது ஊபர் செயலி. செல்பேசியை எடுத்து செயலியைத் தட்டினால் சில நிமிடங்களில் வாடகை கார் வரும், நாம் விரும்பிய இடத்தில் நம்மை இறக்கிவிடும். இந்த அமெரிக்க நிறுவனத்தோடு யாராலும் போட்டி போட முடியாது என்று நம்பப்பட்ட காலம் அது. அப்படியான ஊபரை, தென்கிழக்கு ஆசியாவிலிருந்து விரட்டிய சாதனையைச் செய்த நிறுவனம் கிராப் (Grab). இந்த அரிய வணிகப் பயணம் எப்படி நடந்தது என்பதைக் காணலாம்.

இன்றைக்குத் தென்கிழக்கு ஆசியாவின் எட்டு நாடுகளில் முன்னணிப் பயணச் செயலியாக இருக்கிறது கிராப். வியட்நாம், தாய்லாந்து, சிங்கப்பூர், பிலிப்பைன்ஸ், மியான்மார், மலேசியா, இந்தோனேசியா, கம்போடியா ஆகியவை அந்த எட்டு நாடுகள். 750 நகரங்களில் கிராப் சேவை கிடைக்கிறது. 2025ஆம் ஆண்டில் கிராப் நிறுவனத்தின் வருமானம் சுமார் மூன்றரை பில்லியன் அமெரிக்க டாலர்கள் (முப்பதாயிரம் கோடி இந்திய ரூபாய்) இருக்கும் என்று எதிர்பார்க்கப்படுகிறது. இன்று இந்தளவு பெரிதாக வளர்ந்திருக்கும் இந்நிறுவனம், தொடங்கப்பட்டது 2012ஆம் ஆண்டு மலேசியாவில் “மை டேக்சி” (மலாய் மொழியில் எனது டாக்ஸி) என்கிற பெயரில். தொடங்கியது “அந்தோணி தான்” (Antony Tan) மற்றும் “தான் ஹூயி லிங்” (Tan Hooi Ling).

“அந்தோணி தான்” மலேசியாவின் கோலாலம்பூரில் பிறந்தவர். தந்தை வழியில் வாகனத் துறையோடு நீண்ட தொடர்புடையது இவரது குடும்பம். இவரது முப்பாட்டன் டாக்ஸி ஓட்டுநராக வாழ்வைத் தொடங்கியவர். அந்தோணியின் தாத்தா, ஜப்பான் நாட்டு கார்களை மலேசியாவிற்கு அறிமுகம் செய்தவர். அந்தோணியின் தந்தை ஜப்பான் “நிசான்” கார்களை மலேசியாவில் தயாரித்து விற்பனை செய்யும் பெரிய குழுமத்தை நடத்துபவர். இப்படியான பணக்கார பின்னணியில் வந்தவர், தந்தையின் விருப்பத்திற்கு எதிராக குடும்ப நிறுவனத்தை எடுத்து நடத்தாமல், தானாக ஏதாவது சாதிக்க வேண்டும் என்று பயணம் செய்தார். தனது பதினோராம் வயதில் காமிக்-புக்ஸ்களை விற்பனை செய்தார். சிகாகோ பல்கலைக்கழகத்தில் “பொருளாதாரம் மற்றும் பொதுக் கொள்கை” இளங்கலைப் பட்டம் பெற்றார். பின்னர் ஹார்வர்ட் வணிகப் பள்ளியில் *(HBS)* எம்.பி.ஏ *(MBA)* முடித்தார்.

“தான் ஹூயி லிங்” பிறந்ததும் கோலாலம்பூரில்தான். நடுத்தரவர்க்க மலேய-சீனக் குடும்பத்தில் கட்டுமானப் பொறியாளர் தந்தைக்கும், பங்குச் சந்தை தரகராக இருந்த தாயாருக்கும் இரண்டாவது குழந்தையாகப் பிறந்த பெண் இவர். பள்ளிக் கல்வியை மலேசியாவில் முடித்தவர், இங்கிலாந்தின் பாத் பல்கலைக்கழகத்தில் இயந்திரப் பொறியியலில் இளங்கலைப் பட்டம் பெற்றார். அதன் பின், மலேசியாவில் மெக்கின்சி நிறுவனத்தில் வேலைக்குச் சேர்ந்தார். அவர்கள் செலவில் அமெரிக்காவின் ஹார்வர்ட் வணிகப் பள்ளிக்கு அனுப்பப்பட்டார். அங்கே அந்தோணியோடு இணைந்து தொடங்கியது “மை டேக்சி” முயற்சி. நிறுவனத்தைத் தொடங்கினாலும் மெக்கின்சியுடன் இருந்த ஒப்பந்தத்தின்படி அவர்களுக்கு தொடர்ந்து வேலை செய்தார். அடுத்து சான் பிரான்சிஸ்கோவில் சேல்ஸ்போர்ஸ் நிறுவனத்தில் இரண்டு ஆண்டுகள் பணிபுரிந்தார் “தான் ஹூயி லிங்”. பிறகு 2015ஆம் ஆண்டு முதல் 2023 வரை, முழு நேரமாக ‘கிராப்’ நிறுவனத்தில் இணைந்து, முக்கியமான இயக்கங்களைப் பார்த்துக் கொண்டார்.

“மை டேக்சி” உருவாக்கத்தின் தொடக்கப் புள்ளி இது. கோலாலம்பூரில் “லிங்” வேலையில் இருந்தபோது தங்கியிருந்த அறைக்குத் திரும்ப இரவாகிவிடும். தனது பாதுகாப்பிற்காக, பயணம் செய்யும் டாக்சி எண்ணைத் தனது தாய்க்குக் குறுஞ்செய்தி அனுப்புவார். அதோடு போகும் வழியில் கடக்கும் முக்கியமான

இடங்களின் பெயர்களையும் அனுப்பிக் கொண்டே இருப்பார். இருவரும் தங்களுக்குள் ஜிபிஎஸ்க்கு முந்தைய ஒரு ரகசிய தடங்காட்டி முறையை உருவாக்கியிருந்தனர். 2012ஆம் ஆண்டு அந்தோணியை சந்தித்த போது இதை விவரித்தார் "லிங்". வாகனக் குடும்பத்திலிருந்து வந்ததால் அந்தோணிக்கு மலேசியாவில் டாக்ஸி சேவைகள் எந்தளவு பாதுகாப்பற்று இருந்தன என்பது உடனே புரிந்தது. இதனை மாற்றி பாதுகாப்பான சேவையாக டாக்ஸிப் பயணங்களை உருவாக்க வேண்டும் என்ற கனவோடு இவர்கள் தயாரித்த வியாபாரத் திட்டம் "மை டேக்சி". மாணவர்களுக்கான துளிர்த் தொழில் போட்டியில் 25,000 அமெரிக்க டாலர்களை வென்றது இந்தத் திட்டம்.

மலேசியாவில் முதலாவதாகத் தொடங்கியது இவர்களின் சேவை. ஊபரைப் போல இல்லாமல், நிறுவனர்கள் இருவரும் ஓட்டுநர்களை, பயணிகளை நேரில் சந்தித்தார்கள், பேசினார்கள். அவர்களின் சிக்கல்களைக் கேட்டுப் புரிந்து கொண்டார்கள். பல சமயங்களில் டாக்ஸிகளில் இவர்களும் உடன் பயணம் செய்தார்கள். அடுத்த ஈராண்டுகளில் சிங்கப்பூர் மற்றும் அருகிலிருந்த மூன்று நாடுகளில் தங்களின் சேவையை விரிவாக்கினார்கள். 2014ஆம் ஆண்டு உயர்ரக கார்களை டாக்ஸிகளாக கொண்டு வந்தார்கள். கார்களைத் தாண்டி மோட்டார்-சைக்கிள் பயணங்களும் அறிமுகம் செய்தார்கள். 2016ஆம் ஆண்டு "மை டேக்சி" என்கிற பெயரை கிராப்-டாக்சி என்று மாற்றினார்கள்.

2013ஆம் ஆண்டு தங்களின் முதல் பெரிய முதலீடாக 2.5 மில்லியன் அமெரிக்க டாலர்களைப் பெற்றது கிராப். 2016ஆம் ஆண்டு சிங்கப்பூர் அரசுக்குச் சொந்தமான முதலீட்டு நிறுவனமான டெமாசெக் கிராப்பில் முதலீடு செய்தது. இதனைத் தொடர்ந்து தனது தலைமை இடத்தைச் சிங்கப்பூருக்கு மாற்றிக் கொண்டது. தற்போது நிறுவனர்கள் இருவரும் அங்கேயே வசிக்கிறார்கள். அடுத்த ஆண்டுகளில் இவர்களின் அசுர வளர்ச்சியைப் பார்த்து, மிரண்டே விட்டது ஊபர். ஏற்கெனவே தங்களின் நிறுவனத் தலைவரை மாற்றியிருந்த அமெரிக்க நிறுவனம், கிராப்புடன் போட்டி போட்டு தங்களின் பணத்தை இழப்பதை விரும்பவில்லை. தென்கிழக்கு ஆசியாவில் இருந்த ஊபர் சேவைகளை கிராப்புடன் இணைத்து, தானும் கிராப்பில் ஒரு முதலீட்டாளராக மாறியது. உலகமே கிராப்பை நோக்கிய தருணம் இது.

2018ஆம் ஆண்டு பயணங்களைத் தாண்டி "சூப்பர் ஆப்" என்று உருமாறியது கிராப் செயலி. ஒருங்கிணைந்த கிராப் செயலியில் பணம் அனுப்புதல், உணவு விநியோகம், வங்கி மற்றும் காப்பீடுகள் சேவை எனப் பலவும் இணைக்கப்பட்டன. சீனாவில் பிரபலமாக இருக்கும் வீ-சாட் செயலியின் தாக்கமாக இது பார்க்கப்பட்டது. தென்கிழக்காசியாவில் இருந்து அமெரிக்காவின் நாஸ்டாக் பங்குச்சந்தையில் பட்டியலிடப்பட்டதிலேயே கிராப்பின் 2021ஆம் ஆண்டு நுழைவு பெரியதாகப் பார்க்கப்படுகிறது.

அமெரிக்காவின் புகழ்பெற்ற ஹார்வர்ட் வணிகப் பள்ளியில் *(Harvard Business School)* இருபத்தைந்தாண்டுகளுக்கு மேலாக எம்.பி.ஏ *(MBA)* படிப்பைக் கற்றுக் கொடுப்பவர் பேராசிரியர் தாமஸ் ஆர். ஐசன்மேன் *(Thomas Eisenman)*. இவருடைய "ஏன் துளிர்த் தொழில்கள் தோற்கின்றன?" புத்தகம், தொழில் முனைவர்கள் அனைவரும் படிக்க வேண்டிய வழிகாட்டி. இத்தகைய பேராசிரியரிடம் நேரடியாக வணிகவியலை அந்தோணியும், லிங்கும் கற்கும் வாய்ப்பைப் பெற்றது, கிராப் வெற்றிக்கு ஒரு காரணம்.

கோடிக்கணக்கான பயனர்கள் அன்றாடம் பயன்படுத்தும் செயலிகளை உருவாக்குவது மிகவும் கடினம். ஒவ்வொரு நிறுவனமும் அவர்களின் செயலிகளின் உருவாக்க முறைகளை, பயன்படுத்துகிற நுட்பங்களை அதிகமாக வெளியிட மாட்டார்கள். இதிலிருந்து மாறுபட்டு கிராப் செயலியின் உருவாக்கத்தைப் பற்றிய சில விசயங்களை அவர்களின் பொறியியல் வலைத்தளத்தில் வெளியிடுகிறார்கள். உதாரணமாக, ஒரு கட்டுரையில் சாட்ஜிபிடியை போன்ற இயற்றறிவை, கிராப்-ஜிபிடி என்கிற பெயரில் எப்படித் தயாரித்தார்கள் என்று விவரிக்கிறார்கள். இது நிறுவனத்தின் பணியாளர்களுக்காக மட்டுமே கிடைப்பதால் இதில் பேசப்படும் விசயங்கள் அனைத்தும் ரகசியமாகவே இருக்கும். இன்னொரு கட்டுரையில் எப்படி கிராப் ஆன்ட்ராய்ட் செயலியின் தரவிறக்க அளவை 28% குறைத்தார்கள் என்று விளக்கியிருக்கிறார்கள். சுமார் 40 இலட்சம் வரிகள் இருக்கும் நிரலைக் கொண்டு எழுதப்பட்டது கிராப் ஆன்ட்ராய்ட் செயலி. இத்தகைய செயலியில் இந்தளவு சேமிப்பைச் செய்வது பெரிய விசயம்.

திறமூலமாக மென்பொருள்களை வெளியிடுவதில் கிராப் நிறுவனத்தின் முதன்மை முயற்சியாக இருப்பது "கார்டாவியூ"

(Kartaview). ஓர் இடத்திலிருந்து இன்னோர் இடத்திற்குப் போக இன்றைக்குப் பெரும்பாலும் பலரும் பயன்படுத்துவது கூகுள் மேப்ஸ் *(Maps)* செயலியை. இது சிறப்பாக இருந்தாலும் காப்புரிமை பெற்ற படைப்பு இது. இதை நிறுவனங்கள் பயன்படுத்தக் கட்டணம் உண்டு. இதற்கு மாற்றாகத் திறந்த வடிவில், இலவசமாகக் கிடைப்பது ஓபன்-ஸ்ட்ரீட்-மேப்ஸ் தரவுத்தளம். இதில் தெரு மட்டப் படங்களைக் கட்டுப்பாடற்ற முறையில் சேர்க்கும் திட்டம் ஓபன்-ஸ்ட்ரீட்-வியூ. 2019இல் இருந்து, இதனை கார்டாவியூ என்கிற பெயரில் தலைமையேற்று இலவசமாகச் செய்து வருகிறது கிராப்.

கிராப் செயலியைப் பற்றி குறைகள் இல்லாமல் இல்லை. பல சமயங்களில் புகார் அளிக்க இவர்களைத் தொடர்பு கொள்ள முடிவதில்லை என்று சொல்கிறார்கள். டாக்ஸிகள் தேவை அதிகமாக இருக்கும் சமயங்களில் திடீர் விலை ஏற்றம் செய்கிறது கிராப், என்று அதன் மீது புகார்கள் அதிகமாக வருகின்றன. மற்ற நாடுகளைப் போலவே இவர்கள் இயங்கும் நாடுகளிலும் பெண் பயணிகளிடம் தகாத முறையில் ஓட்டுநர்கள் நடந்து கொண்டார்கள் என்று வழக்குகள் பல வந்தன. இதனைத் தொடர்ந்து 2018ஆம் ஆண்டிலிருந்து அவசரக்கால அழைப்பு என்கிற சிகப்பு பொத்தானை செயலியில் அறிமுகம் செய்தது கிராப். அதோடு பயணத்தின் போது சுற்றியுள்ள உரையாடல்களைப் பதிவு செய்யும் வசதியைக் கொண்டு வந்தது. இந்தப் பதிவுகள் ஐந்து நாட்களுக்குச் செல்பேசியில் இருக்கும், அதற்குள் ஏதாவது புகார் வந்தால் கிராப் இந்த ஒலிப்பதிவைக் கேட்டு நடவடிக்கை எடுக்கும். பெண் ஓட்டுநர்களின் நலனுக்காக கிராப் கொண்டுவந்துள்ள சேவை "பெண் பயணிகள் மட்டும்". இந்தத் தேர்வை ஓட்டுநர்கள் மட்டுமே இயக்க முடியும்.

ஆண்டிற்கு நான்கு கோடி பயனர்கள், ஒன்றரை கோடி ஓட்டுநர்கள் கிராப்பைப் பயன்படுத்துகிறார்கள். சுமார் நூறு கோடி பயணங்கள் எட்டு நாடுகளில் கிராப் செயலி மூலம் நடப்பதாகச் சொல்கிறார்கள். அதோடு நூற்றுநாற்பது கோடி உணவுப் பொட்டலங்கள் விநியோகிக்கப்படுகின்றனவாம். வெறும் பன்னிரண்டே ஆண்டுகளில் எத்தனை வளர்ச்சி பாருங்கள்!

28. கதவைத் திற, காய்கறி வரட்டும்

நீங்கள் இந்தியப் பெருநகரம் ஒன்றில் வாழ்கிறீர்கள் என்று வைத்துக் கொள்வோம். நீங்கள் இருக்கும் குடியிருப்பு வளாகத்தில் பல நூறு வீடுகள் இருக்கின்றன. காலை எழுந்தவுடன் உங்கள் வீட்டில் பேசப்படும் முக்கியமான விசயம் இது மாதிரிதானே இருக்கும்? "நம் சமையல்காரம்மா 'மேரி' அடுத்த பிளாக் வீட்டுக்கு வேலைக்கு வந்துவிட்டாரா என்று, வாட்ச்மேன் குமாருக்குப் போன் போட்டுக் கேளுங்கள். இல்லையென்றால் எல்லோருக்கும் காலை உணவு சோமாட்டோ ஆர்டர்தான்". அது சமையல்காரர்களாக இருக்கலாம், வேலையாட்களாக இருக்கலாம், காய்கறி தள்ளுவண்டியாக இருக்கலாம், ஆனால் இப்படியான கணக்கில்லா அழைப்புகள் ஒவ்வொரு நாளும் காவலாளி குமாரைப் போன்றவர்களுக்கு வரும். உங்கள் குடியிருப்பில் "மை கேட்" (My Gate) செயலி நிறுவப்பட்டிருந்தால் இந்தச் சிரமம் இருக்காது.

அது என்ன "மை கேட்" என்று கேட்கிறீர்களா? அப்படியென்றால் இந்தியாவில் இருக்கும் முப்பது பெருநகரங்களில் இருக்கும் 25,000 குடியிருப்புகளில் நீங்கள் வசிக்கவில்லை என்பது தெளிவு.

2004ஆம் ஆண்டு சுனாமி பேரிடர் போது, விஜய் அரிசெட்டி (Vijay Arisetty) இந்திய விமானப் படை விமானியாகத் தனது சிறப்பான சேவைக்காகப் பதக்கம் வாங்கியவர். விமானப்படைப் பணியின்

போது இவரது குடும்பம் இராணுவ குடியிருப்பில் வசித்தது. அங்கே குழந்தைகள் எந்நேரம் வேண்டுமானாலும் தனியாகவே போய் வரலாம், விளையாடலாம். அதன் பிறகு வெளி உலகில் வீடு எடுத்து வாழும் பொழுது அத்தகைய பாதுகாப்பான சூழல் இல்லாததை உணர்ந்தார். அப்போது அவர் கோல்ட்மேன் சாக்ஸ் முதலீட்டு வங்கியில் வேலைச் செய்து கொண்டிருந்தார். 2014, 2015 ஆண்டுகளில் இந்தியாவில் பெரிய அளவில் துளிர்த்தொழில்கள் வரத் தொடங்கிய காலம் அது. கோல்ட்மேன் சாக்ஸில் தனது பெரிய பதவியை விட்டுவிட்டுக் குடியிருப்புகளில் எப்படிப் பாதுகாப்பை உறுதி செய்வது என்பதைச் சிந்திக்கத் தொடங்கினார்.

அந்தக் காலத்தில் குடியிருப்புகளாகட்டும், நிறுவன வளாகங்களா கட்டும் பாதுகாப்பு என்றால் காவலாளிகளைப் பணிக்கு அமர்த்துவது மற்றும் வெளிப்புறங்களில் கேமராவை மாட்டுவது என்பதுடன் நின்றுவிடும். இது போதுமானதாகப்படவில்லை விஜய்க்கு. அந்தக் காலத்தில், இந்தியாவில் இணைய வணிகம் சூடுபிடிக்கத் தொடங்கி, வாங்கிய பொருட்களை வழங்க, குடியிருப்புகளுக்குத் தினமும் பல புதியவர்கள் வரத் தொடங்கியிருந்தார்கள். மாதம் எட்டாயிரத்திலிருந்து பதினைந்தாயிரம் ரூபாய் என்கிற குறைந்த சம்பளத்தில், எந்தவிதச் சிறப்புப் பயிற்சியும் இல்லாமல் வரும் காவலாளிகள் மாறிக்கொண்டேயிருக்கும் சூழலில் பாதுகாப்பை எப்படி உறுதி செய்வார்கள் என்று யோசித்தார். காவலாளிகளிடம் நாம் எதிர்பார்ப்பதை அவர்கள் செய்ய அவர்களுக்குத் தேவையான வசதிகளைச் செய்ய வேண்டும் என்கிற புரிதல் வந்தது.

தன்னுடன் கோல்ட்மேன் சாக்ஸில் பணிபுரிந்த அபிஷேக் குமார் *(Abhishek Kumar)* என்பவருடன் இணைந்து “மை கேட்” நிறுவனத்தை 2016 ஆம் ஆண்டு தொடங்கினார். இவர்களுடன் ஸ்ரேயான்ஸ் டாகா *(Shreyans Daga)* என்கிற தொழில்நுட்பத் தயாரிப்பு மேலாளரும் இணைந்து கொண்டார். “மை கேட்” நிறுவனத்தின் குறிக்கோள் குடியிருப்புகளின் பாதுகாப்பை, நிர்வாகத்தைச் சீராகச் செய்ய உதவுவது.

நிறுவனர்கள் எடுத்தவுடன் இதற்கான செயலியைக் கணினி முன் உட்கார்ந்து உருவாக்கத் தொடங்கவில்லை. முதல் வாரங்களில் பெங்களூரில் தாங்கள் வசிக்கும் பகுதியில் இருந்த குடியிருப்புகளுக்குச் சென்று அங்கே காவலாளிகளுடன் அமர்ந்து

அவர்களின் அன்றாடப் பணிகளைக் கவனித்தார்கள். அப்போது ஆச்சரியமான நடவடிக்கைகளைக் கண்டார்கள். ஒருவிதமான சிறிய சந்தையே இந்தக் காவலாளிகளைச் சுற்றி நடந்து கொண்டிருந்தது. வீட்டுத் தரகர்களில் தொடங்கி, வீட்டு வேலை செய்யும் ஆயா வரை எங்கே தேவைகள் இருக்கின்றன என்பதைக் காவலாளிடம் இருந்து தெரிந்து கொள்கிறார்கள். காலை ஐந்திலிருந்து எட்டு மணி வரை குடியிருப்போரிடம் இருந்து காவலாளிகளுக்கு மேரி இன்றைக்கு நம் வளாகத்தினுள் எப்போது வந்தார், வீட்டைச் சுத்தம் செய்ய இன்றைக்கு ஆள் யாராவது இருந்தால் அனுப்பி வைக்கவும் என்பது போன்ற அழைப்புகள் வரும்.

இதுவே அவர்களின் கவனத்தைச் சிதைத்துப் பாதுகாப்பைக் கோட்டைவிடச் செய்துவிடும். அதற்கு அடுத்து கூரியர் தொடங்கி, வாஷிங் மெஷின் பொறியாளர் என ஒவ்வொருவரின் வருகையின் போதும் காவலாளி, வீட்டில் இருப்போரை அழைத்து உறுதிப் படுத்திக் கொண்டு அனுப்ப வேண்டும். அடுத்ததாக 2016 காலகட்டத்தில் பல காவலாளிகள் திறன்பேசியைப் பயன்படுத்தியதில்லை. அவர்களுக்குத் தெரிந்தது 0 முதல் 9 வரை எண்களைக் கொண்ட சாதாரண தொலைபேசிகள். இதையெல்லாம் உள்வாங்கி, இந்தப் பணிகளைச் சுலபமாகச் செய்ய, “மை கேட்” செயலியில் தேவையான வசதிகளைக் கொண்டுவந்தார்கள். குறிப்பாகச் செயலியின் ஆரம்பப் பதிப்புகளில் எண்களைக் கொண்டே பல விதமான செயல்களைச் செய்யும் முறையில் அமைத்தார்கள்.

வெளியிலிருந்து ஒருவர் வந்தால் எந்த வீட்டிற்குப் போக விரும்புகிறாரோ அந்த வீட்டில் வசிப்பவருக்குக் காவலாளி ஒரு சமிக்ஞை அனுப்புவார். மறுமுனையில் அதற்கு ஒப்புதல் அளிக்கப்பட்டால் மட்டுமே குடியிருப்புக்குள் போக அனுமதி கிடைக்கும். அவர் எப்போது வந்தார், எப்போது போனார், அவருடைய படம் என எல்லாமே செயலியில் பதிவு செய்யப்படும். அடிக்கடி வருவோர் என்றால் வசிப்பவர்கள் அவர்களை முன்பதிவு செய்துவிடலாம். வேலை செய்பவர்களின் விவரங்களும் செயலியில் இருக்கும். குடியிருப்பில் இருக்கும் மற்றவர்களுக்குக் குறிப்பிட்ட வேலையாட்களின் சேவை வேண்டுமென்றால் செயலி மூலமாகவே தொடர்பு கொள்ளலாம்.

பயனர்கள் சேவையைத் தாண்டிக் குடியிருப்பு சங்கங்களுக்குத் தேவையான வசதிகள் பலவும் “மை கேட்” செயலியில் கிடைக்கிறது. உதாரணமாக வளாகத்தில் இருக்கும் வாகன நிறுத்தங்களின் பயன்பாட்டை நிர்வகிக்க, குடியிருப்போரிடம் இருந்து மாதச் சந்தாவை வசூலிக்க, குடியிருப்போரால் சொல்லப்படும் பிரச்சனைகளை ஒரே இடத்தில் பதிய, சங்கத்தில் வேலை செய்வோரின் வருகைப் பதிவேட்டைப் பராமரிக்க என்று இந்தப் பட்டியல் நீண்டு கொண்டே போகிறது. தமிழ் உட்பட, பத்து இந்திய மொழிகளில் “மை கேட்” செயலியின் இடைமுகம் வழங்கப்படுகிறது.

இந்தச் செயலி குடியிருப்போர்களுக்கு இலவசமாக வழங்கப்படுகிறது. குடியிருப்பு சங்கத்தில் இருக்கும் வீடுகளின் எண்ணிக்கையைப் பொறுத்து சங்கம் சந்தா செலுத்த வேண்டும். ஒவ்வொரு குடியிருப்புக்கான வணிகச் சேவைகள் பட்டியலில் தங்களின் விவரங்களைச் சேர்க்கச் சேவையாளர்கள் (உதாரணமாக பிளம்பர், தச்சு வேலை, ஓட்டுநர்) கட்டணம் செலுத்த வேண்டும். இதைத் தவிர செயலியில் விளம்பரங்களும் இருக்கின்றன. அடையார் ஆனந்த பவன் (ஏ2பி) தொடங்கி, பாரத ஸ்டேட் வங்கி, அமேசான், லுப்தான்சா விமானச் சேவை நிறுவனம் என்று பலரும் “மை கேட்” செயலியில் விளம்பரம் செய்கிறார்கள். மற்ற செயலிகளை விட, இந்தச் செயலியை வீட்டின் முக்கியமான முடிவுகளை எடுக்கும் குடும்பத் தலைவர் அல்லது தலைவி அன்றாடம் பயன்படுத்துகிறார்கள் என்பது விளம்பரதாரர்களைக் கவரும் தனித்துவம் என்கிறார் அபிஷேக். தங்களின் மொத்தப் பயனர்களில் பாதி எண்ணிக்கையில் இருப்பவர்கள் சந்தா இல்லாமல் முழுவதுமாக இலவசமாகப் பெறுவதையே விரும்புகிறார்கள், இதனால் தங்களின் விளம்பரச் சேவை முக்கியமானது என்றும் சொல்கிறார் அபிஷேக்.

தொடங்கிய போது தங்களின் சேமிப்பிலிருந்து முதலீடுகளைச் செய்தார்கள் நிறுவனர்கள். பின்னர் 2018ஆம் ஆண்டு ‘பிரைம் வென்சர் பார்ட்னர்ஸ்’ அறுபத்தைந்து கோடி முதலீடு செய்தார்கள். அதற்கு அடுத்த ஆண்டு ‘டைகர் குளோபல்’ நூற்று முப்பது கோடி முதலீடு செய்தார்கள். ஐஐஎம்-அகமதாபாத்தின் பேராசிரியர் சாரல் முகர்ஜி ஒரு சில ஆண்டுகளுக்கு முன் “மை கேட்” நிறுவனத்தைப் பற்றிய ஆய்வு செய்தார். அது இப்போது அவரது பாடத்திட்டத்தின்

ஒரு பகுதியாக உள்ளது, மேலும் இது 'ஹார்வர்ட் பிசினஸ் பப்ளிஷிங்' களஞ்சியத்திலும் சேர்க்கப்பட்டுள்ளது சிறப்பாகப் பார்க்கப்படுகிறது.

குடியிருப்புகளுக்கு முதலில் வெளியிடப்பட்டாலும், நாளடைவில் நிறுவனங்களின் வளாகங்களை, அங்கே வருவோர் போவோரைக் கட்டுப்படுத்தும் பதிப்பையும் கொண்டுவந்தது "மை கேட்". சென்ற ஆண்டு *(2024)* வரை நிறுவனத்தின் நிர்வாகத் தலைவராக *(CEO)* இருந்தவர் விஜய். இப்போது அவர் வங்கிகளில் இருக்கும் பாதுகாப்பு பெட்டகத் துறையில் கவனம் செலுத்தத் தொடங்கியதால் அபிஷேக் அந்தப் பதவிக்கு வந்துள்ளார்.

"மை கேட்" செயலியைப் பற்றி குறைகள் இல்லாமல் இல்லை. ஒரு குடியிருப்பில் இருக்கும் எல்லோரும் செயலியில் தங்களை இணைத்துக் கொள்ளக் கட்டாயப்படுத்துவதாகச் சொல்லப்படுகிறது. தங்களைப் பற்றிய விவரங்களை, தங்களைப் பார்க்க வந்தவர்களின் விவரங்கள் யாருடன் பகிரப்படுகிறது என்பதில் வெளிப்படைத் தன்மையில்லை என்கிறார்கள் சில பயனர்கள். குடியிருப்பை விட்டு விலகும் போது தங்களின் தனிப்பட்ட விவரங்களை அழிக்க முடிவதில்லை என்கிற குற்றச்சாட்டும் சொல்லப்படுகிறது. மை கேட்டைப் பயன்படுத்தத் திறன்பேசி கட்டாயம் வேண்டும் என்பதால் வயதானவர்கள் மற்றும் செயலிகளைப் பயன்படுத்தும் புரிதல் குறைவாக இருப்பவர்களுக்குச் சேவைக் கிடைக்காமல் போகிறது என்கிற குறையையும் பார்க்க முடிகிறது. முதலில் "மை கேட்" செயலிக்குப் போட்டியாளர்கள் அதிகமில்லை என்றாலும், தற்போது பலர் வந்துவிட்டார்கள். இதில் முக்கியமாக இருப்பது அப்னா-காம்ப்ளெக்ஸ், ரிலையன்ஸ் ஜியோ-கேட் மற்றும் நோ-ப்ரோக்கர்.

கடந்த ஐந்து ஆண்டுகளில் மட்டுமே வசதியான அடுக்குமாடிக் குடியிருப்புகளில் வசிக்கும் வீடுகளில் ஆட்களை வீட்டு வேலைக்கு அமர்த்துவது சுமார் நாற்பது சதவிகிதம் அதிகரித்துள்ளதாகச் சொல்கிறது "மை கேட்". எது எப்படியோ, இணைய வணிகத்தைத் தாண்டி விரைவு வணிகம் வந்துவிட்ட சூழலில் நம் குடியிருப்புகளுக்கு வருவோர் எண்ணிக்கை அதிகரித்துக் கொண்டே போகிறது. இந்தச் சூழ்நிலையில் "மை கேட்" போன்ற செயலிகள் நம் அன்றாட வாழ்வுக்கு அவசியம் தேவை.

29. பதினைந்தாயிரம் சமையல் குறிப்புகள்

ஆயிரத்தெட்டு சாப்பாட்டுச் செயலிகள் வரலாம். ஆனால் வளர்ந்த நாடுகளிலும் ஒருவேளை உணவாவது எல்லா வீடுகளிலும் தினமும் சுடச்சுட சமைக்கப்படுகிறது. தினமும் சமைக்கும் போது ஒரு மாறுதலுக்காகப் புது வகையான பண்டங்களை விரும்புவது இயல்பு. அவற்றைச் சமைக்கச் சமையல் குறிப்புகள் முக்கியமாகின்றன. இதற்காகவே சமையல் குறித்த பல்லாயிரம் ஓடைகள் இன்றைக்கு இன்ஸ்டாகிராமிலும், யுட்யூப்பிலும் இருக்கின்றன. ஆனால் பத்தாண்டுகளுக்கு முன்பே இதன் தேவையைச் சரியாகக் கணித்து அதற்காகவே உருவாக்கப்பட்ட செயலி "கிச்சன் ஸ்டோரிஸ்" *(Kitchen Stories)*. இது வரை இரண்டு கோடிக்கும் அதிகமான முறை இந்தச் செயலி பதிவிறக்கம் செய்யப்பட்டுள்ளது. தனித்துவத்தை நிறுவக் கடினமான சமையல் துறையில் எப்படி இந்தச் செயலி வெற்றி பெற்றுள்ளது?

ஜெர்மனியின் மிடில் ரைன் பள்ளத்தாக்கு *(Middle Rhine Valley)* இயற்கையாகவே மிக அழகான பகுதி. மேலும் கடந்த ஈராயிரம் ஆண்டுகளாக இங்கு கட்டப்பட்ட பல கோட்டைகளும் வரலாற்று முக்கியத்துவம் வாய்ந்தவை. இதனால் இந்தப் பகுதியே யுனெஸ்கோ உலக பாரம்பரியத் தளமாக அறியப்படுகிறது. இத்தகைய கண்ணுக்கினிய ரைன் நதிக் கரையின் வாலண்டர் நகரில் அமைந்துள்ளது "ஓட்டோ பைஷீம்" *(WHU Otto Beisheim)* மேலாண்மைப் பள்ளி. இங்கே 2013இல் முதுகலைப் பட்டம்

படித்துக் கொண்டிருந்த மாணவிகள் “மெங்டிங் காவ்” *(Mengting Gao)* மற்றும் “வெரீனா ஹியூபர்ட்ஸ்” *(Verena Hubertz)*. மெங்டிங்க்கு நன்றாகச் சமைக்கத் தெரியும், சமையலில் வெரீனா கற்றுக்குட்டி. இந்த முரணைப் பற்றிப் பேசும் போது இருவருக்கும் தோன்றிய யோசனையின் விளைவு “கிச்சன் ஸ்டோரிஸ்” செயலி.

சீனாவில் பிறந்த “மெங்டிங் காவ்” தனது நான்காவது வயதில் ஜெர்மனிக்குக் குடும்பத்தோடு குடிபெயர்ந்தார். அறிவியலில் இளங்கலை படிக்கும் போதே துளிர்த் தொழில்களின் மேல் ஆர்வம் வந்தது மெங்டிங்க்கு. காலுதைச்சண்டையில் பயிற்சி பெற்றவர் இவர். தற்போது, தான் படித்த கல்லூரியின் தலைவருக்கு வழிகாட்டும் குழுவில் உறுப்பினராகவும் உள்ளார் மெங்டிங்.

டிரையர் நகரில் ஒரு பூட்டு வினைஞருக்கும் நகராட்சிப் பணியாளருக்கும் பிறந்தவர் “வெரீனா ஹியூபர்ட்ஸ்”. தனது முதுநிலை பட்டத்திற்குப் பிறகு சில பன்னாட்டு நிறுவனங்களில் மேலாண்மை பணியில் இருந்தார். 2021இல் “புண்டெஸ்டாக்” எனும் ஜெர்மானிய நாடாளுமன்றத் தேர்தலில் போட்டியிட்டு வெற்றி பெற்றார். 2025இல் அதிபரான “பிரெட்ரிக் மெர்ஸ்” தலைமையில், வீட்டுவசதி மற்றும் நகரக வளர்ச்சித் துறையின் அமைச்சராக இருக்கிறார் வெரீனா. வெறும் முப்பத்தேழு வயதில் இந்தப் பதவிக்கு வந்தவர் இவர் என்பதை இங்கே குறிப்பிட வேண்டும்.

“கிச்சன் ஸ்டோரிஸ்” தொடங்கிய நோக்கம் “எப்படிச் சமையல் செய்வது” என்கிற கலையை எல்லோருக்கும் எளிதில் புரிய வைக்க வேண்டும் என்பது. 2014ஆம் ஆண்டு நூறு சமையல் குறிப்புகளை மட்டுமே கொண்டு ஆப்பிள் ஆப் ஸ்டோரில் பட்டியலிடப்பட்ட செயலி உடனடியாகப் பல நாடுகளில் பிரபலமாகியது. உயர்தரச் சமையல் காணொலிகள், படிப்படியான செய்முறை விளக்கங்கள் இவையே செயலியின் அடிப்படை வசதிகள். அதோடு உங்களுடைய சமையல் குறிப்புகளையும் செயலி மூலமாக மற்ற பயனர்களுக்குப் பகிரலாம். இந்தச் செயலி இலவசமாகக் கிடைக்கிறது. கூடுதல் வசதிகளுக்கு மட்டும் சந்தா செலுத்தினால் போதும். ஜெர்மானிய மொழியில் மட்டுமில்லாமல் செயலி மொத்தம் பன்னிரண்டு மொழிகளில் விவரங்களை வழங்குகிறது.

கிச்சன் ஸ்டோரிஸ்ஸின் தனிச்சிறப்பாகச் சொல்லப்படுவது இதன் கவர்ச்சிகரமான இடைமுகம். செயலியை பார்த்தவுடனே எல்லோருக்கும் பிடித்துவிடும். இதற்காகவே ஆப்பிள் நிறுவனத்தின் மதிப்புமிகு 2015ஆம் ஆண்டுக்கான சிறந்த செயலி விருது கிச்சன் ஸ்டோரிஸுக்கு கிடைத்தது. அடுத்த ஆண்டு கூகுள் நிறுவனம் தங்களின் பிளே ஸ்டோர் விருதையும் கொடுத்தது. செயலிகளைத் தாண்டி அடுத்த ஆண்டு இணையத்திலும் இவர்களின் சேவைகளை வழங்கத் தொடங்கினார்கள். பயனர் பார்க்கும் இடைமுகத்தைத் தாண்டி செயலியின் பின்னணி கட்டுப்பாடுகளை, தரவுகளை நிர்வகிக்கும் மென்பொருளை அதே ஆண்டு மேம்படுத்தினார்கள். இதற்கெல்லாம் மகுடமாக 2017ஆம் ஆண்டு இவர்களின் பெர்லின் நகரத் தலைமை அலுவலகத்திற்கு ஆப்பிள் நிறுவனத்தின் முதன்மைச் செயல் அதிகாரியான டிம் குக் வருகை புரிந்தார். வந்தவர் அவர்களின் படப்பிடிப்புக்கான சமையல் அறையில் சமைத்தும் மகிழ்ந்தார்.

செயலி வெளிவந்த இரண்டாவது ஆண்டிலேயே ஜெர்மனியின் முன்னணி தொழில் முதலீட்டாளர்கள் சுமார் ஒன்றரை மில்லியன் யூரோக்களை முதலீடாக வழங்கினார்கள். 2017ஆம் ஆண்டு ஜெர்மனின் பெரிய வீட்டு உபயோகச் சாதனங்கள் நிறுவனமான பி.எஸ்.எச்., கிச்சன் ஸ்டோரிஸில் பெரும் முதலீட்டைச் செய்தது. அவர்களின் சார்பில் “அலெக்ஸாண்டர் பவர்” முதன்மை செயல்பாட்டு அதிகாரியாகச் சேர்ந்தார். அதுவரை அந்தப் பொறுப்புக்களைப் பார்த்து வந்த வெரீனாவின் ஆர்வம் அரசியலை நோக்கிச் செல்லத் தொடங்கிய காலம் அது.

“கிச்சன் ஸ்டோரிஸ்” செயலியின் மதிப்பின் காரணமாக உலகத்தின் முன்னணி உணவு நிறுவனங்கள் பலவும் தங்களின் தயாரிப்புகளை இவர்களின் சிறப்புக் கட்டுரைகளில் இடம் பெறப் பெரிய தொகையைக் கட்டணமாக அளிக்கிறார்கள். உதாரணமாக யெனி ராக்கி *(Yeni Raki)* என்கிற துருக்கியின் பாரம்பரிய மதுபான நிறுவனத்தோடு சேர்ந்து இவர்கள் தயாரித்த சமையல் வீடியோக்கள். ராக்கி என்பது தண்ணீரில் கலக்கும்போது பால் போன்ற வெண்மை நிறமாக மாறும் தனித்துவமான பானம். இந்தப் பானத்தோடு பல வகையான உணவுகளைச் சாப்பிடலாம், அவற்றிலிருந்து எவை சிறந்த தேர்வாக இருக்கும்

என்று இவர்களின் குழு ஆராய்ந்து தயாரித்த காணொலிகள் பல இலட்சம் பயனர்களால் பார்க்கப்பட்டன. இந்தளவு பார்வையாளர்களைக் கொண்ட செயலிகளில் முக்கியமானதாக “கிச்சன் ஸ்டோரிஸ்” பார்க்கப்படுகிறது. அடுத்தடுத்த ஆண்டுகளில் பல போட்டிகளுக்கு நடுவிலும் வளர்ந்து கொண்டே இருக்கிறது “கிச்சன் ஸ்டோரிஸ்”.

இந்தச் செயலியைப் பற்றி கேள்விகள் இல்லாமல் இல்லை. சாட்ஜிபிடி போன்ற இயற்றறிவு செயலிகளில் நமக்கு வேண்டிய எல்லாச் சமையல் குறிப்புகளையும் உடனே அளித்துவிடும் போது தனியான சமையல் செயலிகள் வேண்டுமா என்கிற கேள்வி எழுகிறது. இதற்கு விடையாக நிறுவனம் கொண்டுவரவுள்ள வசதிகளில் ஒன்று, உங்கள் வீட்டில் கொஞ்சம் பால்கட்டி இருக்கிறது, சிறு மீன் துண்டு இருக்கிறது, சில காய்கறிகள் மீதமிருக்கிறது, இதைக் கொண்டு என்ன சமைக்கலாம் என்று “கிச்சன் ஸ்டோரிஸ்” செயலியைக் கேட்கலாம். செயற்கை நுண்ணறிவைக் கொண்டு உங்களுக்கான சமையல் குறிப்பைக் கொடுக்கும்.

செயலியில் குறைகள் என்று பார்த்தால், ஓராண்டுக்கு முன்னர் வெளியிடப்பட்ட பதிப்பின் இடைமுக மாற்றத்திற்குப் பிறகு, ஏற்கனவே இருந்த பல வசதிகள் நீக்கப்பட்டுவிட்டதாகப் பயனர்கள் சொல்கிறார்கள். மேலும் முன்பைவிட பல மடங்கு விளம்பரங்கள் வந்து தொல்லை செய்கிறதாம். முக்கியமாகச் சமையல் குறிப்புகளைப் பகிரும் வசதி சரியாக வேலை செய்யவில்லையாம்.

2025ஆம் ஆண்டில் இவர்களின் குழுவில் பத்தொன்பது நாடுகளிலிருந்து வந்த மொத்தம் எழுபது முழு நேரப் பணியாளர்கள் இருக்கிறார்கள். அறுபது இலட்சத்திற்கும் அதிகமான பயனர்கள் அடிக்கடி செயலியைப் பயன்படுத்துகிறார்கள். செயலியில் இதுவரை பதினைந்தாயிரம் சமையல் குறிப்புகளும் கட்டுரைகளும் இருக்கின்றன.

30. சுருக்கிக் கொடு!

ஜெர்மனிக்கும் புத்தகங்களுக்கும் என்றுமே ஓர் அரிய தொடர்புண்டு. பதினைந்தாம் நூற்றாண்டில் அச்சு எந்திரத்தை கண்டுபிடித்த “யோகான்னஸ் குடன்பர்க்” ஒரு ஜெர்மானியர். அந்தத் தயாரிப்பு, கற்றலை எல்லோருக்கும் பரவலாக்கியது. அதைப் போலவே இன்றைய செல்பேசி உலகில் நூல்கள் வாசிப்பை எல்லோருக்கும் எடுத்துச் செல்லும் செயலி பிளின்கிஸ்ட் *(Blinkist)*. இதுவும் ஒரு ஜெர்மானியத் தயாரிப்பே.

‘நாங்கள் தொடங்கிய போது பெரும்பாலான செயலிகள் விளையாட்டுக்காகவும், சமூக வலைத்தளங்களாகவுமே இருந்தன. இதைவிடுத்து வாழ்க்கையில் உண்மையான முன்னேற்றத்திற்கு ஏதாவது ஒரு செயலியைத் தயாரிக்க வேண்டும் என்று எண்ணினோம்’ என்கிறார் பிளின்கிஸ்ட் நிறுவனத்தின் நிர்வாகத் தலைவர் ஹோல்கர் சீம் *(Holger Seim)*. 2012இல் இவரும் நண்பர்கள் நிக்லஸ் ஜான்சன், செபாஸ்டியன் க்ளைன் மற்றும் டோபியாஸ் பாலீங் ஆகியோரால் பெர்லின் *(Berlin)* நகரில் தொடங்கப்பட்டது பிளின்கிஸ்ட். இந்தச் செயலியானது அபுனைவு நூல்களைச் சுருக்கி, அதில் சொல்லப்பட்டுள்ள முக்கியக் கருத்துக்களைத் தொகுத்து வழங்கும் சந்தா சேவை.

2010ஆம் ஆண்டுவாக்கில் ‘மார்பர்க்’ மற்றும் ‘பாம்பர்க்’ நகர பல்கலைக்கழகங்களில் படித்து முடித்த நண்பர்கள் நால்வரும்

பெரும் நிறுவனங்களில் நல்ல வேலைகளில் சேர்ந்திருந்தார்கள். எல்லோருமே வாசகர்களாக இருந்தவர்கள். ஆனால் வேலைக்குச் சேர்ந்தபின் கல்லூரி நாட்களில் செய்தது போல நூல்களைப் படிக்க நேரமில்லையே என்று வருந்தினார்கள். படிக்கும் போது நாம் அனைவரும் பாடங்களில் வரும் முக்கியமான விசயங்களை மட்டும் குறிப்பு எடுத்துக் கொள்வோம். இது திரும்பத் திரும்ப படிக்க வசதியாக இருக்கும். இந்த முறையையே ஏன் அபுனைவு நூல்களுக்குச் செய்யக் கூடாது என்று யோசித்தார்கள் அதன் விளைவு பிளின்கிஸ்ட் செயலி.

செயலியின் முதல் பதிப்பு வேகமாகத் தயாரிக்கப்பட்ட படைப்பு. இதில் புத்தகங்களின் சுருக்கங்கள் வரிகளாக மட்டுமே வழங்கப்பட்டன. ஒலிவடிவம் கிடையாது. வெறும் நூறு தலைப்புகள் மட்டும் இருக்கும் செயலியை எப்படிப் பிரபலப்படுத்துவது என்று யோசித்த ஹோல்கர் செயலியின் குறையையே அடையாளமாக மாற்றினார். அமேசான் போன்ற இணையத்தளத்தில் இருக்கும் ஆயிரக்கணக்கான தலைப்பிலிருந்து சிறந்ததை நீங்கள் தேர்வு செய்வதே கடினம். உங்களுக்காகவே நாங்கள் பிளின்கிஸ்ட் செயலியில் சிறந்தவற்றை மட்டுமே வழங்குகிறோம் என்று சந்தைப்படுத்தினார். மெதுவாக இது வாடிக்கையாளர்களிடம் எடுபடத் தொடங்கியது. இதற்கு நடுவில் செயலியின் தொடக்கக்காலப் பதிப்புகளில் பல சிக்கல்கள், பிழைகள் இருந்தன. பயனர்களிடம் இருந்து வந்த குறைகளை, கருத்துக்களை நிறுவனர்கள் கவனமாகக் கேட்டு, குறிப்பெடுத்து செயலியை மேம்படுத்தினார்கள். ஒரு நூலை வாங்கிவிட்டு இது நமக்குச் சரியானது இல்லை என்று படிக்காமல் இருப்பதைவிட, அந்த நூலின் சுருக்கத்தை பிளின்கிஸ்ட்டில் படித்துப் பிடித்து நூலை வாங்கினார்கள் வாசகர்கள். இது இந்தச் செயலியின் சிறப்பாக அமைந்தது.

ஆரம்பக் காலங்களில் பதிப்பகங்களிடம் அவர்களின் நூல்களைச் செயலியில் சேர்க்க அனுமதியைப் பெறுவது மிகவும் சிரமமாக இருந்தது. “எங்களின் நூலை பிளின்கிஸ்ட் செயலியில் படிக்கும் (அல்லது கேட்கும்) பயனர் எதற்காக முழு நூலை வாங்குவார், எங்களின் வியாபாரம் இதனால் பாதிக்கப்படும்” என்பது பதிப்பகங்களின் அச்சமாக இருந்தது. இதற்குப் பதிலாக ஹோல்கர்

சீம் சொன்னது "சுமார் முந்நூறு பக்க நூலில் இருக்கும் அறிவை, வெறும் ஐந்து பக்கங்களைப் படித்து வாசகர் தெரிந்து கொள்வார் என்றால் உங்களின் நூல்களை நீங்கள் புத்தாக்கம் செய்ய வேண்டும்". எப்படி ஒரு திரைப்படத்திற்கு ஆர்வத்தை அதன் முன்னோட்ட டிரைலர் தூண்டுகிறதோ, அதையே ஒரு நூலுக்குச் செய்வது பிளின்கிஸ்ட் என்பது அவரின் வாதமாக அமைந்தது.

பிளின்கிஸ்ட்டின் நோக்கம், புத்தகங்களை எப்படி எளிமைப்படுத்தி வாசகர்களுக்கு அறிமுகம் செய்வது என்பது. புத்தகங்களுக்கு மாற்றாக வர வேண்டும் என்பதில்லை. இதைப் புரிந்து கொள்ள இவர்களின் தயாரிப்பு முறையை அறிந்து கொள்ள வேண்டும். பிளின்கிஸ்ட்டின் வல்லுநர்கள் ஒவ்வொரு நூலையும் ஆழமாகப் படித்து உள்வாங்கித் தொகுக்கிறார்கள். அப்படி இவர்கள் நூலிலிருந்து தேர்வு செய்யும் கருத்துக்களை பிளின்க் *(Blink)* என்று அழைக்கிறார்கள். அதாவது கண் இமைக்கும் நேரத்தில் ஒரு கருத்தைக் கற்கலாம் என்பது இதன் பொருள். ஒவ்வொரு நூலிலிருந்தும் சுமார் பத்து பிளின்க்குகள் வழங்கப்படும். இவற்றைப் பதினைந்து நிமிடங்களுக்குள் படிக்கலாம் அல்லது ஒலியாகக் கேட்டு முடிக்கலாம். ஒவ்வொரு நூலிலும் சொல்லப்பட்டுள்ள தகவல்களைக் காட்டிலும் அதை விளக்கும் உதாரணங்களைப் படிக்கும் போது எளிதில் விளங்கும். இதைக் கருத்தில் கொண்டு ஒரு நூலை பிளின்க்களாக தொகுக்கும் போது நூல் ஆசிரியரின் உதாரணங்களுக்கு முக்கியத்துவம் கொடுக்கப்படுகிறது. எளிமைப்படுத்த புதிதாகச் சில உதாரணங்களும் சேர்க்கப்படுகின்றன. சில இடங்களில் மொழி நடையும் மாற்றப்படுகிறது.

தொடங்கிய இரண்டு ஆண்டுகளில் ஆயிரம் சந்தாதாரர்கள் எண்ணிக்கையை அடைந்தது. 2014ஆம் ஆண்டு, சுருக்கங்களை ஒலியாகக் கேட்கும் வசதியை அறிமுகம் செய்தார்கள். இதனிடையே இருந்த முதலீடுகள் செலவாகி, அடுத்த இரண்டு மாதங்களைத் தாண்டி சம்பளம் கொடுக்கக் கூட பணம் இல்லை என்கிற நிலை. இருந்தும் பணியாளர்கள் பலரும் நிறுவனர்களை நம்பி தொடர்ந்தார்கள். அடுத்த ஆண்டு தங்களின் முதல் வெளி முதலீட்டைப் பெற்று உயிர் பிழைத்தது நிறுவனம். அதிலிருந்து ஏறுமுகம்தான்.

2016இல் "கல்வி கற்றல்" துறைக்கான ஐக்கிய நாடுகள் சபையின் 'உலக உச்சி மாநாட்டு விருதை' வென்றது. அதே ஆண்டு செயலியில் ஆயிரத்து ஐந்நூறு தலைப்புகள் இடம் பெற்றன, பத்து இலட்சம் பயனர்களும் வந்தார்கள். பொதுவாக எல்லா நிறுவனங்களிலும் முடிவுகளை எடுக்க, ஒப்புதல்களை வழங்க, மேற்பார்வை பார்க்க மேலாளர்கள் இருப்பார்கள். இதற்கு மாற்றானது ஹோலாக்ராசி *(Holacracy)* மேலாண்மை முறை. இதில் ஒவ்வொரு குழுவும் தன்னை தானே ஒழுங்கமைத்துக் கொள்ளும். இந்த முறையைச் சோதனை முயற்சியாகச் செய்து பார்த்தது பிளின்கிஸ்ட். தொடர்ந்து வளர்ந்துவந்த நிறுவனத்தை 2023ஆம் ஆண்டு ஆஸ்திரேலியாவைச் சேர்ந்த கோ1 என்கிற கல்வி தொழில்நுட்ப நிறுவனம் வாங்கியது.

இன்று செயலி மூலமாக பிளின்கிஸ்ட் செய்கின்ற புத்தகங்களின் சுருக்கத்தைக் கொடுக்கும் முறை நூறு ஆண்டுகளுக்கு முன்பிருந்தே இருக்கிறது. இதில் முன்னோடி ரீடர்ஸ் டைஜஸ்ட் *(Reader's Digest)* பத்திரிகை. புகழ்பெற்ற புனைவுகளை, கதைகளை, அதிசயமான உண்மை சம்பவங்களை ஓரிரு பக்கங்களில் சிறு கதை வடிவில் கொடுப்பது இவர்களின் சிறப்பு. அடுத்த உதாரணம், 1929இல் இருந்து மெட்ராஸில் இயங்கும் லிப்கோ பதிப்பகம். தமிழ் காப்பியங்களையும், இதிகாசங்களில் வரும் விசயங்களையும், புராணங்களையும் சுருக்கி கையடக்கப் பதிப்புகளாக அறுபதுகளிலேயே பதிப்பித்திருக்கிறார்கள். இதே முறையில் ஆங்கிலத்தில் வந்த பல சுய முன்னேற்றப் புத்தகங்களை பதினாறு பக்க சிறு நூல்களாக வெளியிட்டு வருகிறார்கள். இதே முறையில் கீதா பிரஸ், ராமகிருஷ்ண மடம், பைபிள் பதிப்பகங்கள் அவரவர்களின் தெய்வீக நூல்களைச் சுருக்கி குறைந்த விலையில் பதிப்பிக்கிறார்கள். இவை எல்லாவற்றின் நோக்கமும் பிளின்கிஸ்ட்டின் நோக்கமும் ஒன்றே, எளிய முறையில் வாசகரை அடைய வேண்டும்.

பிளின்கிஸ்ட் சேவையைப் பற்றி வாசகர்களிடம் குறைகள் இல்லாமல் இல்லை. ஒரு புத்தகத்தை வாசிப்பது என்பது வெறும் தகவல்களை அறிந்து கொள்ளும் வழி மட்டுமல்ல. அதை எழுதிய ஆசிரியரின் எண்ண ஓட்டத்தை அவருடன் பயணம் செய்து தெரிந்து கொள்வது. ஒரு நூலில் வரும் தகவல்களைக் காட்டிலும்

அது ஏன் முக்கியமாகிறது என்பதைச் சுருக்கத்தில் கற்க முடியாது. அதோடு ஒவ்வொரு தகவலும் அடுத்து வரும் தகவலுடன் எப்படி இணைகிறது என்பதும் சுருக்கத்தில் விடுபட்டுவிடுகிறது என்கிறார்கள். பதினைந்து நிமிடங்களில் ஒரு நூலைப் படிக்கிறோம் என்று எண்ணிச் சிலர் அரைகுறையாக, சில சமயம் தவறாகவும் புரிந்து கொள்ளும் ஆபத்து இருக்கிறது என்கிறார்கள். ஒரு நூலைப் படிக்கும் போது, அதில் சில விசயங்கள் திரும்பத் திரும்ப வரும். இப்படிப் பல நாட்கள் தொடர்ந்து படிக்கும் போது நம்மால் அதை அசை போட்டு நினைவில் வைத்துக் கொள்ள முடியும். அவசர அவசரமாகக் கேட்பதால் எதுவுமே ஆழ் மனத்தில் பதியாது என்கிறார்கள் சில ஆராய்ச்சியாளர்கள்.

இன்றைக்குப் பெரும்பாலான மக்கள் ஆண்டுக்கு ஒரு நூலைக் கூட படிப்பதில்லை. அப்படியான சூழலில் நான்கில் மூன்று பங்கு பிளின்கிஸ்ட் பயனர்கள் ஆண்டுக்கு மூன்று நூல்களை வாசிக்கிறார்கள் என்கிறது நிறுவனம். மீதமிருக்கும் கால் பங்கு வாசகர்கள் ஆண்டுக்கு (அடுத்து வருவது ஆச்சரியமான எண்ணிக்கை) எட்டு நூல்களை வாசிக்கிறார்கள். அதோடு நில்லாமல் பயனர்களின் 87 சதவிகிதமானவர்கள் தங்களின் வாழ்வில் நல்ல மாற்றங்களைச் செய்துள்ளார்களாம். இன்று வரை மூன்று கோடிக்கும் அதிகமான முறை பிளின்கிஸ்ட் தரவிறக்கப்பட்டுள்ளது. சுமார் ஏழாயிரத்து ஐந்நூறு படைப்புகள் இவர்களின் பட்டியலிலிருந்து கிடைக்கின்றன. இன்றைய அதி வேக உலகில் புது நூல்களை அறிந்து கொள்ள விரும்பும் அனைவருக்கும் பிளின்கிஸ்ட் இன்றியமையா செயலி.

31. சேர்த்து வைத்துப் படி!

தினமும் பல இணைய முகவரிகளை நாம் பார்க்கிறோம். ஒரு சில கட்டுரைகளைப் படித்தவுடன் இது முக்கியமானது என்று தோன்றும். அதே போல வாட்ஸ்-ஆப்பில் அல்லது பேஸ்புக்கில் வரும் பதிவில் குறிப்பிடப்பட்டுள்ள கட்டுரை நம் ஆர்வத்தைத் தூண்டும். ஆனால் அப்போது படிக்க நேரமிருக்காது. இந்த மாதிரி சூழல்களில் கட்டுரையின் முகவரியைச் சேமித்து வைத்துக் கொண்டால், பின்னர் நேரம் கிடைக்கும் போது பார்க்க வசதியாக இருக்கும்.

கட்டுரைகள் என்றில்லை, வீடியோக்களாக இருக்கலாம், பாட்காஸ்ட் ஒலிப்பதிவுகளாக இருக்கலாம், எல்லா வகையான இணைய முகவரிகளைப் பட்டியலாகச் சேர்த்து வைப்பவை புக்மார்க் *(Bookmark)* சேவைகள். பொதுவாக நாம் பயன்படுத்தும் இணைய வலையுலாவிகளிலேயே இதற்கான வசதியிருக்கும். இருந்தாலும் தனியான செயலியில் செய்வது சிறப்பு. ஏனென்றால் புக்மார்க்குகளை நிர்வாகம் செய்யும் வசதிகள் கிரோம், ஃபயர்பாக்ஸ் போன்றவற்றில் நன்றாக இருக்காது. இதற்காகவே இருந்த செயலி பாக்கெட், இது ஃபயர்பாக்ஸ் வலையுலாவியைத் தயாரிக்கும் மொசில்லா நிறுவனத்தின் படைப்பு. 2025ஆம் ஆண்டு மே மாதத்தில் இருந்து இந்தச் சேவையை நிறுத்திக் கொள்கிறோம் என்று அறிவித்துவிட்டது மொசில்லா. பல ஆண்டுகளாக எல்லாக்

கணினிகளிலும் புக்மார்க்குகளை சேமிக்கப் பலர் பயன்படுத்துவது இதையே. இதிலிருந்து மாற வேண்டிய தேவை இப்போது உள்ளது. மாற்றாக ரெயின்ட்ராப்.ஐஓ *(Raindrop.io)* செயலியைச் சொல்லலாம். இந்த வகையில் இருக்கும் செயலிகளிலேயே எளிதாகவும், நன்றாக வடிவமைக்கப்பட்டதாகவும் இருப்பது ரெயின்ட்ராப்.

ரெயின்ட்ராப் செயலியைத் தெரிந்து கொள்ளும் முன்னர் ஒரு சிறு புவியியல் உலா. உலகில் இருக்கும் பெரிய நாடுகளில் முதல் பத்தை வரிசைப்படுத்திச் சொல்லவும் என்பது கேள்வி. இதற்கு விடையாக ரஷ்யாவில் தொடங்கி, ஏழாவது இடத்தில் இருக்கும் இந்தியா வரை நம்மில் பலரும் சொல்லிவிடுவோம். எட்டாவது இடத்தில் இருப்பதைக் கொஞ்சம் யோசித்து அர்ஜென்டினா என்போம், ஆனால் ஒன்பதாவது நினைவில் இருக்காது. உண்மையில் அந்த நாடு கசகஸ்தான் *(Kazakhstan)*. அணு சக்தியின் மூலமான யுரேனியம் கிடைக்கும் நாடுகளில் முக்கியமானது இது. அதோடு இங்கே எண்ணெய், எரிவாயு, தங்கம், வைரம் மற்றும் பல அரிய தனிமங்களும் அதிகமாகக் கிடைக்கின்றன. இந்த நாட்டில் இருக்கும் ஓர் ஊர் பைகோனூர். இந்த ஊரில் இருந்தே 1961இல் சோவியத் யூனியன் விண்வெளிக்கு அனுப்பிய முதல் மனிதர் பறந்தார். ரஷ்யாவுடன் நெருக்கமான அரசியல், பொருளாதாரத் தொடர்புடைய நாடு கசகஸ்தான் (சுருக்கமாக கசக்).

கசக் சுற்றுலா முடிந்தது. செயலிகள் உலகிற்குத் திரும்புவோம்.

இந்தச் செயலிக்கும் கசக்குக்கும் தொடர்பிருக்கிறது. பிரபலமான செயலிகள் என்றாலே அதன் உருவாக்கத்தில் பல நூறு திறமையான பொறியாளர்கள் இருப்பார்கள் என்பதைப் பொய்யாக்கியிருக்கிறார் ரெயின்ட்ராப்பின் உருவாக்குநர் "ருஸ்தெம் முசாபெகோவ்" *(Rustem Musābekōv)*. இன்றைக்குப் பத்து இலட்சத்திற்கும் அதிகமான பயனர்களால் விரும்பப்படும் செயலி 'ரெயின்ட்ராப்'. இதன் நிரலை எழுதுவது, மேகக் கணினிகளில் நிறுவுவது, அதனை நிர்வகிப்பது, இடைமுகத்தை வடிவமைப்பது, பயனர் உதவிக்கு வருவது என்று எல்லாவற்றையும் தனி ஆளாகச் செய்கிறார் 33 வயதான "ருஸ்தெம்".

கசக்கின் பெரிய நகரான அல்மாத்தியில் இருக்கும் பிரபல டி.ஏ. குனாவ் பல்கலைக்கழகத்தில் *(D.A. Kunaev University)* 2010ஆம்

ஆண்டு பட்டம் பெற்றவர் “ருஸ்தெம்”. அடுத்த சில ஆண்டுகள் இணையத்தளங்களை வடிவமைக்கும் பொறியாளராகக் கசக்கின் அஸ்தானா (முன்னர் நூர்-சுல்தான்) நகரில் பணிபுரிந்தார். உலகில் இருக்கும் தலைநகரங்களில் இரண்டாவது குளிரான நகரம் அஸ்தானா. அது 2013ஆம் ஆண்டு, இணையத்தில் பார்க்கும் தளங்களின் முகவரிகளைச் சேமிக்கவும், பின்னர் போய் எளிதாகப் பார்க்கச் சேவைகள் எதுவும் சரியாக இல்லை என்கிற தேவையை உணர்ந்தவர், அப்படியான ஒன்றைத் தானே உருவாக்குவது என்று தீர்மானித்தார். அப்படி அந்த ஆண்டு உருவானதுதான் ரெயின்ட்ராப்.

தொடங்கிய போது இதை விருப்பத்தின் பேரில் பகுதி நேரத் திட்டமாகவே செய்தார். வடிவமைப்போடு ஜாவாஸ்கிரிப்ட், ரியாக்ட் (React), சிஎஸ்எஸ் (CSS) நிரலிகளை கொண்டு மென்பொருள் எழுதுவதில் திறமையானவர் “ருஸ்தெம்”. இதனால் ரஷ்யாவில் நல்ல வேலை கிடைத்தது. அங்கே சுமார் பத்தாண்டுகள் இருந்தவர், 2022இல் உக்ரைன் மீது ரஷ்யா படையெடுத்தவுடன் தன் தாய் நாட்டிற்கு, கசக்கிற்குத் திரும்பினார். இதற்கு நடுவில் 2019இல் இருந்து ரெயின்ட்ராப் செயலிக்கு நல்ல வரவேற்பு வந்து கொண்டிருந்ததால், செயலியின் தயாரிப்பையே தனது முழு நேரப் பணியாகச் செய்து வருகிறார் “ருஸ்தெம்”.

2019ஆம் ஆண்டில் ரெயின்ட்ராப் செயலியின் மொத்தப் பின்னணி கணிமைகளையும் மேகக் கணினிகளுக்கு மாற்றியிருந்தார் “ருஸ்தெம்”. தற்போது இது முழுவதுமாக ஜெர்மனியின் அமேசான் ஏ.டபிள்யூ.எஸ். கணிமையில் பாதுகாப்பாக இயங்குகிறது. அந்த ஆண்டில் மட்டும் முப்பது இலட்சம் புக்மார்க் தொகுப்புகள் ரெயின்ட்ராப்பில் சேமிக்கப்பட்டிருந்தன. செயலியின் திறனைப் பார்த்து, ஒப்பேரா (Opera) வலையுலாவி நிறுவனம் ருஸ்தெமை அவர்களின் தலைமை இடமான நார்வே நாட்டிற்கு அழைத்து கூட்டாக எப்படி இயங்குவது என்பதைக் கலந்தாலோசித்தார்கள். கணினி உலகில் பிரபல இருப்பது அமெரிக்காவின் “தி வெர்ஜ்” (The Verge) இணையத்தளம். 2022ஆம் ஆண்டு ரெயின்ட்ராப்பை இருப்பதிலேயே தலைசிறந்த புக்மார்க்கு செயலி என்று தேர்வு செய்தார்கள்.

ஐபோன், ஆன்ட்ராய்ட், விண்டோஸ், மேக், ஐபேட் கணினிகளுக்கு ‘ரெயின்ட்ராப்’ செயலி வடிவில் இலவசமாகக் கிடைக்கிறது.

மேலும், கூகுள் கிரோம், மைக்ரோசாப்ட் எட்ஜ், மொசில்லா ஃபயர்பாக்ஸ், ஆப்பிள் சஃபாரி வலையுலாவிகளுக்கு நீட்சிகளாகவும் இலவசமாகவே கிடைக்கிறது. புதிதாக வந்திருக்கும் செயற்கை நுண்ணறிவு வசதிகளையும், அதிகமான அளவில் கோப்புகளைச் சேமிக்கவும், சேர்த்ததில் எந்த முகவரிகள் வேலைசெய்யவில்லை என்கிற சோதனை வசதி போன்றவற்றைப் பயன்படுத்த மாதச் சந்தா எடுக்க வேண்டும். சுமார் மூவாயிரம் ரூபாய்க்கு ஆண்டு சந்தா கிடைக்கிறது. இணைய முகவரி மட்டுமில்லாமல், ஓர் இணையப் பக்கத்தில் இருக்கும் குறிப்பிட்ட பத்திகளை, புத்தகங்களை, வீடியோக்களையும் கூட ரெயின்ட்ராப்பில் சேமிக்கலாம், பிறகு தேடிக் கண்டு கொள்ளலாம்.

மொசில்லாவின் பாக்கெட் செயலி நிறுத்தப்படுவதால் அதற்கு மாற்றாக சந்தையில் இருக்கும் மேட்டார் *(Matter)*, இனோரீடர் *(InoReader)* போன்ற மற்ற இணைய முகவரிகளைச் சேமிக்கும் செயலிகளையும் பயன்படுத்தலாம். ஆனால் ரெயின்ட்ராப் எளிமையாகவும் இலவச அடுக்கில் பயனுள்ள அடிப்படை வசதிகளோடும் கிடைக்கிறது.

கடந்த சில ஆண்டுகளாகக் கசக்கின் அஸ்தானாவில் வசிக்கிறார் "ருஸ்தெம்". மென்பொருள் உருவாக்கத்தைத் தாண்டி, இவர் ஒரு டிரம்ஸ் கலைஞர். அதோடு நன்றாக படங்கள் வரையக்கூடியவர். ரெயின்ட்ராப் செயலியின் வடிவமைப்பில் இந்தக் கலைகளின் தாக்கத்தைப் பார்க்கலாம்.

32. AI இசைராஜா

தெருவில் நடந்து செல்லும் ஒருவரை நிறுத்தி அவருக்குப் பிடித்த இசை வகை எது என்று கேட்டால், ஒவ்வொருவரும் ஒவ்வொன்றைக் கூறுவார்கள். அந்தளவு ஒவ்வொருவருக்கும் இசை விருப்பம் தனிப்பட்டது. இதைச் சொன்னவர் பெரிய இசைக் கலைஞரோ மேதையோ இல்லை. செயற்கை நுண்ணறிவைக் கொண்டு யார் வேண்டுமானாலும் பாடல்களை உருவாக்க உதவும் சுனோ.ஏஐ *(Suno.AI)* செயலியின் நிறுவனரான மைக்கேல் ஷுல்மன் *(Michel Shulman)*.

*2021*இல் மைக்கேலுடன் ஜார்ஜ் குக்ஸ்கோ, மார்ட்டின் காமாச்சோ, கீனன் ஃப்ரைபர்க் ஆகியோர் சேர்ந்து தொடங்கியதுதான் சுனோ. நிறுவனர்கள் நால்வரும் சுனோவிற்கு முன்னர் அமெரிக்காவின் கேம்பிரிஜ் நகரில் இருந்த கென்ஷோ *(Kensho)* என்கிற இயந்திரக் கற்றல் சேவை நிறுவனத்தில் பணிபுரிந்து வந்தனர். குறிப்பாக, நிர்வாகத் தலைவரான மைக்கேல் இயற்பியலில் இளங்கலையும், குவாண்டம் கம்ப்யூட்டிங்கில் ஆராய்ச்சி செய்து மெய்யியலில் முனைவர் பட்டமும் பெற்றவர்.

இதே காலக்கட்டத்தில் வளர்ந்து வந்த செயற்கை நுண்ணறிவு தொழில்நுட்பத்தைக் கொண்டு, நிறுவனங்கள் அவர்களின் வருவாய் அறிக்கைகளில் படிப்பதை, பேச்சைப் புரிந்து கொள்ளலாம் என்கிற நோக்கத்தில் தொடங்கப்பட்டது இந்நிறுவனம். என்ன பெயர் வைப்பது என்று சிந்தித்தபோது மார்ட்டின் சொன்ன பெயர் 'சுனோ'. கேள் என்பதைக் குறிக்கும் இந்தி வார்த்தை 'சுனோ'.

மார்ட்டினின் மனைவி பஞ்சாபியர் என்பதைச் செயலியின் பெயர்க் காரணத்தை விளக்கும்போது அவரே சொல்லியுள்ளார். அப்போது ஓபன்-ஏஐ நிறுவனத்தின் ஜிபிடி2 மொழி மாதிரி வெளிவந்திருந்தது. அது பெரிதாக எதுவும் செய்யாவிட்டாலும், இயற்றறிவின் ஆற்றலை எடுத்துக் காட்டியது. இதைப் பார்த்த நிறுவனர்கள் பேச்சு ஒலியைப் புரிந்து கொள்வதை விடுத்து, பாடல்களை உருவாக்குவதில் கவனம் செலுத்தத் தொடங்கினார்கள்.

அந்த முயற்சியில் இரண்டு ஆண்டுகளுக்கும் மேலாகச் சத்தமில்லாமல் கடுமையாக வேலை செய்தார்கள். 2023ஆம் ஆண்டில் முதலில் டிஸ்கார்ட் சேனல் ஒன்றில் இலவசமாக சுனோ வெளியிடப்பட்டது. அதே ஆண்டின் இறுதியில் மைக்ரோசாப்ட்டுடன் இணைந்து அவர்களது கோ-பைலட் இணையத்தளத்தில் சுனோவை நீட்சியாக *(extension)* வெளியிட்டார்கள். அதுவரை இருந்த மற்ற பாடல்கள் உருவாக்கும் செயலிகளைக் காட்டிலும் சுனோ பலமடங்கு சிறப்பாக இருந்தது.

நமக்கு எந்த மாதிரியான இசை வேண்டும், பாடல் வரிகள் என்ன, எந்த வகையான குரல் வேண்டும் என்பனவற்றை ஓரிரு வரிகளில் உள்ளீடு செய்தால், சில நிமிடங்களில் நமக்காகவே ஒரு பாடலை உருவாக்கிக் கொடுக்கும் சுனோ. இது எல்லோரையும் ஆச்சரியப்படுத்தியது. அடுத்த ஆண்டே அமெரிக்காவின் முன்னணி நிதி நிறுவனங்கள் சுமார் ஆயிரம் கோடி ரூபாயை சுனோவில் முதலீடு செய்தார்கள். முதல் பத்து மாதங்களில் சுனோ சேவை மூலமாக ஒரு கோடி பாடல்கள் உருவாக்கப்பட்டன. 2024ஆம் ஆண்டு மத்தியில் ஐபோன், ஆன்ட்ராய்ட் செல்பேசிகளில் செயலியாக வரத் தொடங்கியது சுனோ.

இன்று சமூக வலைத்தளங்களில் வரிகளைக் காட்டிலும் குறும்படங்கள் அதிகம் விரும்பப்படுகின்றன. அத்தகைய வீடியோக்க ளுக்குப் பின்னணி இசை மிக முக்கியம். பொதுவெளியிலிருந்து அனுமதி பெறாமல் பாடல்களை எடுத்தால் யுட்யூப் போன்ற தளங்கள் நமது வீடியோவை நீக்கிவிடுவார்கள். இந்தச் சிக்கலைத் தீர்க்க வரப்பிரசாதமாக சுனோ வந்தது. இதில் நீங்களே பாடலை உருவாக்கிக் கொள்வதால் எந்தச் சட்டச் சிக்கலும் வராது.

மற்ற இணையச் செயலிகளைப் போலவே சுனோவிற்கும் சந்தா இருக்கிறது. இலவசமாக ஒவ்வொரு நாளும் பத்துப் பாடல்களை

உருவாக்கலாம். அதற்கு மேல் வேண்டுமானால் அல்லது வியாபாரரீதியாகப் பாடல்களைப் பயன்படுத்த விரும்பினால் சுமார் எழுநூறு ரூபாய் மாதச் சந்தாவாகக் கட்ட வேண்டும்.

சுனோ செயலிக்கு உள்ளேயிருப்பதும் சாட்ஜிபிடியை இயக்கும் டிரான்ஸ்ஃபார்மர் செயற்கை நுண்ணறிவு நுட்பமே. அதே நுட்பத்தைக் கொண்டு இவர்கள் இசைக்காக அதைத் தயார் செய்த விதத்திலும், அதைக் கற்பித்த முறையிலும்தான் வேறுபடுத்தியுள்ளார்கள். இதுவே இவர்களுடைய தொழில் ரகசியம். தொடங்கிய முதல் ஆண்டில் பார்க் *(Bark)* என்கிற டிரான்ஸ்ஃபார்மர் மாதிரியை திறமூலமாக (ஓப்பன் சோர்ஸாக) வெளியிட்டார்கள். இது எழுத்து வரிகளைப் பேச்சாக (ஒலியாக) மாற்றிக் கொடுக்கும். சிறப்பாகச் செயல்பட்ட இந்த மாதிரியின் அடுத்தடுத்த பதிப்புகளை அதற்குப் பிறகு வெளியிடவில்லை. அது நிறுவனத்தின் அறிவுசார் சொத்தாகப் பாதுகாக்கப்படுகிறது.

இசைக் கலைஞர்கள் பலரும் சுனோ மீது வெறுப்பில் இருப்பதாகத் தெரிகிறது. உதாரணமாக, ஜூன் 2024இல் சுனோ மற்றும் அவர்களின் போட்டியாளர்களுக்கு எதிராக ரெக்கார்டிங் இண்டஸ்ட்ரி அசோசியேஷன் ஆஃப் அமெரிக்கா என்ற அமைப்பு ஒரு வழக்கைத் தாக்கல் செய்தது. பதிப்புரிமை பெற்ற பாடல்களை அனுமதி பெறாமல் சுனோ அவர்களின் இயற்றறிவு மாதிரிகளைப் பயிற்றுவிக்கப் பயன்படுத்தி இருக்கிறது என்பதே குற்றச்சாட்டு. ‘அவர்கள் வழக்கு போடுவதற்கு முன்னர் எங்களுடன் பேசியிருக்கலாம், வழக்கறிஞர்களுக்குச் செலவு செய்யாமல் இசைக் கலைஞர்களுக்குக் கொடுக்கவே ஆசைப்படுகிறேன் ’ என்கிறார் மைக்கேல். ஆனால் எதிர்த்தரப்பு ‘மாதிரியைப் பயிற்றுவிக்கும் முன்னர் எங்களிடம் அனுமதி பெறப் பேசியிருக்கலாம்’ என்று திருப்பிக் கேட்கக்கூடும். வரும் ஆண்டுகளில் இந்தப் பிணக்கை நீதிமன்றங்கள் தீர்த்து வைக்கும் என்று எதிர்பார்க்கலாம்.

சுனோ மூலம் இசையே தெரியாமல் யார் வேண்டுமானாலும் ஒரு செயலியைக் கொண்டு இசையமைக்க முடியும். இதனால் பாடல்களின் மதிப்பு குறையுமா என்று கேட்டதற்கு மைக்கேல், ‘செயற்கை நுண்ணறிவால் ஒரு பாடலுக்கு ஆகும் செலவு குறையலாம், ஆனால் இசையின் முக்கியத்துவம் அதிகரிக்கவே செய்யும்’ என்றார். இதுவே சுனோ செயலியின் தாரக மந்திரம்.

33. மூன்று பேர், மூன்று நிமிடம்

'இந்தியாவின் ஆயிரக்கணக்கான சிற்றூர்களில் இருக்கும் பெட்டிக் கடைகளை நடத்துபவர்களும் எங்கள் வாடிக்கையாளர்கள்தான். நாள் முழுவதும் கடையிலேயே இருப்பவர்களுக்குத் திறமைகள் இருக்கும், ஆசைகள் இருக்கும், ஆனால் நேரம் இருக்காது. உதாரணமாக ஒரு யுட்யூப் சேனலை நடத்துவது எவ்வளவு சுலபம் என்பது தெரிந்தால் இவர்களும் வெற்றி பெறலாம். இப்படி வேலையில் இருப்பவர்களால் கற்க முடியாது என்கிற நிலை மாற வேண்டும். அவர்கள் இருக்கும் இடத்திலேயே சில நிமிடங்களுக்குள் கற்றுக் கொடுப்பதே எங்களின் நோக்கம்' என்கிறார் ரோஹித் சௌத்ரி.

இவர்தான் 'சீகோ' (*seekho*) செயலியின் நிறுவனர். இன்று ஐந்து இலட்சத்திற்கும் அதிகமானோர் பயன்படுத்தும் கற்றலுக்கான செயலியை உருவாக்கியவர்.

இணைய வழிக் கல்வி என்றாலே நாம் இந்திய அரசின் ஐஐடிகள் நடத்தும் ஸ்வயம், தமிழக அரசின் கல்வி டிவி, சிக்கலில் இருக்கும் பைஜூ போன்றவை நினைவுக்கு வரும். இவை எல்லாமே பள்ளி, கல்லூரி மாணவர்களுக்கானவை. ஆனால் கற்றல் என்பது ஒவ்வொரு மனிதனும் கடைசி மூச்சு இருக்கும் வரை செய்ய ஆசைப்படுவது.

உதாரணமாக, புதுவிதமான ரசம் வைப்பதிலிருந்து வீட்டிலேயே காற்றாலை செய்வது வரை இன்று யுட்யூப்பில் கற்கலாம். நேரமும் ஆர்வமும் இருந்தால் போதும். ஆனாலும் அங்கே இருக்கும் பல்லாயிரம் வீடியோக்களில் இருந்து நமக்குத் தேவையானதைத் தேடுவது எளிதில்லை. அதுவும் பயனருக்குப் புரிகின்ற மொழியில் குறும்படங்களாகக் கிடைப்பது கடினம். இவற்றின் தரமும் பல சமயங்களில் சுமாராகவே இருக்கும். இதனால் நமது நேரம் வீணாகும்.

இந்தக் குறைகளைக் களைந்து, எந்த வயதிலும் யார் வேண்டு மானாலும் கற்கலாம் என்கிற முயற்சியில் இன்று பிரபலமாகி வரும் செயலிதான் சீகோ. நெட்பிளிக்ஸ், அமேசான் பிரைம் போன்று சந்தா செலுத்திப் பயன்படுத்தக் கூடிய சேவை இது.

2015இல் ஐஐடி கான்பூரில் பொறியியல் பட்டப்படிப்பு படித்தவர் ரோஹித் சௌத்ரி. அவருக்கு ஓராண்டு ஜூனியர்களான கீர்தய் அகர்வால் மற்றும் யஷ் பன்வானி, இவர்கள் மூவரும் வெவ்வேறு துறைகளில் பட்டம் பெற்றவர்கள். சிலகாலம் வேறு நிறுவனங்களில் பணிபுரிந்துவிட்டு 2019ஆம் ஆண்டுவாக்கில் குக்கூ எஃப்எம் ஒலிப் புத்தகச் செயலி நிறுவனத்தில் ஒன்றாக வேலை செய்தார்கள்.

ஒரே கல்லூரி என்பதால் எளிதில் நண்பர்களானவர்கள் தொடர்ந்து விவாதித்துக் கொண்டே இருந்தது ஒன்றே. நகரத்தில் இருக்கும் கல்லூரிப் படிப்பு படித்தவர்களுக்கு மட்டுமே அவர்கள் துறையில் வெற்றியடைய வேண்டும் என்கிற விழைவு இருக்கும் என்னும் எண்ணம் தவறு. கிராமங்களிலும், சிற்றூர்களிலும் இருக்கும் வெறும் பள்ளிப்படிப்பு படித்தவர்களுக்கும் ஏதாவது சாதிக்க வேண்டும் என்கிற ஆசை இருக்கும். அவர்களும் சாதிக்கத் தேவையான கற்றலை வழங்குவது பெரிய வணிக வாய்ப்பு.

மூவரும் அவர்களது முந்தைய பணிகளிலிருந்து கற்றுக் கொண்ட அனுபவத்தை அடித்தளமாக வைத்தார்கள். தாங்கள் வழங்கும் சேவை யதார்த்தமானதாக, அன்றாட வாழ்விற்கான கற்றலை வழங்க வேண்டும் என்பதை நோக்கமாகக் கொண்டார்கள். படைப்புகளைத் தயாரிக்கும் போது அவை தரத்தில் சிறந்ததாக இருக்க வேண்டும், பயனர்களுக்கு உபயோகமாக இருக்கும் வகையில் கற்றுத் தர வேண்டும் என்பதை நிறுவனத்தின் தாரக மந்திரமாக்கினார்கள்.

இந்தச் சிந்தனைகளின் விளைவாக 2020ஆம் ஆண்டு இந்த மூவரால் தொடங்கப்பட்டது 'சீக்கிஃபை' என்கிற நிறுவனம். இன்று இந்நிறுவனத்தின் தலைமையிடம் பெங்களூருவில் உள்ளது.

அதற்கு அடுத்த ஆண்டு அவர்கள் வெளியிட்ட முதல் படைப்பு 'சீகோ' செயலி. இதைப் புரிந்து கொள்ளும் முன்னர், தலைமை அதிகாரி ரோஹித்தின் நோக்கத்தைப் புரிந்து கொள்ள வேண்டும். நவீன இந்தியாவில் யார் எந்த மாற்றத்தைச் செய்ய ஆசைப்பட்டாலும் அதற்குத் தடையாகச் சொல்லப்படுவது இங்கேயிருக்கும் அதீத மக்கள் தொகை. ஏன் இதைச் சாபமாகப் பார்க்க வேண்டும், வரமாகப் பார்க்க முடியாதா? என்று அவரின் ஐஐடி பொறியாளர் மூளை யோசித்தது.

அதற்கு விடையாக, ஒவ்வொருவருக்குமான கற்றலை எளிமையாக வழங்கினாலே நாடு முன்னேறிவிடும் என்று அவர் நம்பினார். இந்த நம்பிக்கையிலிருந்து வந்த பெயரே 'சீகோ'. இது ஆங்கில வார்த்தை '*Seek*' (அறிவை நாடிச் செல்லுங்கள் என்று அர்த்தம்) என்பதையும், இந்தி வார்த்தை 'தேக்கோ' (பாருங்கள் என்று அர்த்தம்) என்பதையும் ஒன்றிணைத்து வைத்த பெயர்.

செயலியில் ஒவ்வொரு தலைப்பிலும் அவர்கள் உருவாக்கிய மற்றும் தேர்ந்தெடுத்த குறும்படங்கள் இருந்தன. எல்லாமே எளிமையாகவும், ஆங்கிலம் கலந்த இந்தி மொழியில் அன்றாட வழக்கிலும் இருந்தன. இது போன்ற படைப்புகள் இணையத்தில் கொட்டிக் கிடந்தாலும், செயலியின் எளிமைக்காகவும், உள்ளடக்கத் தரத்தினாலும் பயனர்களுக்கு மிகவும் பிடித்திருந்தன.

பயனர்களின் எண்ணிக்கையோடு சேர்ந்து இவர்களும் வளரத் தொடங்கினார்கள். சுமார் நூறுக்கும் மேலான படைப்பாளர்கள் செயலிக்குப் பாடங்களை வீடியோக்களாக உருவாக்கி வழங்கினார்கள். அவர்களுக்கு நிறுவனம் நல்ல சன்மானம் வழங்கியது. இருந்தாலும் ஒவ்வொரு பாடத்தையும் சரிபார்ப்பது சிரமமாக இருந்தது. அதனால் அடுத்த ஆண்டு முதல், சிறந்த பன்னிரண்டு படைப்பாளிகளை (ஷோ-ரன்னர்ஸ்) மட்டும் தக்கவைத்துக் கொண்டார்கள். இவர்களைத் தவிர இந்நிறுவனத்தில் மேலும் இருபது பணியாளர்கள் மட்டுமே இருக்கிறார்கள்.

'சீகோ' செயலியில் கிடைக்கும் எல்லாப் பாடங்களும் மூன்று முதல் ஐந்து நிமிடங்களுக்குள் மட்டுமே இருக்கும். அன்றாட

இணையத் தொழில்நுட்பம், பணம் அல்லது நிதி மேலாண்மை, வர்த்தகம் போன்றவை இச்செயலியில் கிடைக்கும் முக்கியமான பாடங்கள். இவற்றோடு அழகுக்கலை, ஆரோக்கியம், ஆங்கிலம், பங்குச்சந்தை, வீடியோ எடிட்டிங், செல்பேசி விந்தைகள், உணவு போன்ற தலைப்புகளிலும் பாடங்கள் கிடைக்கின்றன.

சமீப காலங்களில் குற்றக் கதைகள், ஜோதிடம், ஆன்மிகம், வாழ்வியல் வெற்றி, சுய முன்னேற்றம் போன்றவையும் சேர்க்கப்பட்டுள்ளன. இளைஞர்களைக் கவர இசை, ஏஐ, காதல் கொள்வது எப்படி என்பது போன்ற பாடங்களும் வருகின்றன. இன்ஸ்டாகிராமில் எப்படி ஒரு கணக்கு தொடங்கி, கவர்ந்திழுக்கும் குறும்படங்களை உருவாக்கலாம் போன்ற பாடங்கள் சமூக வலைத்தளங்களைக் கொண்டு சாதிக்க நினைக்கும் பலருக்கும் பயனுள்ளவையாக இருக்கும்.

அன்றாட வாழ்வில் நாம் அரசாங்கத்தைப் பல விசயங்களுக்குத் தொடர்பு கொண்டாக வேண்டும். அது ஓட்டுநர் உரிமத்திற்காக இருக்கலாம். ஆதார் அட்டையில் இருக்கும் விவரங்களைப் புதுப்பிப்பதற்காக இருக்கலாம். இவற்றை எப்படிச் செய்வது என்று பெரும்பாலானோருக்குத் தெரியாது. இவற்றைத் தெரிந்து கொண்டு, கிராமத்தில் இருக்கும் மற்றவர்களுக்கு ஒரு கட்டணச் சேவையாக வழங்கலாம். இது போன்ற அரசாங்க தொடர்பான சேவைகளுக்காகவே இவர்கள் ஒரு சேனலைச் செயலியில் வைத்திருக்கிறார்கள்.

‘சீகோ’ செயலியை முதல் ஆண்டில் இலவசமாகவே வழங்கினார்கள். ஆனால் இணைய விளம்பரங்கள் மூலமாக எதிர்பார்த்த வருவாய் வரவில்லை. அதனால் தொடங்கிய சிறிது காலத்திலேயே சந்தாக் கட்டி மட்டும் பயன்படுத்தக் கூடிய சேவையாக மாற்றிவிட்டார்கள். இருந்தும், செயலியில் கிடைக்கும் தரமான பாடங்களைப் பார்த்துப் பயனடையும் மக்கள் இவர்களைத் தொடர்ந்து ஆதரிக்கிறார்கள்.

‘இந்தியர்கள் சுலபமாகச் செலவு செய்ய மாட்டார்கள், இலவசமாக எதிர்பார்ப்பார்கள் என்பது உண்மை, இருந்தாலும் ஒரு சேவை தங்களுக்கு உண்மையிலேயே பயனுள்ளதாக இருந்தால் அதன் மதிப்புக்கேற்ற கட்டணத்தைக் கட்டத் தயங்க மாட்டார்கள் என்பதை நாங்கள் கற்றுக் கொண்டோம்’ என்கிறார் ரோஹித்.

'சீகோ' செயலி தொடங்கிய இரண்டே ஆண்டுகளில் இவர்களின் வளர்ச்சியைப் பார்த்துக் கவரப்பட்ட எலிவேஷன் கேப்பிடல் நிறுவனம், மூன்று மில்லியன் அமெரிக்க டாலர் முதலீடு செய்தார்கள். 'சீகோ' செயலிக்கு 2024ஆம் ஆண்டிலிருந்து மாதம்தோறும் சுமார் மூன்றரைக் கோடி ரூபாய் வருவாயாக வருகிறது. இதைத் தொடர்ந்து அதே ஆண்டு மேலும் எட்டு மில்லியன் டாலர் முதலீடாக வந்தது. இன்று இச்செயலியில் மொத்தம் முப்பதாயிரம் வீடியோப் பாடங்கள் இருக்கின்றன.

ஏஐயின் வருகை தங்களுக்கு அச்சுறுதலாக மாறக்கூடாது என்பதற்காக இவர்களே செயற்கை நுண்ணறிவைக் கொண்டு பல வசதிகளைச் சோதனை செய்து பார்க்கிறார்கள். வரலாறு போன்ற சில பாடங்களுக்கு ஏஐயைக் கொண்டு உயிரோட்டமான படங்களைத் தயாரித்து வழங்குகிறார்கள். மேலும் ஏஐயைக் கொண்டு கணினியே ஒரு மாதிரி நேர்முகத் தேர்வைச் செய்யும் சேவையை இலவசமாக வழங்குகிறார்கள்.

இதை முன்னுதாரணமாகக் கொண்டு, துளிர்த் தொழில் முனைவோர் இது போன்ற ஒரு புது முயற்சியைத் தமிழில் செய்தால் பிரகாசமான எதிர்காலம் காத்திருக்கிறது.

34. ஹேப்பியான பசுமாடுகள்

ஹாப்பி கௌ *(Happy Cow)* என்கிற பெயரைக் கேட்டவுடன் இது ஏதோ பசு மடம் பற்றிய செயலி என்று நினைக்க வேண்டாம். இது நனிசைவர்களுக்கான (தீவிரச் சைவ உணவினர்களுக்கான) வழிகாட்டி.

ஆங்கிலத்தில் வீகன் *(Vegan)* என்று அழைக்கப்படும் உணவு முறையைப் பின்பற்றுபவர்கள் தாவரம், மரக்கறி உணவுகளை மட்டுமே சாப்பிடுவார்கள். எந்தவொரு உயிரினத்தின் இறைச்சி, முட்டை, பால், ஏன் தேனைக் கூட உண்ணமாட்டார்கள். இதனால் பசுக்கள் பாதுகாக்கப்பட்டு, மகிழ்ச்சியாக இருக்கின்றன என்பதை வேடிக்கையாகக் குறிக்கும் பெயரே ஹாப்பி கௌ (மகிழ்ச்சியான பசுமாடு).

தெளிவுக்காக ஒன்றைச் சொல்லிவிடுகிறேன்: சைவ உணவு மட்டுமே சாப்பிடுபவர்கள் அனைவருமே வீகன் சாப்பிடலாம் இந்த வகை உணவில் பால், தயிர், நெய் முதலியவை இருக்காது, அவ்வளவே. ஆனால் வீகன் உண்ணுவோர் சைவ உணவில் பலவற்றை ஏற்க மாட்டார்கள்.

ஹாப்பி கௌ செயலி என்ன செய்கிறது? உலகின் எந்தவொரு நகருக்குச் சென்றாலும் அங்கு எங்கே வீகன் மற்றும் சைவ

உணவுகள் கிடைக்கும் என்ற விவரங்களை எளிதாகக் கொடுக்கிறது. அது சைவ ஹோட்டலாக இருக்கலாம், பேக்கரியாக இருக்கலாம், சூப்பர் மார்க்கெட்டாகவும் இருக்கலாம். கூகுள் மேப்ஸ் தளத்தில் சென்று 'சைவ உணவகங்கள்' என்று தேடும்போது வருவதைக் காட்டிலும் இதில் சிறப்பான விடைகள், விமர்சனங்கள் வரும் என்பது இவர்களின் சிறப்பு.

இன்றைக்கு இச்செயலி இலவசமாகவே பயனர்களுக்குக் கிடைக்கிறது. இதில் வரும் விவரங்களைப் பெரும்பாலும் பயனர்களும் வீகன் உணவு ஆர்வலர்களும் உள்ளிடுகிறார்கள். அதோடு உணவகங்களும் பதிவுகளைத் தாங்களே பொறுப்பேற்றுக் கொண்டு எழுதிவரலாம். இதற்கு அவர்கள் கட்டணம் செலுத்த வேண்டும்.

உலகில் உள்ள சுமார் 185 நாடுகளில் இருக்கும் இரண்டரை இலட்சம் உணவகங்களின் விவரங்கள் ஹாப்பி கௌவ்வில் கிடைக்கின்றன. எடுத்துக்காட்டாக நம் சிங்காரச் சென்னையில் சுமார் தொண்ணூறு வீகன் மற்றும் சைவ உணவகங்களின் விவரங்கள் ஹாப்பி கௌவ்வில் இருக்கின்றன. தூங்கா நகரமான மதுரையில் சுமார் பத்து உணவகங்கள் பட்டியலிடப்பட்டுள்ளன. உலகில் எந்த நகரத்தில் நீங்கள் சைவ உணவு விடுதி, அதுவும் வீகன் மட்டுமே கிடைக்கும் உணவகம் நடத்தினாலும் ஹாப்பி கௌவ்வில் பதிவிட்டால் நல்ல விளம்பரம் கிடைக்கும்.

உங்கள் விடுதியின் விவரங்கள் முதன்மையாக வர, மேலும் விவரங்களைத் தர, செயலியில் பயனர்கள் என்ன தேடுகிறார்கள் என்கிற விவரங்களைப் பெற, போன்ற கூடுதல் வசதிகள் நீங்கள் சந்தா செலுத்தினால் கிடைக்கும். இதுதான் ஹாப்பி கௌ நிறுவனத்திற்கு முக்கிய வருமான வழியாக உள்ளது.

இந்தச் செயலியின் ஆரம்பப்புள்ளி என்ன?

அமெரிக்காவில் உள்ள யூனிவர்சிட்டி ஆஃப் கலிஃபோர்னியா பல்கலைக்கழகத்தின் சாண்டா க்ரூஸ் வளாகத்தில் 1990களின் தொடக்கத்தில் உளவியல் பட்டம் பெற்றவர் எரிக் பிரெண்ட் (Eric Brent). கல்லூரிக் காலத்தில் ஒருநாள் நண்பர் ஒருவர் வீகன் பர்கர் (மாமிசமோ, பாலாடைக் கட்டியோ இல்லாதது) சாப்பிட அழைத்தார். முதலில் முகம் சுளித்துக் கொண்டு உண்ட எரிக்குக்கு

ஒரு திடீர் மாற்றம் ஏற்பட்டது. மிருகங்களைக் கஷ்டப்படுத்தாமல் இப்படியான உணவு கிடைக்கையில் எதற்கு மாமிச உணவு என்று சிந்திக்க ஆரம்பித்தவர், முழு நனிசைவராக மாறிவிட்டார்.

படிப்பு முடித்து, கிடைத்த வேலையைச் செய்து வந்தவருக்குப் பயணம் செய்வதில் அபார ஆர்வம். அடுத்த பதினைந்து ஆண்டுகளில் சுமார் அறுபது நாடுகளுக்குச் சென்றுள்ளார். அங்கெல்லாம் உணவு விசயத்தில் மிகத் தீவிரமான வீகன் உணவுகளை மட்டுமே தேர்வு செய்து உண்டார். இதனால் பல சமயங்கள் ஒன்றுமே சாப்பிடாமல் இருந்தார். ஒருமுறை மலேசியாவில் சுற்றும்போது நாள் முழுவதும் நனிசைவ உணவகத்தைத் தேடிப் பட்டினி கிடந்தவர் மயங்கி விழுந்துவிட்டார். அருகில் இருந்தவர்கள் உதவியால் மருத்துவமனை சென்று சிகிச்சை பெற வேண்டி வந்தது. இந்தக் கசப்பான அனுபவம் அவரின் மனதில் தங்கிவிட்டது.

அடுத்ததாக, தாய்லாந்து நாட்டில் ஒரு தள்ளுவண்டி உணவுக் கடை நடத்தும் பெண்மணி அவருடைய உணவுத் தரத்தின் மூலம் எரிக்கை மிகவும் கவர்ந்தார். அந்தக் கடைக்கு எரிக், துண்டுப் பிரசுரம் வடிவமைத்துக் கொடுத்தார். அது வெற்றியடைந்தது. "மே கைடீ" *(May Kaidee)* என்கிற அந்தக் கடை இன்று பாங்காக்கில் பிரபலமான சைவ உணவகமாகவும், சமையல் பயிற்சி மையமாகவும் உள்ளது.

பிறகு *1999*இல் இந்தியாவில் சுற்றிக் கொண்டிருந்தார் எரிக். இங்கே இருந்த சமயம், *HTML* என்னும் இணையப்பக்கங்கள் வடிவமைக்கும் நிரலி முறையைத் தானாகவே கற்றுக் கொண்டார். அதைக் கொண்டு அவரே முதன்முதலாக எழுதி, இணையதளமாக வெளியிட்டார் ஹாப்பி கௌவ்வின் முதல் பதிப்பை. அதில் இவர் சென்ற, அறிந்த வீகன் உணவகங்கள் பற்றிய விவரங்கள் இருந்தன. அடுத்த சில மாதங்களில் அவருக்கு வந்த தரவுகளின் எண்ணிக்கை கூடக்கூட, ஹாப்பி கௌ தளத்தைத் தானியங்கி முறையில் மாற்ற நண்பரின் உதவியைப் பெற்றார் எரிக். அதிலிருந்து ஹாப்பி கௌவ்வுக்கு ஏறுமுகமே.

இங்கே முக்கியமான விசயம் ஒன்றைப் பார்க்க வேண்டும். முதலில் தொடங்கிய போது இதை வெறும் பொழுதுபோக்காக மட்டுமே செய்தார் எரிக். இது இந்த அளவு பெரிய வெற்றி பெறும் என்று

அவருக்கு எந்த எதிர்பார்ப்பும் இல்லை. அதனால் இதை ஒரு தொண்டு நிறுவனம் போலவே நடத்தினார், நடத்திக் கொண்டும் இருக்கிறார். அவருடைய நோக்கம் நனிசைவர்கள் யாரும் உலகின் எந்த மூலையில் சுற்றும்போதும் தான் மயங்கி விழுந்தது போலச் சிரமப்படக் கூடாது என்பதே.

இன்னொரு விசயம். ஹாப்பி கௌ தொடங்கிப் பல வருடங்களுக்கு அவர் வேறு வேலைகள் செய்து கொண்டிருந்தார். அவற்றிலிருந்து வருவாய் வந்ததால் இதிலிருந்து சம்பாதிக்க வேண்டும் என்ற கட்டாயம் அவருக்கு இருக்கவில்லை. இப்படி எல்லாச் செயலித் தயாரிப்பாளர்களுக்கும் அமையும் வாய்ப்பு குறைவு. அதோடு இதில் தன் மனைவி டயானாவின் பெரும் பங்களிப்பையும் எரிக் தனது பேட்டிகளில் சொல்லத் தவறுவதில்லை.

முதலில் இணையதளமாக இயங்கி வந்த ஹாப்பி கௌவ், 2011ஆம் ஆண்டு செல்பேசிச் செயலியாகவும் வரத் தொடங்கியது. செல்பேசியின் பயன்பாடு அதிகரித்ததும், பயணங்களின்போது வீகன் உண்பவர்களுக்கு இச்செயலி இன்றியமையாததாகியது. தொடங்கிய காலத்தில் ஓர் உணவகத்தில் ஒரே ஒரு அசைவ உணவு இருந்தாலும் ஹாப்பி கௌவ்வில் அதைப் பட்டியலிட மாட்டார்கள். ஆனால் தொடங்கிச் சுமார் பத்தாண்டுகள் கழித்து இதில் மாறுதல்களைச் செய்தார் எரிக்.

அசைவ உணவகங்களானாலும், எளிதாகப் புரிந்து கொள்ளும்படி ஓரிரு வீகன் அல்லது சைவ உணவு வகைகள் இருந்தால் அவற்றைச் இச்செயலியில் பதிவேற்றலாம். இன்றைக்கு ஹாப்பி கௌவ்வில் 100% வீகன், 100% சைவம், சைவ வகைகள் என்று உணவகங்கள் தனித்தனியாகப் பட்டியலிடப்படுகின்றன.

தொடங்கிய காலத்தில் ஹாப்பி கௌ செயலியைக் கட்டணம் செலுத்திப் பெற வேண்டும். எனினும் சில ஆண்டுகளுக்கு முன்பிருந்து, விளம்பரங்களின் உதவியால் இது முழுவதும் இலவச மாகக் கிடைக்கிறது. அதோடு சில பெரிய உணவு நிறுவனங்களும் வாகனத் தயாரிப்பு நிறுவனங்களும் ஹாப்பி கௌவ்வோடு பார்ட்னர்ஷிப் போட்டிருக்கிறார்கள். அவற்றிலிருந்தும் வருவாய் வருகிறது. ஹாப்பி கௌ, ஒவ்வொரு ஆண்டும் 'உலகில் வீகன் உணவுக்குத் தலைசிறந்த இருபத்தைந்து நகரங்கள்' என்ற பட்டியலை வெளியிடுகிறார்கள். ஒவ்வொரு நகரத்திலும் வீகன்

மட்டுமே பரிமாறப்படும் உணவகங்கள், கடைகள், பேக்கரிகள் எவ்வளவு இருக்கின்றன என்பதைப் பொறுத்து இந்தப் பட்டியல் இடப்படுகிறது. அதோடு முந்தைய ஓர் ஆண்டில் இந்த எண்ணிக்கையில் ஏற்பட்டுள்ள மாறுதல்களும் கணக்கில் எடுத்துக் கொள்ளப்படுகின்றன.

2025ஆம் ஆண்டுக்கான இந்தப் பட்டியலில் லண்டன் நகரம் முதல் இடத்தில் இருக்கிறது. லண்டனில் மட்டுமே 150 முழு 100% வீகன் உணவகங்கள் இருக்கின்றனவாம். இந்தப் பட்டியலில் ஆச்சரியமான விசயம் பத்தாவது இடத்தில் வந்திருக்கும் நகரம். அசைவ உணவுகள் மட்டுமே கிடைக்கும் என்று நாம் எண்ணும் வியட்நாம் நாட்டின் மிகப்பெரிய நகரான ஹோ சி மின் சிட்டி பத்தாவது இடத்தில் உள்ளது. இந்த நகரத்தையும், மெக்சிகோ சிட்டியையும் தவிர்த்து மற்ற நகரங்கள் எல்லாம் அமெரிக்காவிலும் ஐரோப்பாவிலும் இருக்கின்றன.

இந்தப் பட்டியலில் இந்தியாவிலிருந்து ஒரு நகரம் கூட இல்லை. காரணம் நம் உணவுகளில் அதிகமாக இடம்பெறும் பால் பொருட்களாக இருக்கலாம்.

சைவ உணவர்களுக்கு இன்னொரு வசதியான செயலி ‘வீகன் பாஸ்போர்ட்’ (Vegan Passport). உங்கள் உணவுக் கட்டுப்பாடுகளை இதில் பதிவிட்டால், அந்தந்த நாடுகளின் சூழலுக்கு ஏற்பப் பல மொழிகளில் உணவு தயாரிக்கும் முறையைச் சொற்றொடர்களாகச் சேர்த்து விளக்கிச் சொல்லும். நீங்கள் செல்லும் உணவகத்தின் சேவையாளரிடம் அதைக் காட்டி உங்களுக்குத் தேவையானதைச் சரியாகப் பெற்று உண்ணலாம். தற்போது இது ஐபோனில் மட்டுமே கிடைக்கிறது, ஆன்டராய்ட் பதிப்பு நிறுத்தப்பட்டுவிட்டது.

ஹாப்பி கௌவ்வுக்கு பதின்மூன்று இலட்சத்திற்கும் அதிகமான பயனர்கள் இருக்கிறார்கள், சுமார் மூன்று இலட்சம் பேர் அடிக்கடி இந்தச் செயலியைப் பயன்படுத்துகிறார்கள். செயலியில் மொத்தமாக இருபது இலட்சம் விமர்சனங்கள் இருக்கின்றன, முப்பது இலட்சம் படங்கள் உள்ளன. தொடங்கி இருபத்தைந்து ஆண்டுகளைக் கடந்துவிட்ட ஹாப்பி கௌவ்வின் வருவாய் 10.5 மில்லியன் அமெரிக்க டாலரைக் கடந்துவிட்டது. மக்களின் பசியாற்ற சிறந்த வீகன் உணவகங்களை உலகின் எல்லா இடங்களிலும் வழிகாட்டி உதவும் ஹாப்பி கௌ நிச்சயம் இன்னும் வளரும்.

35. ஷாப்பிங் அசிஸ்டெண்ட் பில் கேட்ஸ்

புதிதாக வந்திருக்கும் ஒரு செயலியைப் பயன்படுத்தும்போது உங்களுக்கு உதவி தேவைப்படுகிறது. உதவி கோரினால் மைக்ரோசாப்ட் நிறுவனர் பில் கேட்ஸே நேரடியாகப் பதிலளிக்கிறார் என்றால் சந்தேகமே வேண்டாம். நீங்கள் தரவிறக்கியது ஃபியா *(Phia)* ஃபேஷன் செயலியாக இருந்தால், அது பில் கேட்ஸ்தான்.

சமீபத்தில் அவர் வெளியிட்ட ஒரு வீடியோவில் தனது இளைய மகள் ஃபோபி கேட்ஸ் *(Phoebe Gates)*, மகளின் தோழி சோஃபியா கியானி *(Sophia Kianni)* இருவரும் சேர்ந்து ஃபியா *(Phia)* என்ற நிறுவனத்தைத் தொடங்கியிருக்கிறார்கள் என்று அறிவித்தார். அதோடு, ஆடையலங்காரச் செயலியான ஃபியாவில் நானும் ஒரு பயனர் சேவையாளராக இருக்கிறேன் என்றும் சொன்னார்.

ஃபியா அப்படி என்ன செய்யும் என்று பார்க்கலாம்.

ஃபியாவை இயக்கிய பிறகு, கூகுள் குரோமில் ஓர் ஆடையைத் தேடிப் பார்த்துக் கொண்டிருக்கிறீர்கள் என்று வைத்துக் கொள்வோம். அந்த அழகிய வெள்ளை நிறக் குட்டைப் பாவாடையின் விலை ஐந்நூறு அமெரிக்க டாலர். பின்னணியில் இயங்கி இதைக் கவனித்துக் கொண்டிருக்கும் ஃபியா அதே ஆடை, அதே டிசைனில் இணையத்தில் வேறு எங்கெல்லாம் அதைவிடக்

குறைந்த விலையில் கிடைக்கிறது என்பதைக் கண்டறிந்து அதன் விவரங்களை உடனடியாக வழங்கும்.

அதோடு அதே ஆடை ஓரிரு முறை மட்டுமே பயன்படுத்தப்பட்டு, இன்னும் குறைந்த விலைக்குக் கிடைத்தால் அதன் விவரங்களையும் சொல்லும். நீங்கள் இந்தத் தகவல்களைக் கொண்டு, உங்களுக்குப் பிடித்த இணையக் கடையிலிருந்து அதை வாங்கிக் கொள்ளலாம்.

மேலே சொன்னதிலிருந்து உங்களுக்கு இரண்டு ஐயங்கள் வரலாம். ஐந்நூறு டாலர் (சுமார் நாற்பத்து மூன்றாயிரம் இந்திய ரூபாய்) செலவு செய்பவர்கள் ஏழையாக இருக்க முடியாது. அவர்கள் எப்படி இன்னொருவர் உடுத்திய பழையதை வாங்குவார்கள்?

புதிது புதிதாகத் துணிகளை வாங்கி, ஓரிரு முறை மட்டுமே உடுத்தித் தூக்கி எறிவது இயற்கைக்கு நாம் செய்யும் துரோகம். மேலை நாடுகளில் மோசமாகிவரும் பருவநிலை மாறுதல்களுக்கு இதுவும் ஒரு காரணம் என்ற புரிதல் இப்போது இளம் தலைமுறையினரிடம் பரவிவருகிறது. இதற்கு மாற்றாக, முன்விரும்பப்பட்ட *(Pre-loved)* உடைகளை அவர்கள் அதிகம் வாங்குகிறார்கள்.

இந்தப் போக்கைத் தங்களுக்குச் சாதகமாக்கி, அப்படி வாங்குவதை எளிதாக்குகிறது ஃபியா. இதற்காக ஈபே, போஷ்மார்க், ஸ்டாக் போன்ற அமெரிக்காவில் பிரபலமாக இருக்கும் செகண்ட்ஹேண்ட் ஆடைகள் விற்கும் இணையதளங்களோடு கூட்டுச் சேர்ந்துள்ளது ஃபியா.

ஏற்கெனவே அமெரிக்காவில் பிரபலமாக இருக்கும் பேபால் நிறுவனத்தின் ஹனி *(Honey by Paypal)*, மைக்ரோசாப்ட் எட்ஜ் வலையுலாவியில் இருக்கும் மைக்ரோசாப்ட் ஷாப்பிங் போன்ற சேவைகளும் கிட்டத்தட்ட இதையே செய்கின்றன. இதில் ஃபியாவின் பிரத்தியேகச் சிறப்பு என்ன?

பொதுவாக இவையெல்லாம் நீங்கள் பார்க்கும் இணையக் கடையில் பயன்படுத்தக் கூடிய தள்ளுபடிச் சீட்டுகளை வழங்குபவை. கூகுள் ஷாப்பிங்கும் இதைப் போன்றதே. ஆனால் ஃபியா, நீங்கள் கொடுக்கும் பொருளின் (அல்லது ஆடையின்) பெயரைக் கொண்டு, அந்த வகைப் பொருளின் விலையைப் பல கடைகளிலிருந்து சேகரித்து ஒரே இடத்தில் கொடுக்கும். நீங்கள் கூடுதலாக எதுவும் செய்யாமல் ஃபியா தானாகவே செயற்கை

நுண்ணறிவைக் கொண்டு அதே ஆடை, அதே வண்ணத்திலும் வடிவமைப்பிலும் இருப்பதைச் சரியாகக் கண்டறிந்து, குறைந்த விலையில் கிடைக்கும் இடத்தைச் சுட்டிக்காட்டும்.

இதெல்லாம் சரிதான். ஃபோபி உலகப் பணக்காரரான பில் கேட்ஸின் ஆசை மகள். கோடிகளைக் கொட்டிக் கொடுத்தால் செயலிகளைத் தயாரிக்கப் பலரும் வருவார்கள் என்று நாம் நினைக்கலாம். ஆனால் தான் அப்படிப்பட்டவர் அல்ல என்கிறார் ஃபோபி. 'பெற்றோரின் பணத்தால் எதையும் செய்வதை நான் தவிர்க்கிறேன். நானொரு 'நெப்போ பேபி" *(Nepobaby)* இல்லை என்பதைக் காட்டவே கடுமையாக உழைக்கிறேன்' என்கிறார். அது உண்மையும் கூட. இதைப் புரிந்து கொள்ள சோஃபியாவைப் பற்றியும், ஃபோபியைப் பற்றியும் நாம் தெரிந்து கொள்ள வேண்டும்.

சோஃபியா ஈரானிய அமெரிக்கர். இவரின் தந்தை பொறியாளர், தாயார் ஆசிரியர். இருவரும் நல்ல வாழ்கையைத் தேடி ஈரான் நாட்டைவிட்டு அமெரிக்காவிற்கு வந்தனர். அங்கே கடுமையாக உழைத்து, தங்களுடைய இரண்டு மகள்களையும் வளர்க்கிறார்கள். சோஃபியா படிப்பில் படுசுட்டி. தாமஸ் ஜெஃபர்சன் ஹை ஸ்கூல் ஃபார் சயின்ஸ் அண்ட் டெக்னாலஜியில் பயின்றவர். மேல்படிப்புக்காக 2020ஆம் ஆண்டு இண்டியானா பல்கலைக்கழகத்தில் சேர்ந்தார். பின்னர் அங்கிருந்து ஸ்டான்போர்டு பல்கலைக்கழகத்திற்கு மாற்றல் பெற்றார்.

அங்கே அறிவியல், தொழில்நுட்பம் மற்றும் சமூகப் பிரிவுகளில் இளங்கலை (பி.எஸ்) படிப்பில் சேர்ந்தார். படிப்போடு சேர்ந்து பருவநிலை மாறுதல்களைத் தடுப்பது போன்ற நோக்கங்களுக்காகப் பல போராட்டங்களில் கலந்து கொண்டுள்ளார். இவருடைய முயற்சிகளைப் பாராட்டி பிபிசி, ஃபோர்ப்ஸ் போன்ற பத்திரிகைகள் இவரை 'சமூக மாற்றத்தை ஏற்படுத்தும் பெண்கள்' பட்டியல்களில் சேர்த்துள்ளன.

ஃபோபி பிறந்ததிலிருந்தே தந்தை பில் கேட்ஸும், தாயார் மெலிண்டா ஃபிரெஞ்சும் அவர்களின் தன்னார்வ நிறுவனம் மூலம் செய்யும் சேவைகளைப் பார்த்து வளர்ந்தவர். குறிப்பாக, ஆப்பிரிக்காவில் பல கோடி மக்கள் படும் அவலங்களைப் பார்த்ததால், அதைப் பற்றியே தனது இளங்கலைப் படிப்பு இருக்க வேண்டும் என்று விரும்பினார். அதோடு பெண்களுக்கான

மகப்பேறு உரிமைகளுக்காகப் பல இடங்களில் குரல் கொடுத்து வருகிறார். இதற்காகவே செயல்பட்டுவரும் *RFFA* என்கிற அமைப்பு அவரை 2024ஆம் ஆண்டுக்கான 'மகப்பேறு உரிமைகளுக்கான சாம்பியன்' ஆக அங்கீகரித்துள்ளது. 2021ஆம் ஆண்டு ஸ்டான்போர்டு பல்கலைக்கழகத்தில் மனித உயிரியல் மற்றும் ஆப்பிரிக்க ஆய்வுகளில் இளங்கலைப் படிப்பில் சேர்ந்தார்.

ஸ்டான்போர்டு பல்கலைக்கழகத்தில் படித்த இருவரும் ஒரே விடுதி அறையில் தங்கியிருந்தபோது நண்பர்கள் ஆனார்கள். இருவரும் சேர்ந்து 2023ஆம் ஆண்டு ஃபியா நிறுவனத்தை ஆரம்பித்தார்கள். முதலில் சில முயற்சிகளைச் செய்து பார்த்தவர்கள், அடுத்த ஆண்டு முதல் ஃபேஷன் செயலியான ஃபியாவைத் தாங்களாகவே எழுதத் தொடங்கினார்கள்.

முதலில் முயன்றபோது, இவர்களால் ஸ்டான்போர்டில் இருந்த ஸ்டார்ட்அப் பிசினஸ் மாடல் பயிற்சி வகுப்புகளில் சேரத் தகுதி பெற முடியவில்லை. துவண்டுவிடாமல் முயன்றவர்களுக்கு, சில மாதங்களிலேயே ஸ்டான்போர்ட்டின் சமூகத் தொழில்களுக்கான நிதியிலிருந்து ஒரு இலட்சம் அமெரிக்க டாலர் முதலீடு கிடைத்தது. இதையடுத்து இருவரும் தங்களின் துளிர்த்தொழிலைப் பற்றிப் பல மேடைகளில், முதலீட்டாளர்கள் சந்திப்புகளில் பேசினார்கள். அதற்குப் பலனாக விரைவிலேயே ஒரு மில்லியன் அமெரிக்க டாலர் முதலீடாக வந்தது.

அடுத்து, தங்கள் செயலியை வேகமாக உருவாக்க, தங்களின் நண்பர்கள், தெரிந்தவர்கள் எனச் சிலரை வேலைக்கு எடுத்தார்கள். இந்த ஆண்டு (2025) ஏப்ரல் மாதத்தில் ஃபியா வெளியிடப்பட்டது. அதைத் தொடர்ந்தே பில் கேட்ஸ் தன் மகளுக்காக அந்த நிறுவனத்தின் பயனர் சேவையில் உதவுகிறார்.

பயனர்கள் ஃபியா செயலியில் வரும் பட்டியலைப் பார்த்துச் சொடுக்கி ஆடைகளை வாங்கும்போது அந்தந்த நிறுவனங்கள் ஃபியாவுக்குத் தரகுக் கட்டணம் கொடுக்கின்றன. இதுதான் இந்தச் செயலியின் முக்கிய வருமானம். இதுவரை ஃபியாவில் சுமார் இருபத்தைந்து கோடி ஆடைகளைப் பற்றிய விவரங்கள் இருக்கின்றன என்கிறார் ஃபோபி.

செயலியை வெளியிடும் முன்பே அதை விளம்பரப்படுத்த வேண்டி 'தி பர்ன்அவுட்ஸ்' *(The Burnouts)* என்ற பாட்காஸ்ட் சேனலைத்

தொடங்கி இருக்கிறார்கள். இதில் நண்பர்களான ஃபோபியும் சோஃபியாவும் இயல்பாகப் பேசிக் கொள்கிறார்கள். ஃபியா குழுவில் இருக்கும் ஐந்தாறு இளம் அதிகாரிகளை அறிமுகம் செய்து வேடிக்கையாகப் பேசுகிறார்கள். சாதனை பெண்களைப் பேட்டி எடுக்கிறார்கள். இந்த பாட்காஸ்ட்டை நடத்த இவர்களை ஒப்பந்தம் செய்திருப்பது, அமெரிக்காவில் இந்தத் துறையில் பிரபலமாக இருக்கும் அலெக்ஸாண்ட்ரா கூப்பரின் அன்வெல் நெட்வொர்க் என்பதை இங்கே குறிப்பிட வேண்டும்.

ஃபியா, கூகுள் குரோம் வலையுலாவிக்கு நீட்சியாகவும், ஐபோன் செல்பேசிக்குச் செயலியாகவும் இலவசமாகக் கிடைக்கிறது. தற்போது இது அமெரிக்காவில் மட்டுமே அறிமுகப்படுத்தப்பட்டுள்ளது. தங்கள் நிறுவனத்தைப் பற்றிப் பேசும்போது 'நாங்கள் ஓர் உலகளாவிய ஆடையலங்காரச் செயலியாகச் செயல்படுவதே நோக்கம்' என்று ஃபோபி சொல்லியிருக்கிறார். அதனால் கூடிய விரைவில் ஃபியா இந்தியாவுக்கு வரும் என எதிர்பார்க்கலாம்.

இந்த நிறுவனத்தில் பணிபுரியும் அனைவருமே இளைஞர்கள். ஃபோபிக்கு இருபத்திரண்டு வயது, சோஃபியாவுக்கு இருபத்து மூன்று, மற்ற பலருக்கும் இன்னும் இருபத்தைந்து வயது கூட ஆகவில்லை என்றால் நம்பமுடிகிறதா? என்னதான் ஃபோபியின் தந்தை பில் கேட்ஸாக இருந்தாலும், இந்த இளம் வயதில் இந்தக் குழு ஒரு செயலியை வெற்றிகரமாக வெளியிட்டிருப்பதே பாராட்டப்பட வேண்டியது ஒன்றுதான்.

36. செயலி+கைவினை= செய்வினை?

இன்றைக்கு இன்ஸ்டாகிராமில் உணவுப் படங்கள், பயணப் படங்களுக்கு அடுத்தபடியாகப் பிரபலமாக இருப்பவை கைவினைப் பொருட்களைப் பற்றிய பதிவுகள். இந்த ஆர்வத்தைப் புரிந்து கொண்டு இதற்காகவே ஒரு செயலியை உருவாக்கினால், அது டெடோ *(Tedooo)* போலவே இருக்கும்.

மிச்செல் அபெல்கர் *(Michelle Apelker)* என்கிற இஸ்ரேலியப் பெண்மணிக்கு வித்தியாசமான கைவினைப் பொருட்களைத் தேடி வாங்குவதில் ஆர்வம் அதிகம். இதற்காகவே அவர் பலமுறை சீனா சென்றார். ஆனால் அங்கே பொதுவாக எல்லோரும் போகும் பெரிய சூப்பர் மார்க்கெட்களையும், சுற்றுலாப் பயணிகளுக்கான இடங்களையும் தவிர்த்தார். பதிலாக, பொருட்களை உற்பத்தி செய்யும் பெரிய தொழிற்சாலை நகரங்களுக்குச் சென்றார்.

அங்கே இருக்கும் நேரடிச் சந்தைகளை, ஆண்டுதோறும் நடக்கும் பொருட்காட்சிகளைப் பார்வையிட்டார். அப்படி ஒவ்வொரு முறை செல்லும்போதும் மிச்செல் பல ஆயிரம் விற்பனையாளர்களின் விவரங்களை, அவர்களின் விசிட்டிங் கார்டுகளைச் சேகரித்தார். அவற்றிலிருந்து தேவையான ஒன்றைத் தேடுவது சிரமமாக இருக்க, மென்பொருள் பொறியாளரான தனது தம்பி மோர் அபெல்கரின் உதவியை நாடினார். அவரும் அக்காவுக்காக ஒரு செயலியை எழுதிக் கொடுத்தார்.

இப்படி மிச்செலின் தனிப்பட்ட பயன்பாட்டிற்காகச் செய்யப் பட்ட செயலியில் பல ஆயிரம் விற்பனையாளர்களின் தொடர்புகளை, அவர்கள் விற்கும் பொருட்களின் விவரங்களை எளிதாகச் சேர்க்க, பார்க்க, தேட முடிந்தது. மிச்செல்லின் அடுத்த சீனப் பயணத்தின்போது செயலியைப் பார்த்த மற்ற வெளிநாட்டினரும் தங்களுக்கும் இந்தச் செயலியைக் கேட்டார்கள். அதோடு மட்டுமில்லாமல், கடைகளில் இருந்த சீனர்களும் தாங்களே தங்களின் தயாரிப்புகளின் விவரங்களைச் சேர்க்கும் முறையைக் கேட்டார்கள். அதுவரை ஐபோனுக்கு மட்டுமே இருந்த செயலியைச் சீன விற்பனையாளர்கள் ஆன்ட்ராய்ட் செல்பேசிக்கும் கேட்டார்கள்.

அதற்காகவே 2020ஆம் ஆண்டு இஸ்ரேலின் டெல் அவீவ் நகரில் தொடங்கப்பட்டது டெடோ நிறுவனம். நிறுவனர்களான அபெல்கர்கள் இருவரோடு, இஸ்ரேலில் புகழ்பெற்ற விளையாட்டுச் செயலிகளின் நிறுவனர் டால் ஷோஹமும் முதலீட்டாளராக இணைந்து கொண்டார். அடுத்த இரண்டு ஆண்டுகளில் இந்தச் செயலி வாய்வழியாகவே பிரபலமாகியது. அதுவரை டெடோவில் நிறுவனர்களைச் சேர்த்து வெறும் ஆறு பேர் மட்டுமே இருந்தார்கள்.

இந்தச் செயலியில் எந்த விற்பனையாளர் வேண்டுமானாலும் தங்களின் விவரங்களை, தங்கள் தயாரிப்புகளின் சிறப்புகளைப் பதிவிடலாம். முதலில் டெடோவில் செயலி மூலமாக விற்பனை செய்யும் வசதி கிடையாது. பேஸ்புக், இன்ஸ்டாகிராம் போன்ற சமூக வலைத்தளங்களைப் போல, டெடோவில் வரும் பொருட்களின் விவரங்களைப் பார்க்கலாம். விற்பனையாளர்களோடு நேரடியாக உரையாடலாம். நீங்கள் ஒரு தயாரிப்பாளர் என்றால் மற்ற தயாரிப்பாளர்களோடு கலந்தாலோசிக்கலாம்.

எட்ஸி (ETSY), இபே (EBAY) போன்ற இணைய வணிகக் கடைகளில் ஒவ்வொரு விற்பனைக்கும் தரகு கட்டணங்களும், சந்தாவும் கட்ட வேண்டும். ஆனால் டெடோவில் எந்தவிதக் கட்டணமும் கிடையாது. உலகளவில் பொருட்களை குறைவான விலைக்கு வாங்க வேண்டும் என்பதாலேயே சீனத் தயாரிப்புகளை நாடி எல்லோரும் செல்கிறார்கள். இந்த மாதிரி இடைத்தரகர்களின் கட்டணங்கள் அதற்குத் தடையாக இருந்தன. டெடோவில் இந்த இடைஞ்சல் இல்லாததால் சீன விற்பனையாளர்கள் பலரும் இதை நோக்கி

வந்தார்கள். 2022ஆம் ஆண்டு மத்தியில் சுமார் ஒரு இலட்சம் பயனர்கள் இச்செயலியைத் தரவிறக்கம் செய்திருந்தார்கள். அந்த ஆண்டு மூன்று மில்லியன் அமெரிக்க டாலர் முதலீடாக வந்தது. இதில் முக்கியப் பங்கு 'கேஷேட்' எனப்படும் இஸ்ரேலில் புகழ் பெற்ற தொலைக்காட்சி அலைவரிசையை நடத்தும் நிறுவனத்திடம் இருந்து வந்தது டெடோவிற்குப் பெருமையான விசயம்.

வந்த பெரும்பாலான பணத்தைச் செயலியை மேம்படுத்தப் பயன்படுத்திக் கொண்டார்கள். விளம்பரத்துக்கும் கொஞ்சம் செலவு செய்தார்கள். அதுவரை பயனர்கள் எதற்காக டெடோவிற்கு வருகிறார்கள் என்பதைப் பார்த்த நிறுவனர்களுக்கு ஒன்று தெளிவாகப் புரிந்தது. மற்ற செயலிகளைக் காட்டிலும் அவர்களுடைய செயலியில் கைவினைப் பொருட்கள், சுயமாகச் செய்யும் வேலைகளுக்குத் தேவையான உதரிப் பாகங்கள்தான் பிரபலமாக இருந்தன. அதையே தங்களுக்கான அடையாளமாக மாற்றிக் கொண்டது டெடோ.

அடுத்ததாக, ஆங்கிலம் பேசும் நாடுகளான அமெரிக்கா, கனடா, பிரிட்டன் போன்ற நாடுகளிலும் கவனம் செலுத்தத் தொடங்கினார்கள். அடுத்தடுத்த ஆண்டுகளில் செயலி வளர்ந்து, 2025இல் ஆன்ட்ராய்டில் மட்டும் சுமார் ஐந்து இலட்சத்திற்கும் அதிகமான பயனர்கள் தரவிறக்கம் செய்தார்கள். டெடோவில் இப்போது கைவினைப் பொருட்களைப் பற்றிய விவரங்களைப் பகிர்வதோடு, அதிலேயே விற்பனையும் செய்யலாம். வாடிக்கையாளருக்கு அனுப்ப வேண்டியது விற்பனையாளரின் பொறுப்பு.

இதற்குக்கூட டெடோ நிறுவனம் எந்தக் கட்டணத்தையும் எடுத்துக் கொள்வதில்லை. எல்லாமே இலவசம் என்றால் நிறுவனத்திற்கு வருமானம் எப்படி வரும்? விற்பனையாளர்கள் டெடோ புரோ *(Tedooo Pro)* சந்தாவை எடுத்துக் கொள்ளலாம். இதற்கு மாதச் சந்தா 2,200 ரூபாய். சந்தாவில் சேரும் தயாரிப்பாளர்களின் படைப்புகள் செயலியில் முன்னிலைப்படுத்தப்படும். தேடலில் முன்னதாக வரும்.

டெடோ செயலியைப் பற்றி குறைகளும் இல்லாமல் இல்லை. தொடக்க காலத்தில், மற்ற சமூக வலைத்தளங்களில் விற்பனையாளர்கள் உள்ளீடு செய்திருந்த படங்களை அவர்கள்

அனுமதி பெறாமலே டெடோ பதிவேற்றம் செய்துள்ளது என்று சிலர் குறை சொன்னார்கள். அதற்குப் பிறகு, டெடோவில் இருக்கும் பல படைப்புகள் செயற்கை நுண்ணறிவு உருவாக்கிய போலிகள் என்றும் சொன்னார்கள்.

இத்தகைய குறைகளை நிறுவனம் தொடர்ந்து கவனித்துக் களைந்து வருவதாக ரெடிட் *(Reddit)* தளத்தில் தகவல் பகிரப்பட்டுள்ளது. அதே ரெடிட் தளத்தில் சமீப காலங்களில் சில கலைஞர்கள், இந்தச் செயலியால் தங்கள் தயாரிப்புகளைப் பல உலக நாடுகளிலிருந்து வாங்குகிறார்கள் எனப் புகழ்ந்துள்ளார்கள். டெடோ போன்ற செயலியை, இந்தியாவில் கிடைக்கும் கைவினைப் பொருட்களுக்காக உருவாக்கலாம். அப்படியான ஒன்றை உருவாக்கினால் உலகளவில் விற்பனை செய்ய நல்ல வாய்ப்பாக இருக்கும்.

சமீபத்தில் இவர்கள் 'ஏஐ விஷன்' என்கிற வசதியை அறிமுகம் செய்திருக்கிறார்கள். அதில், உங்கள் கற்பனையில் உதிக்கும் ஒரு கைவினைப் பொருளை ஓரிரு வரிகளில் வர்ணிக்கலாம். ஏஐ வசதி அந்தப் பொருளின் படத்தை வரைந்து தரும். உங்கள் கணக்கில் அந்தப் படத்தைப் பகிர்ந்து 'எனக்கு இதைப் போல இத்தனை எண்ணிக்கையில் செய்து இந்த நாட்டிற்கு அனுப்ப முடியுமா' என்று கேட்கலாம். உலகில் எங்கோ இருக்கும் ஒரு கைவினை கலைஞர் அதற்குப் பதிலளித்து விலையைச் சொல்வார். இருவரும் ஒப்புக் கொண்டு நீங்கள் பணம் செலுத்தியவுடன் உங்களுக்காகவே தயாரித்து அனுப்பிவிடுவார்.

மற்ற செயலிகளில் இல்லாத, இந்த வகையான தனிப்பட்ட படைப்புகளைப் பெறும் சிறப்பு வசதி டெடோவில் இருக்கிறது. தற்போது பல தயாரிப்பாளர்கள் டெடோவில் வாங்கும் பொருட்களை இந்தியாவிற்கும் அனுப்புகிறார்கள் என்பது கூடுதல் தகவல்.

37. புதிரோடு விளையாடு

இன்று உலகம் முழுவதும் பலரும் ஒவ்வொரு நாளும் பலமணி நேரத்தை செல்பேசிகளில் காணொலிகளைக் கண்டு செலவழிக்கிறார்கள். இதோடு செயற்கை நுண்ணறிவின் பயன்பாடும் அதிகரித்து வருகிறது. இவற்றின் தாக்கம் மாணவர்களின் கல்வி முறையையும் விட்டுவைக்கவில்லை.

பிள்ளைகள் பலரும் தங்களின் பாடங்களைக் கற்க இவற்றையே பயன்படுத்துகிறார்கள். தங்களின் கேள்விக்கு வரும் விடைகளைப் பார்த்துக் கற்கும்போது அவர்கள் பார்வையாளர்களாக மட்டுமே இருக்கிறார்கள். பாடத்தில் வரும் வினாக்களை உள்வாங்கி, அவற்றைச் சிந்தித்துச் செயல்படுத்திப் பார்ப்பதில்லை. இந்தப் போக்கை மாற்ற, பன்னிரண்டாண்டுகளுக்கு முன்னர் வந்தது பிரில்லியண்ட் *(Brilliant)* செயலி.

இது தொடங்கப்பட்ட கதை, மற்ற செயலிகளின் கதையைவிடச் சற்றே வித்தியாசமானது. தென் கொரியாவிலிருந்து அமெரிக்காவிற்குப் புலம் பெயர்ந்த போது ‘சூ கிம்’ *(Sue Khim)* மூன்று மாதப் பெண் குழந்தை. அவரின் பெற்றோருக்குப் பெரிய வசதி இல்லாததால் சிகாகோ நகரின் அரசுப் பள்ளிக் கூடத்தில் படித்தார் சூ. கணிதத்தில் அதீத ஆர்வம் கொண்ட அவருக்குப் பள்ளியில் சொல்லிக் கொடுக்கப்பட்ட பாடங்கள் எளிதாகவே இருந்தன. அவரோடு போட்டிப் போடவும் யாருமில்லை.

இப்படி இருந்தவருக்குக் கல்லூரி ஒரு புது அனுபவத்தைக் கொடுத்தது. சிகாகோ பல்கலைக்கழகத்தில் கணிதத்தில் இளங்கலை வகுப்பில் சேர்ந்தார். கணிதக் கோட்பாடுகளை நிரூபிப்பதற்கான உயர்நிலை பாடத்தின் முதல் வகுப்பு தொடங்கியது. ‘பேராசிரியர் பைரேட்’ என்பவர் கடற்கொள்ளையர் வேடத்தில் ஒரு கண்ணிற்கு மேல் கருப்புப் பட்டையோடு முழங்கினார்:

‘(நீ) கப்பல் கட்டுவதென்றால்,
மரம் சேகரி என்று கட்டளையிடாதே!
வேலைகளைப் பகிர்ந்தளிக்காதே!
மாறாக...
அவர்கள் உள்ளத்தைத் திருப்பு,
அழிவறு கடலின் பேரழகை நோக்கி!’

சற்றே சிந்தித்தால் இது எவ்வளவு ஆழமான கருத்து என்று விளங்கும்.

இந்தக் கருத்தை முதலில் சொன்னவர் ஃபிரெஞ்சு எழுத்தாளர் செயின்ட்-எக்ஸ்யூபெரி என்று நம்பப்படுகிறது. தன் வாழ்வில் முதல் முறையாக, இந்த வகுப்பு தனக்குச் சவாலாக இருக்கும் என உணர்ந்த சூ உற்சாகமானார். அன்றைய நிகழ்வும், அதனால் அவருக்கு ஏற்பட்ட உணர்வும் சூவின் ஆழ்மனதில் பதிந்துவிட்டன.

அடுத்த ஆண்டு அவருடைய தம்பி பள்ளிப்படிப்பை முடித்தார். அவரைக் கல்லூரியில் சேர்க்கக் கடன் வாங்க வேண்டிவந்தது. இவர்கள் போன ஒவ்வொரு வங்கியும் ஒவ்வொரு வகையான கடனைப் பற்றிச் சொன்னார்கள். ஒன்றைவிட மற்றொன்றுக்கு ஆறு சதவீதம் அளவுகூட வட்டித் தொகை மாறுபட்டது. இப்படி இருந்தால் ஒன்றும் தெரியாத மாணவர்கள் எவ்வளவு சிரமப்படுவார்கள் என்பதை உணர்ந்தார் சூ. உடனடியாக நண்பர்களைச் சேர்த்துக் கொண்டு, தானும் மென்பொருள் நிரல்களை உருவாக்கக் கற்றுக் கொண்டு இதற்கான தீர்வைக் கண்டடைந்தார்.

ஆல்ட்யூஷன் (*AllTuition*) என்கிற தளத்தை 2012இல் சூவும், அவரது நண்பர்களும் உருவாக்கினார்கள். அமெரிக்காவில் இருந்த பல்வேறு வங்கிகள், கடன் நிறுவனங்களின் சேவைகளை ஆராய்ந்து, குறிப்பிட்ட மாணவருக்கு ஏற்ற கடனைத் தேர்வு

செய்ய உதவும் சேவைதான் ஆல்ட்யூஷன். தொடங்கியவுடனே பெரும் வரவேற்பைப் பெற்றது இந்தத் தளம்.

இதை எடுத்துக் கொண்டு, இவர்கள் இருந்த சிகாகோவில் இருந்து பல ஆயிரம் மைல் தாண்டி இருக்கும் கலிஃபோர்னியாவில் நடந்த 'லாஞ்ச்' தொழில் முனைவோர் போட்டிக்குப் போனார்கள். போட்டியில் இவர்களுக்கு எளிதாக முதல் பரிசு கிடைத்தது. வந்திருந்த பல முதலீட்டாளர்கள் உடனடியாகப் பணம் தர முன்வந்தார்கள். ஆனால், சாமத் பாலிஹாபிட்யா *(Chamath Palihapitiya)* என்பவர் மட்டும் 'இது சரியில்லை' என்றார்.

சிலிக்கான் பள்ளத்தாக்கின் மிகப் பிரபலமான முதலீட்டாளர் சாமத். அவரின் கருத்தைப் புறம் தள்ளமுடியாமல் அவரிடமே ஆலோசனை கேட்டார் சூ.

'உங்கள் தயாரிப்பு நன்றாக இருக்கிறது. திறமையான குழுவைச் சேர்த்துள்ளீர்கள். மற்றவர்கள் கொடுக்கும் அதே பணத்தை நானும் முதலீடாகத் தருகிறேன். ஆனால் ஆண்டுக்கு அதிகபட்சம் இரண்டு கோடி மாணவர்களை மட்டுமே உங்களின் படைப்பு போய்ச் சேரும். இதற்காகவா உங்கள் வாழ்வின் சிறந்த நாட்களைச் செலவழிக்கப் போகிறீர்கள்?' என்றார் சாமத்.

சூவுக்கும் அவரோடு வந்திருந்த கூட்டாளிக்கும் குழப்பம் ஏற்பட்டது. அடுத்த பல நாட்கள் சாமத்துடன் ஆலோசித்தார் சூ. அதற்கு முன்னர் தங்களுக்கு உதவியவர்களோடும் பேசினார்.

'மாணவர்களுக்குத் தரமான கற்றலை வழங்குவதுதான் எங்களுடைய குறிக்கோள். கடனைச் சுலபமாகப் பெற உதவுவது அதில் முதல் படி மட்டுமே என்பதைப் புரிந்து கொண்டோம்' என்று பின்னாளில் ஒரு பேட்டியில் சொன்னார் சூ.

'என் சிகாகோ பல்கலைக்கழக நாட்களை நினைவுகூர்ந்தேன். சிறந்த கல்விக்கான சூழலை அங்கே எப்படிப் பெற முடிந்தது என்று ஆராய்ந்தேன். அங்கே சக மாணவர்களோடும் ஆசிரியர்களோடும் கிடைக்கும் அறிமுகமும், அவர்களின் வழிகாட்டுதலும் முக்கியம் என்பது விளங்கியது' என்றும் கூறினார்.

இந்தப் புரிதலை அடுத்து ஆல்ட்யூஷன் நிறுத்தப்பட்டது. வெற்றி பெற்ற ஒரு படைப்பை நிறுத்தினாரா ஒரு நிறுவனர் என்று

ஆச்சரியமாக இருக்கிறதா? ஆனால் அதைச் செய்ததன் மூலம் அதைவிடப் பெரிய வெற்றிக்கான முதல் படியை எடுத்து வைத்தார் சூ.

புதிதாக "தி கிராம் ஸ்கூல்" (The Cram School) என்னும் தளத்தை உருவாக்கினார்கள் சூவும் அவரின் குழுவும். நம்மூரில் நீட், இந்தியக் குடியியல் பணிகள் தேர்வு போன்றவற்றுக்குக் கோடிக்கணக்கான மாணவர்கள் அதிதீவிரமாகப் படிக்கும் முறைக்கு ஆங்கிலத்தில் (இகழ்ச்சியான) பெயர் கிராம் (cram) செய்வது. இதே மாதிரியான முறை கொரியா போன்ற ஆசிய நாடுகளிலும் இருக்கிறது. அதையே தங்களின் புதுத் தயாரிப்பின் பெயராக வைத்தார்கள்.

'பார்த்துக் கற்காமல், செய்து கற்றுக்கொள்ளுங்கள்' என்பதே இதன் முதன்மை நோக்கம். உலகம் முழுவதும் உள்ள மாணவர்களுக்குக் கணிதம், அறிவியல், கணினிப் பாடங்களில் பல நூறு புதிர்களை விளையாட்டாக கற்றுக் கொடுப்பதே இதன் வழிமுறை. இதில் ஒரு பாடத்தை வெறும் பலமணி நேர வீடியோக்களாக வழங்காமல், அதன் அடிப்படைகளைக் கொண்டு புதிர்களை வழங்குகிறார்கள். செயல்முறை விளக்கம் போல, புதிர்களுக்கு விடையளித்து மாணவர்கள் தம் புரிதலையும், கற்றலையும் மேம்படுத்திக் கொள்ளலாம்.

இந்தத் திசையில் தொடர்ந்து பயணித்தார் சூ. அடுத்த ஆண்டே, அதாவது 2013ஆம் ஆண்டு அதே 'லாஞ்ச்' நிகழ்ச்சிக்குத் தனது புதுத் தயாரிப்பான பிரில்லியண்ட்டை (பெயர் மாற்றப்பட்டது) அறிமுகம் செய்து எல்லோரையும் கவர்ந்தார். அங்கேயே சாமத் உள்படச் சில பிரபல முதலீட்டாளர்கள் சேர்ந்து சுமார் ஐந்து மில்லியன் அமெரிக்க டாலர் முதலீடு வழங்கினார்கள்.

அந்த ஆண்டு மட்டும் ஒரு இலட்சம் மாணவர்கள் பிரில்லியண்ட் தளத்தில் கற்றார்கள். பிரபல ஃபோர்ப்ஸ் பத்திரிகை, உலகளவில் அந்த ஆண்டு தேர்வு செய்த, கல்வித்துறையில் முப்பது வயதிற்குள் இருக்கும் முக்கியமான முப்பது நபர்களில் சூவும் ஒருவர். அடுத்த ஆண்டு மேலும் முதலீடுகள் வந்தன. அந்நிறுவனத்துக்கு இன்றுவரை சுமார் ஐம்பது மில்லியன்கள் முதலீடாக வந்துள்ளதாக நம்பப்படுகிறது. 2025ஆம் ஆண்டுவரை சுமார் ஒரு கோடி மாணவர்கள் பிரில்லியண்ட்டைப் பயன்படுத்தியுள்ளார்கள்.

சூவின் இந்த வெற்றிப் பயணம் எளிதாக இருக்கவில்லை. 'நான் பெண் என்பதாலும், அமெரிக்காவில் சிறுபான்மைச் சமூகமான கொரியா வம்சாவளியைச் சேர்ந்தவராக இருப்பதாலும் பல இடங்களில் அவமானப்படுத்தப்பட்டேன்' என்கிறார் சூ.

உதாரணமாக, ஒரு முதலீட்டாளர் சந்திப்பில் தன்னோடு வந்திருந்த தனது கல்லூரி ஆண் பேராசிரியரைப் பார்த்து, 'நீங்கள் இருவரும் காதலிக்கிறீர்களா' எனக் கேட்டாராம் ஒரு முதலீட்டாளர். ஆண் முதலீட்டாளர்கள் நிறைந்திருந்த சந்திப்பு ஒன்றில், அங்கிருந்த ஒரே பெண்ணான சூவைப் பார்த்து காபி கொண்டு வரச் சொன்னார்களாம்.

இன்னொரு முதலீட்டாளர், 'சுமார் ஐம்பது சீனர்கள் (இவர் கொரியர் என்பது வேறு கதை) என்னிடம் வருகிறார்கள், அவர்களிடம் இருந்து உங்களை எப்படி நான் அடையாளப்படுத்திக் கொள்வது' என்று நிஜமாகவே கேட்டாராம். ஒரு இந்திய வம்சாவளி ஆண் முதலீட்டாளர், 'பெண் நிறுவனர்களால் நிறுவனங்களை நடத்த முடியாது என்று ஏன் உங்களுக்குப் புரிவதில்லை?' என்று அசிங்கப்படுத்தினாராம்.

இதனால் சந்திப்புகளுக்குச் செல்லும்போது ஆண்கள் அணியும் உடைகளை மட்டுமே அணிவதாகவும், அலங்காரம், மேக்கப் எதுவும் செய்து கொள்வதில்லை என்றும் ஃபோர்ப்ஸ் பத்திரிகைக்கு 2019ஆம் ஆண்டு அளித்த பேட்டியில் சூ சொல்லியுள்ளார்.

அந்தந்த துறையில் வேலை செய்பவர்கள் அல்லது நேரடியாகச் சம்பந்தப்பட்டவர்களே பிரில்லியண்ட்டில் பாடங்களை வடிவமைக்கிறார்கள். உதாரணமாக இவர்களின் மின்பொறியியல் பாடங்களைத் தயாரித்தவர் ஒரு மின்சாரத் துறையின் மூத்த பொறியாளர். இன்னொரு பாடத்திற்கான நிபுணர் பிரபல அமெரிக்கத் தொலைக்காட்சித் தொடர்களில் அறிவியல் வல்லுநராக இருந்தவர். இன்னொருவர் ஹெலிகாப்டர் விமானியாக இருந்தவர்.

இவர்கள் ஒவ்வொரு பாடப்பிரிவிலும் பல நூறு புதிர்களை வடிவமைப்பார்கள். அந்தப் புதிர்களை விடுவிக்கும் மாணவர்களின் திறனையும், புதிர்களின் தன்மையையும் கருத்தில் கொண்டு செயலி ஒவ்வொரு படிநிலையாகப் புதிர்களின் கடுமையை

அதிகரிக்கும். அதிகமான புதிர்களை மாணவர்கள் தீர்க்க முயற்சி செய்யும்போது, அவர்களின் கற்றலும் அதிகரிக்கும், புதிர்களின் சிக்கல்களும் அதிகரிக்கும்.

பள்ளி கல்லூரி மாணவர்களைத் தாண்டி இன்று பலரும் பிரில்லியண்ட்டை பயன்படுத்துகிறார்கள். உதாரணமாக, குவாண்டம் ஃபிசிக்ஸ் பற்றி அறிந்து கொள்வதில் உங்களுக்கு ஆர்வம் என்றால் இங்கே வந்து உங்கள் அறிவை மேம்படுத்திக் கொள்ளலாம்.

பிரில்லியண்ட்டின் குறையாகப் பலர் சொல்லுவது, தொடங்கி பத்தாண்டுகளுக்கு மேலாகியும், இன்றும் அவர்கள் கற்றுக் கொடுப்பது கணினியியல், அறிவியல் (அதிலும் வெகு சில பிரிவுகள் மட்டும்) மற்றும் கணிதப் பாடங்களை மட்டுமே. மாணவர்கள் ஈடுபாட்டோடு ஒரு பாடத்தை கற்றால், இந்நிறுவனம் எந்தவிதச் சான்றிதழோ அங்கீகாரத்தையோ வழங்குவது இல்லை. அப்படி வழங்கினால் அடுத்த வேலைக்கு, மேல் படிப்புக்கு அதை அத்தாட்சியாகக் கொடுக்க முடியும் என்பதை ஒரு பெரும் குறையாக இணையத்தில் பலரும் சொல்கிறார்கள்.

கூடுதலாக, இன்று செயற்கை நுண்ணறிவுச் செயலிகளிடம் எதைப் பற்றி கேள்வி கேட்டாலும் விடை தெரிந்து கொள்ள முடியும் என்கிறபோது, பிரில்லியண்ட் போன்று மனிதர்களால் எழுதப்பட்ட புதிர்களுக்கு எந்தளவு தேவையிருக்கும் என்கிற சந்தேகமும் வருகிறது. இதற்கு இந்நிறுவனமே தங்களுடைய தளத்தில் (*Hand-crafted, machine-made* என்ற பக்கத்தில்) விளக்கமளித்துள்ளது.

உதாரணமாக, ‘சூப்பர் மாரியோ பிரதர்ஸ்’ விளையாட்டை எடுத்துக் கொள்வோம். அதில் ஓர் இடரைத் தாண்டும்போது துல்லியமாக விளையாடவில்லை என்றால், ‘நீங்கள் சீக்கிரமே பொத்தானை அழுத்திவிட்டீர்கள்’ என்ற வரிகள் வருவதில்லை. மாறாக, திரையில் தோன்றும் மாரியோ பாத்திரம் இறந்துவிடும். இது நமக்கு ஒருவிதத் தொடுவுணர்வை வழங்குகிறது. திரையில் மாரியோ பாத்திரத்தை நாம் நகர்த்த நகர்த்த நாமே ஓடுவது, தாண்டுவது போன்ற உணர்வு இது.

பாடங்களுக்கான புதிர்களுக்கு நாம் விடையளிக்கும்போதும் நாம் இதே உணர்வைப் பெற முடியும் என்று நம்புகிறார் சூ.

இப்படிப்பட்ட புதிர்களுக்கான கணினி விளையாட்டுகளைத் தயாரிப்பது மிக மிகக் கடினமானது. அதிகச் செலவு பிடிப்பதும் கூட.

இங்கேதான் செயற்கை நுண்ணறிவைப் பயன்படுத்தத் தொடங்கியுள்ளது பிரில்லியண்ட். அவர்களின் கல்வியாளர்களால் யோசிக்கப்பட்டு எழுதப்படும் புதிர்களுக்கான விளையாட்டு நிரல்களைச் செய்யறிவு (செயற்கை நுண்ணறிவு) எளிதாக உருவாக்குகிறது. அவற்றை இவர்களின் ஆராய்ச்சியாளர்கள் சரிபார்த்துத் தளத்தில் சேர்க்கிறார்கள், இதனால் செயற்கை நுண்ணறிவின் மதிமயக்கம் என்கிற பேச்சுக்கே எங்கள் செயலியில் இடமில்லை என்று சொல்கிறார் சூ. அதோடு, புதிர்களுக்குக் கவர்ச்சிகரமான விளக்கங்களை வழங்க, ஹெல்லோசாரஸ் (*Hellosaurus*) என்கிற பொழுதுபோக்கு நிறுவனத்தை இரண்டாண்டுகளுக்கு முன்னர் வாங்கியுள்ளது பிரில்லியண்ட்.

பிரில்லியண்ட்டின் பாடங்களைப் படிக்க அவர்களுடைய இணையதளத்திற்கு (*brilliant.org*) செல்லலாம். இது செல்பேசிகளில் செயலியாகவும் கிடைக்கிறது. ஒவ்வொரு பாடப்பிரிவிலும் சில புதிர்கள் மட்டும் இலவசமாகக் கிடைக்கின்றன. எல்லாம் வேண்டுமென்றால் சந்தா எடுத்துக் கற்கலாம். இரண்டு முறைகளிலும் எந்தவித விளம்பரங்களும் கிடையாது.

38. அரட்டை மண்டபம்

பல செயலிகள் செய்யும் வேலையை ஒரே செயலி செய்ய முடியுமா? இரு நிறுவனர்கள் உருவாக்கிய இரண்டு செயலிகள் ஒன்றாக முடியுமா? இந்தக் கேள்விகளுக்கு விடையாக வந்திருப்பது பீப்பர் (Beeper).

வாட்ஸ்-ஆப்பைத் தாண்டி நம்மில் பலரும் பல அரட்டைச் செயலிகளைச் சூழ்நிலையைப் பொருத்து பயன்படுத்துவோம். பலவற்றிலும் கணக்குகள் வைத்திருப்போம். உதாரணமாக, குறிப்பிட்ட நபரோடு பேஸ்புக் மெசஞ்சரில் தொடர்பில் இருப்போம். நமது வாடிக்கையாளர் லிங்க்டின் மெசஞ்சரில் இருப்பார், அங்கேதான் அவரைத் தொடர்பு கொள்ள முடியும்.

இப்படி அடுக்கிக் கொண்டே போனால் டெலிகிராம், சிக்னல், ட்விட்டர், இன்ஸ்டாகிராம் என்று பட்டியல் நீளும். எல்லாச் செயலிகளையும் நிறுவுவதோடு, ஒவ்வொன்றாகத் திறந்து பார்த்து எதில் யார் இருக்கிறார், யாரோடு எதில் கடைசியாகப் பேசினோம் என்று தேடுவது எளிதில்லை. இந்தச் சிக்கலைத் தீர்க்க வந்துள்ளது பீப்பர்.

இதன் கதையைப் பார்க்க நாம் அசாம் மாநிலத்தின் திப்ருகர் (Dibrugarh) நகருக்குச் செல்ல வேண்டும். பிரம்மபுத்ரா நதிக்கரையில் அமைந்துள்ள இந்த ஊர் 'இந்தியாவின் தேயிலை நகரம்' என்று அழைக்கப்படுகிறது. ஆங்கிலேயர்கள் காலத்தில் இந்தியாவில் தோண்டப்பட்ட முதல் எண்ணெய்க் கிணறு இந்த நகருக்கு

அருகில் இருக்கிறது. இன்றும் வடகிழக்கு மாநிலங்களின் தொழில் மையமாகத் திகழ்கிறது இந்த நகரம்.

90களின் இறுதியில் இங்கே பிறந்தவர் கிஷன் பகரியா (Kishan Bagaria). நகரில் இருக்கும் டான் போஸ்கோ பள்ளி மற்றும் அக்ரசன் அகாடமிகளில் பத்தாம் வகுப்பு வரை படித்தார். தனது 12ஆம் வயதில் நிரல்கள் உருவாக்கத்தில் தீவிரமான ஆர்வம் கொள்ளத் தொடங்கினார். படிப்பை அதோடு நிறுத்தியவர், 'என்னை வளர்த்தது இணையம்' என்று ஒரு பேட்டியில் சொல்லியுள்ளார்.

தொடர்ந்து தானாகவே கற்று விண்டோஸ் இயங்குதளத்திற்குப் பல மென்பொருட்களைத் தயாரிக்கத் தொடங்கினார். இவரின் டோர்2விண்டோஸ் நிரல்கள் இணையத்தில் பேசப்பட்டன. 2020ஆம் ஆண்டுவாக்கில், தினமும் பலரோடு உரையாட பல செயலிகளைப் பயன்படுத்துவதை உணர்ந்து வெறுத்துப் போய்விட்டார். அடுத்த ஒரே வாரத்தில் தனது பயன்பாட்டிற்காக அவர் உருவாக்கியதுதான் டெக்ஸ்ட்ஸ் (Texts) செயலி.

இந்த ஒரு செயலியைக் கொண்டு வாட்ஸ்-ஆப்பில் தொடங்கி டெலிகிராம், மெசஞ்சர் என உங்களின் எல்லா அரட்டைக் கணக்குகளிலும் வந்திருக்கும் உரையாடல்களை ஒரே இடத்தில் படிக்கவும், பதிலளிக்கலாம். இந்தச் செயலியை இணையத்தில் வெளியிட்டவுடன் எதிர்பாராவிதமாகப் பிரபலமடையத் தொடங்கியது. அடுத்தடுத்த மாதங்களில் அமெரிக்காவிலிருந்து பல முன்னணி முதலீட்டாளர்கள் டெக்ஸ்ட்ஸில் முதலீடு செய்ய விரும்பி இவரை அழைத்தார்கள்.

இன்று செயற்கை நுண்ணறிவில் முன்னணியில் இருக்கும் நிறுவனம் ஓபன்ஏஐ (சாட்ஜிபிடி). இதன் தலைவர் சாம் ஆல்ட்மன், டெக்ஸ்ட்ஸ் நிறுவனத்தை வாங்க கிஷனைத் தொடர்பு கொண்டார். பயனர் நலன் மீதும், அவர்களுடைய தரவுகளின் பாதுகாப்பு பற்றியும் அதிகம் அக்கறை கொண்டவர் கிஷன். அதனால் சாம் உடனான பேச்சுவார்த்தை அதிகத் தூரம் செல்லவில்லை.

2023ஆம் ஆண்டு கிஷனைத் திடீரென்று மாட் முல்லன்வெக் (Matt Mullenweg) அழைத்தார். யார் இந்த மாட்? இன்று இணையத்தில் இருக்கும் சுமார் 43 சதவீதத் தளங்களை இயக்குவது வேர்ட்பிரஸ். இது மிகப் பிரபலமான திறமூல மென்பொருள். இதன் முக்கிய

நிறுவனர் மாட். வேர்ட்பிரஸ் மென்பொருளின் பின்னணியில் பல ஆயிரம் தன்னார்வலர்கள் இருந்தாலும், இருபது ஆண்டுகளாக அதைச் சந்தா சேவையாக வழங்குவதில் சிறந்திருப்பது ஆட்டோமேட்டிக் *(Automattic)* நிறுவனம். இதன் நிறுவனரும் மாட்தான். அதனால் இணைய உலகில் மாட் முல்லன்வெக்குக்குத் தனி மரியாதை.

இதனால் மாட் அழைப்பை எடுத்தார் கிஷன். எடுத்தவுடன், டெக்ஸ்ட்ஸ் நிறுவனத்தை ஆட்டோமேட்டிக் வாங்க விரும்புகிறது என்று சொன்னார் மாட். வேர்ட்பிரஸ்ஸைப் பயன்படுத்தித் தனது முதல் வலைத்தளத்தைத் தயாரித்திருந்தார் கிஷன், அதனால் அதன் மேல் ஓர் அன்பு. அதோடு ஆட்டோமேட்டிக் நிறுவனம் ஏற்கெனவே வாங்கியிருந்த சில செயலிகளை நல்ல முறையில் வழிநடத்தி வந்துள்ளது. பயனர் நலனிலும் பாதுகாப்பிலும் இன்றும் ஆட்டோமேட்டிக்கு நல்ல பெயர் உள்ளது.

இந்தக் காரணங்களினால் தனது தயாரிப்பைச் சுமார் 400 கோடி ரூபாய்க்கு (50 மில்லியன் அமெரிக்க டாலருக்கு) விற்றார் கிஷன். அதோடு கிஷனை சான் பிரான்சிஸ்கோவிற்கு அழைத்துக் கொண்டது அந்நிறுவனம். அங்கே கிஷனைப் பார்த்த மாட், 'இந்த இளைஞர், ஒரு தலைமுறைக்கான தொழில்நுட்ப மேதை' என்று புகழ்ந்தார். அசாமிலிருந்து கல்லூரிப் படிப்பில்லாத கிஷனின் திறமைக்குக் கிடைத்த அங்கீகாரம் இது. நிற்க.

1986ஆம் ஆண்டு கனடாவின் வான்கூவர் நகரில் பிறந்தவர் எரிக் மிகிகோவ்ஸ்கி *(Eric Migicovsky)*. யுனிவர்சிட்டி ஆஃப் வாட்டர்லூவில் பொறியியல் படித்துக் கொண்டிருந்தபோது நெதர்லேண்ட்ஸ் நாட்டுக்குச் செல்லும் வாய்ப்புக் கிடைத்தது. அங்கே டெல்ஃப்ட் யுனிவர்சிட்டி ஆஃப் டெக்னாலஜியில் இருந்த நாட்களில் எல்லோரும் சைக்கிளில் செல்வதைக் கண்டு ஆச்சரியப்பட்டார் எரிக். தானும் அவ்வாறே சைக்கிளில் சென்றார். சைக்கிள் ஓட்டும் போது அழைப்போ குறுஞ்செய்தியோ வந்தால் செல்பேசியைக் கையில் எடுத்துப் பார்ப்பது சிரமமாகவும், ஆபத்தாகவும் இருப்பதை உணர்ந்தவர், அதற்கான தீர்வை யோசித்தார்.

இதற்கு விடையாக 2010ஆம் ஆண்டு இன்-பல்ஸ் என்கிற ஸ்மார்ட்வாட்சை (திறன் கைக்கடிகாரத்தை) உருவாக்கினார்.

இது பிளாக்பெரி செல்பேசியில் வரும் அழைப்புகளையும் அறிவிப்புகளையும் கைக்கடிகாரத்தில் காட்டிவிடும். செல்பேசியைத் தேடி எடுக்கும் வேலையைத் தவிர்த்துவிடும். பதினைந்து ஆண்டுகளுக்கு முன்னர் இது புதுமையான முயற்சி.

அடுத்த மூன்று ஆண்டுகளில் இது மெருகேற்றப்பட்டு பெபிள் *(Pebble)* என்கிற பெயரில் உலகளவில் மிகவும் பிரபலமானது. 2015இல் இருபது மில்லியன் அமெரிக்க டாலர் முதலீடாகப் பெற்ற பெபிள், ஒரே ஆண்டில் திவாலாகிவிட்டது. அதற்குப் பிறகு பெபிளின் காப்புரிமைகள் கூகுள் நிறுவனத்திற்கு வந்து சேர்ந்தது வேறு கதை. சில ஆண்டுகள் கழித்து எரிக் கேட்டுக் கொண்டதற்கு இணங்க, பெபிள் இயங்குதளத்தை (மென்பொருள்) திறமூலமாகக் கூகுள் வெளியிட்டது.

அடுத்ததாக, அமெரிக்காவின் சிலிக்கான் பள்ளத்தாக்கின் பிரபலமான தொழில் முனைவோர் பட்டறையான ஒய் காம்பினேட்டரில் *(Y Combinator)* எரிக் இயக்குநராகச் சேர்ந்தார். அங்கே இருந்த சமயத்தில் தான் பார்த்த தொழில் முனைவோர்களிடம் அவர் கண்டு கொண்டது என்னவென்று கேட்டபோது, 'ஓர் அப்பட்டமான உண்மையைச் சொல்கிறேன், நிறுவனர்கள் (தங்கள் இலட்சியத்தை அடையாமல்) எப்போதும் விட்டுக்கொடுக்க மாட்டார்கள்' என்றார் எரிக்.

அவரின் நிறுவன ஆர்வம் உந்தித்தள்ள, 2020ஆம் ஆண்டு நண்பர்கள் பிராட் முரே, துலிர் அசோகன் ஆகியோரோடு சேர்ந்து நோவா சாட் *(Nova Chat)* செயலியை கலிஃபோர்னியாவில் உருவாக்கினார்.

நோவா சாட் செயலியும் டெக்ஸ்ட்ஸ் *(Texts)* செயலியைப் போலவே பல செயலிகளில் வரும் அரட்டைகளை ஒரே இடத்தில் கொண்டுவரும் முயற்சியே. இரண்டுமே 2020ஆம் ஆண்டுதான் தொடங்கப்பட்டன. நோவா சாட் செயலியின் பின்னணியில் மேட்ரிக்ஸ் என்கிற திறமூலக் கட்டமைப்பு பயன்படுத்தப்பட்டது. பிரபலமாகத் தொடங்கிய நோவா சாட் செயலியின் பெயரை பீப்பர் என்று மாற்றினார் எரிக்.

தனது தொடர்புகளால் பீப்பருக்கு முதலீடுகளைச் சுலபமாகப் பெற்றார் எரிக். மற்ற செயலிகளின் அரட்டைகளைக் கொண்டுவர முடிந்த பீப்பருக்கு, ஐமெசேஜ் *(iMessage)* செயலியை மட்டும் இணைக்க முடியவில்லை. இதற்குக் காரணம் ஆப்பிள் நிறுவனத்தின்

கட்டுப்பாடுகள். 2023ஆம் ஆண்டு பென்சில்வேனியா மாநிலத்தில் படிக்கும் பதினாறு வயதுடைய ஜேம்ஸ் கில் என்கிற வாலிபர் இந்தத் தொழில்நுட்ப ரகசியத்தை கண்டுபிடித்தார். உடனே அவரை பீப்பரில் வேலைக்கு எடுத்தார் எரிக். வேறு எதிலும் இல்லாத இந்த வசதி பீப்பரின் சிறப்பாக மாறியது.

இதற்கு நடுவே, பீப்பரின் திறனைப் பார்த்த ஆட்டோமேட்டிக் நிறுவனத்தின் தலைமை தொழில்நுட்ப இயக்குநர் அதன் விசிறியாகிவிட்டார். அவரின் பரிந்துரையை அடுத்து 2024ஆம் ஆண்டு பீப்பர் நிறுவனத்தையும் ஆட்டோமேட்டிக் வாங்கியது. 2025 ஜூலை மாதத்தில் எரிக்கின் பீப்பர் மற்றும் கிஷனின் டெக்ஸ்ட்ஸ் செயலிகள் இணைக்கப்பட்டு, புதிய பீப்பர் வெளியிடப்பட்டது.

அந்த நிகழ்ச்சியில், தற்போது பீப்பரை வழிநடத்தும் பொறுப்பில் இருக்கும் கிஷன் அதன் சிறப்புகளைப் பட்டியலிட்டார்.

‘டெக்ஸ்ட்ஸ் மற்றும் பீப்பரில் இருந்த எல்லா வசதிகளும் புதுச் செயலியில் இருக்கும். உங்களிடம் பல வாட்ஸ்-ஆப் கணக்குகள் இருந்தால் அவற்றையும் பீப்பர் செயலியில் ஒரே இடத்தில் பார்க்க முடியும். வெளியிடங்களில் இருக்கும்போது உங்களுக்கு வந்த ஒலி செய்தியை (வாய்ஸ் நோட்) கேட்க முடியாது. பீப்பர் அதை உங்களுக்கு உரை வரிகளாக மாற்றிக் கொடுக்கும் வசதியும் உள்ளது. வந்த அரட்டையை விடுநருக்குத் தெரியப்படுத்தாமல் படிக்கவும் முடியும்’ என்றார்.

பீப்பரின் இலவசப் பதிப்பில் ஐந்து கணக்குகள் வரை சேர்க்க முடியும். பிளஸ் என்கிற சந்தா பதிப்பில் பத்து கணக்குகள் வரை இணைக்க முடியும். நிறைவாக கிஷன் ‘ஆட்டோமேட்டிக் நிறுவனத்தின் வெளிப்படைத்தன்மையும், பயனர் நலனும், அவர்களின் தரவுகளின் பாதுகாப்பு அம்சங்களும் புது பீப்பரின் ஒவ்வொரு வசதியிலும் தெளிவாகத் தெரியும்’ என்று அழுத்தமாகக் கூறி முடித்தார். பீப்பர் செயலியின் கதையில் இரண்டு பாதைகள் ஒன்று சேர்ந்திருக்கின்றன—அசாமின் திப்ருகரில் தானாகவே கற்றுக் கொண்ட ஓர் இளைஞன் உருவாக்கிய டெக்ஸ்ட்ஸ்; பெபிள் தோல்விக்குப் பின் மீண்டும் எழுந்த ஒரு தொழில் முனைவோரான எரிக்கின் பீப்பர். இந்த இரண்டையும் இணைத்த பெருமை ஆட்டோமேட்டிக்கின் தலைவரான மாட் முல்லன்வெக்கைச் சேரும்.

39. டிஜிட்டல் ஜோதிடக் கிளி

பல மனிதர்களுக்குத் தங்களது எதிர்காலத்தைத் தெரிந்து கொள்வதில் என்றுமே அதிக ஆர்வமுண்டு. வரலாற்றுப் பக்கங்களைப் பார்த்தால், இந்த ஆர்வத்தைப் பயன்படுத்தி உலகம் முழுவதிலும் ஆரூடம் சொல்பவர்கள், ஜோதிடர்கள் சக்தி வாய்ந்தவர்களாக இருந்திருக்கிறார்கள், இன்றும் இருக்கிறார்கள்.

முப்பத்தைந்து ஆண்டுகளுக்கு முன்னர் மைக்ரோசாப்ட் டாஸ் கணினிகள் வந்த புதிதில், தமிழ்நாட்டில் எல்லா அலுவலகங்களிலும் ஒரு செயலி திருட்டுத்தனமாகப் பிரபலமாக இருந்தது. நமது பிறந்த தேதி, நேரம், இடத்தைச் சொன்னால் அதற்கேற்ப ஜாதகத்தைக் கணினியே கணித்து, கட்டம் போட்டு, அச்சிட்டுக் கொடுத்துவிடும். நடிகர் விவேக்கின் சிவகாமி கம்ப்யூட்டர் ஜோசியம் 'தண்ணீரில் கண்டம்' நகைச்சுவை நினைவுக்கு வருகிறதா?

அதில் தொடங்கி, செல்பேசியிலும் ஜோதிடம் வந்து பல ஆண்டுகள் ஆகிவிட்டன. அப்படி அமெரிக்காவில் பிரபலமாக இருக்கும் ஜோதிடச் செயலிகளில் ஒன்று சாநீ *(Chani)*. இதை உருவாக்கியவர்கள் பெண் ஜோதிட நிபுணரான சாநீ நிக்கோலஸ் *(Chani Nicholas)* மற்றும் அவரது மனைவி சோன்யா பாஸி *(Sonya Passi)*. இவர்கள் தொடங்கிய இந்நிறுவனத்தின் குறிக்கோள் 'ஜோதிடம் எல்லோருக்கும் எளிதாகச் சென்றடைய வேண்டும்' என்பது. இந்தியாவில் பல ஜோதிடச் செயலிகள் பிரபலமாக

இருந்தாலும், சாநீ நிறுவனத்தின் பயணத்திலிருந்து துளிர்த் தொழில் முனைவோர் கற்றுக் கொள்ளப் பல விசயங்கள் இருக்கின்றன.

1975ஆம் ஆண்டு கனடா நாட்டின் பிரிட்டிஷ் கொலம்பியா மாகாணத்தில் பிறந்தவர் சாநீ நிக்கோலஸ். இவரின் பெற்றோர், வெப்பக் கட்டுப்பாடு தொழிலையும் (Heating and Cooling systems), ஆடை வியாபாரத்தையும் நடத்தி வந்தார்கள். சாநீயின் இளம்பருவத்தில் அவரின் குடும்பத்தில் போதைப் பழக்கத்தால் பிரச்சனைகள், துப்பாக்கிச் சூடு, தண்டனை என்று பல விசயங்கள் நடந்தன.

அவருக்குப் பன்னிரண்டு வயதிருக்கும்போது அவரின் ஒன்றுவிட்ட பாட்டி, ஒரு வெள்ளைக்காரப் பெண் ஜோதிடரை வீட்டிற்கு அழைத்து வருகிறார். அவர் வெறும் பிறந்த தேதியை வைத்துக் கொண்டு சாநீயைப் பார்த்து ‘நீ பார்க்கிற எல்லோரையும் உடனடியாக எடை போடும் குணம் உடையவள்’ என்கிறார். இதைக் கேட்ட சாநீக்கு, இவர் தன்னை மற்றவர்களிடம் இருந்து வேறுபடுத்திக் காட்டிவிட்டார், தனக்கென்று ஓர் அடையாளம் கிடைத்துவிட்டது என்பது போல உணர்கிறார். இதைத் தொடர்ந்து ரெய்கி (Reyki) என்கிற சக்தியைக் கொண்டு குணமாக்கும் ஆன்மிகப் பயிற்சி முறையைக் கற்கிறார் சாநீ.

பள்ளிப்படிப்புக்குப் பிறகு, நடிகையாக வேண்டும் என்கிற கனவோடு லாஸ் ஏஞ்சல்ஸ் நகருக்கு வருகிறார். அங்கே அவர் பார்த்த சினிமா துறை அவருக்குப் பிடிக்கவில்லை. அதைவிடுத்து உணவகங்களில் வேலைச் செய்வது, யோகா கற்றுத் தருவது, நண்பர்களின் ஜாதகக் கட்டங்களைப் பார்த்துப் பலன் சொல்வது என்று இருந்தார். பிறகு கலிஃபோர்னியா ஒருங்கிணைந்த கல்வி மையத்தில் சேர்ந்து இளங்கலைப் பட்டம் பெற்றார்.

அதுவரை அவருக்கு ஜோதிடர் ஆக வேண்டும் என்கிற எண்ணம் எதுவும் இருக்கவில்லை. 2011ஆம் ஆண்டு தனது நண்பர்களுக்கு ஜோதிடத்தைப் பற்றிய எளிய இதழை மின்னஞ்சலாக வாரம்தோறும் அனுப்பத் தொடங்குகிறார். அவர்கள் அதைத் தங்களுக்குத் தெரிந்தவர்களுக்குப் பரிந்துரைக்கிறார்கள். அந்த இதழ், தற்காலச் சமுதாயத்தை, குறிப்பாக சாநீயைப் போன்ற பால் புதுமையினர் பற்றிய கருத்துகள் படிப்பவர்களைக் கவர்ந்தது.

பிறகு ஒரு வலைப்பூத் தளத்தைத் தொடங்குகிறார். அதில் எழுதப்பட்ட ஒரு பதிவு 15,000 முறைக்கு மேல் படிக்கப்பட்டது. தொடர்ந்து வளர்ந்த தளம், ஒவ்வொரு மாதமும் பத்து இலட்சம் முறைக்கு மேலாகப் பார்க்கப்பட்டது. அமெரிக்காவின் மிகப் பிரபலமான ஓப்ராவின் (Oprah) பத்திரிகையிலும் இணையத்தளத்திலும் ஜோதிடப் பகுதியை எழுதும் வாய்ப்பைப் பெற்றார் சாநீ.

2020ஆம் ஆண்டு இவரின் 'நீ பிறந்தது இதற்காகவே' (You Were Born for This) என்கிற புத்தகத்தை உலகப்புகழ் பெற்ற ஹார்பர் காலின்ஸ் பதிப்பித்தது. அந்த ஆண்டு நியூயார்க் டைம்ஸ் நாளிதழின் அதிகம் விற்பனையாகும் பட்டியலில் எட்டாவது இடம் பிடித்தது இந்த நூல். ஐந்து ஆண்டுகள் கழித்தும் அமேசானின் முதல் பத்து நூல்கள் பட்டியலில் ஒன்றாக இருக்கிறது.

அதோடு, சமூக வலைத்தளங்களிலும் சாநீ பிரபலமாகியுள்ளார். 2025 ஆண்டில் இவரை இன்ஸ்டாகிராமில் ஆறரை இலட்சம் பேர், யுட்யூப்பில் ஐம்பதாயிரம் பேர், டிக் டாக்கில் இலட்சத்திற்கும் அதிகமானவர்கள் பின்தொடர்கிறார்கள். தனது இந்தப் பிரபலத்தை வீடியோக்களோடு நிறுத்திவிடாமல், நிரந்தர வருவாய் வரும் வழியாக மாற என்ன செய்வதென்று யோசித்தார் சாநீ. இதற்காகத் தனது மனைவி சோன்யா பாசியின் உதவியோடு 'சாநீ' என்று தனது பெயரிலேயே 2020 டிசம்பரில் ஒரு செயலியைத் தொடங்கினார்.

இந்திய வம்சாவளியினரான சோன்யா பாசி பிறந்தது இங்கிலாந்தின் மான்செஸ்டர் நகரில். கேம்பிரிட்ஜ் பல்கலைக்கழகத்தில் இளங்கலைப் படித்து அங்கேயே மெய்யியல் முதுகலையைப் படிக்கிறார் சோன்யா. மாணவியாக இருந்தபோது, பெண்களுக்கு எதிராக நடக்கும் வன்முறைகளைக் கேள்விப்பட்டு மனம் வருந்தியவர், தனது பதினாறாம் வயதில் மாணவர்களுக்கான சர்வதேச மன்னிப்புச் சபையின் (Amnesty International) ஒரு குழுவைத் தொடங்கினார்.

புகழ்பெற்ற மார்கன் ஸ்டான்லி நிறுவனத்தில் சில காலம் வேலை செய்த சோன்யா, சட்டக் கல்லூரியில் சேர்ந்து சட்டமும் படிக்கிறார். கொடுமைப்படுத்தப்பட்ட பெண்களுக்கு மறுவாழ்வு மற்றும் சட்ட உதவி வழங்கும் ஃப்ரீஃப்ரம் (Freefrom) என்ற தன்னார்வ அமைப்பை 2016ஆம் ஆண்டு தொடங்கி, தொடர்ந்து நடத்துகிறார்.

நியூயார்க் நகரில் வசித்து வந்த சோன்யா, விடுமுறைக்காக லாஸ் ஏஞ்சல்ஸ் சென்றபோது அங்கே சாநீயைப் பார்க்கிறார். பிறகு, இருவரும் காதல் திருமணம் புரிந்து கொள்கிறார்கள்.

2020ஆம் ஆண்டு இருவரும் சேர்ந்து தொடங்கிய சாநீ செயலிக்கு நல்ல வரவேற்பு கிடைக்கிறது. இந்தச் செயலியில் நீங்கள் பிறந்த தேதி, நேரம், ஊர்ப் பெயர் போன்றவற்றை உள்ளிட்டால் உங்களின் பொதுப் பலனைக் கொடுக்கும். தினப் பலன், ஆண்டுப் பலன், கிரக நிலைகள், முக்கியமான நாட்கள் எனப் பலவும் கிடைக்கின்றன. அதோடு மனநலன், மன அமைதி, குணமாக்கும் வழிகளும், தரமான தியான ஒலிப்பயிற்சிகளும் சமூக அக்கறை நோக்கோடு வழங்கப்படுகிறன. தனிப்பட்ட பலன்களைச் சந்தா செலுத்திப் பெறலாம்.

மற்ற செயலிகளைப் போல எதை விரும்பி அழுத்தினாலும் சந்தா கேட்கும் முறையை நிறுவனர்கள் இருவரும் வெறுத்தார்கள். இலவசமாகப் பலவும் கிடைக்கும் வண்ணம், எந்தவிதத் தொல்லையில்லாமல் இந்தச் செயலி இருப்பதால் பயனர்கள் இதை விரும்புகிறார்கள். சாநீ நிறுவனத்தில் சுமார் நாற்பது பேர் வேலை செய்கிறார்கள். வேலைக்குச் சேர்ந்த முதல் நாளிலிருந்து எல்லோருக்கும் மருத்துவக் காப்பீடு வழங்கப்படுகிறது. கூடவே, வரம்புகளில்லா மாதவிடாய் விடுமுறை நாட்கள், சம்பளத்துடன் கூடிய அளவில்லாத விடுப்புகள், ஆண்டுக்கு ஒன்பது இலட்சம் ரூபாய் உதவித்தொகை, விடுமுறைக்கான ஒன்றரை இலட்சம் ரூபாய் ஊக்கத் தொகை எனப் பல சலுகைகள்.

தங்கள் ஊழியர்களுக்குக் குறைந்தபட்ச சம்பளமாக எழுபது இலட்சம் ரூபாயும், ஆண்டுக்கு ஏழு வாரம் கட்டாய விடுமுறை, வாரத்துக்கு நான்கு நாட்கள் மட்டுமே வேலை எனக் கேட்கவே ஆச்சரியமாக இருக்கும் பல பணியாளர் நலன்களை வழங்குவதாகத் தலைமை அதிகாரியான சோன்யா சொல்கிறார். இந்த மாதிரி சலுகைகளை வழங்கும் அளவு இலாபம் வரவில்லை என்றால், எதற்காக ஒரு வியாபாரத்தைச் செய்ய வேண்டும் என்ற கேள்வியையும் எழுப்புகிறார்.

இச்செயலிக்கு ஏறக்குறைய மூன்று இலட்சம் பயனர்களும், ஒரு இலட்சத்திற்கும் அதிகமான சந்தாதாரர்களும் இருக்கிறார்கள். தொடங்கிய ஆண்டிலிருந்து இலாபகரமாகவே இயங்கிவருகிறது

சாநீ நிறுவனம். அடுத்தவர்கள் தங்களின் திட்டங்களுக்கு முட்டுக்கட்டை போடலாம் என்பதால், தொடக்கத்தில் இருந்தே வெளி முதலீடுகளைத் தவிர்த்து வருகிறார்கள் நிறுவனர்கள்.

செயலியில் வரும் தரவுகளை எல்லாம் தேர்ச்சி பெற்ற ஜோதிடர்கள் மட்டுமே தயாரிப்பதாகவும், தங்களின் வருவாயிலிருந்து ஐந்து சதவிகிதத்தையும், செயலியில் விற்கப்படும் சில பொருட்களின் முழு வருவாயையும் சமூதாயத்தில் பாதிக்கப்பட்டவர்களுக்கு ஃப்ரீஃப்ரம் அமைப்பின் மூலமாகக் கொடுப்பதாகவும் சொல்கிறார்கள். இப்படி இதுவரை இந்திய ரூபாய் மதிப்பில் இருபது கோடிக்கும் மேலாகக் கொடுத்திருக்கிறார்கள் என்றால் சாநீ நிறுவனத்தின் வெற்றியைக் கணித்துக் கொள்ளலாம்.

40. கனவின் வெற்றி

செயலி மூலமாக உள்ளூர் ஆட்டோ, டாக்சி பயணங்களை ஒரே சொடுக்கில் பதிவு செய்யும் வசதியை 2009ஆம் ஆண்டு கொண்டு வந்து புரட்சி செய்தது ஊபர். இதையே இந்தியாவில் அடுத்த ஆண்டில் செய்தது ஓலா. ஊபரின் வேகத்தையும் சக்தியையும் பார்த்த பல நிபுணர்களும் அடுத்த சில ஆண்டுகளில் உலகளவில் மக்கள் சொந்தமாக வாகனங்களை வைத்திருக்கவே மாட்டார்கள்; எல்லாப் பயணங்களும் ஊபர், ஓலா மூலமாகவே இருக்கும் என்று ஆருடம் சொன்னார்கள். ஆனால், இந்தளவு பெரிதாக இருந்தவர்களைப் பின்னுக்குத் தள்ளி, கதையையே மாற்றி எழுதிய செயலி ராபிடோ *(Rapido)*.

2014ஆம் ஆண்டு மூன்று நண்பர்கள், பெங்களூரில் தி-கேரியர் *(The Karrier)* என்கிற வெளியூர் சரக்கு போக்குவரத்துக்கான இணையச் சந்தையைத் தொடங்கினார்கள். முதலாமவர் அரவிந்த் சங்கா *(Aravind Sanka)*, இந்தியத் தொழில்நுட்பக் கழகம் (ஐஐடி), கரக்பூரில் இயந்திரவியல் படித்தார். பின்னர் பிளிப்கார்ட்டில் *(Flipkart)* இரண்டு ஆண்டுகள் பணிபுரிந்தார். அடுத்தவர் பவன் குந்துபள்ளி *(Pavan Guntupalli)*, இவரும் ஐஐடி மாணவர். ஐஐடி புவனேஸ்வரில் இவர் படித்தது மின்னணுப் பொறியியல். சாம்சங் நிறுவனத்தில் ஓர் ஆண்டு மென்பொருள் உருவாக்குநராகப் பணிபுரிந்தார். மூன்றாவது நிறுவனர் ரிஷிகேஷ் எஸ்.ஆர். *(Ri-*

shikesh S R). இவர் பெங்களூரு பி.இ.எஸ் பல்கலைக்கழகத்தில் கணினிப் பொறியியல் படித்தவர். பின்பு இணையத்தில் பணப்பட்டுவாடா செய்யும் துளிர்த் தொழிலை முயன்று பார்த்தார், அது வெற்றியடையவில்லை.

இந்த மூவரும் இணைந்து இந்தியாவில் நிலவும் சரக்குப் போக்குவரத்துப் பிரச்சனையை ஒரு வாய்ப்பாகப் பயன்படுத்திக் கொள்ள நினைத்துத் தொடங்கியதே தி-கேரியர். தங்களின் சொந்தப் பணத்தில் ஆரம்பித்த தி-கேரியர் நிறுவனத்தில், முதல் ஆண்டிலேயே 300க்கும் மேற்பட்ட சரக்கு லாரி ஓட்டுநர்கள் இணைந்தாலும் செயலி பெரியதாகப் பேசப்படவில்லை. இதைப் பார்த்துத் துவண்டுவிடாமல், அடுத்து என்ன என்று யோசித்தார்கள். 'பெங்களூரில் நிலவும் போக்குவரத்து நெரிசலில் சுலபமாக வளைந்து புகுந்து செல்ல வசதியானவை இரண்டு சக்கர வாகனங்களே. ஏன் அவற்றையே நாம் வாடகை வண்டிகளாக வழங்கக் கூடாது?' என்று சிந்தித்தார்கள்.

அப்படி இவர்கள் 2015ஆம் ஆண்டு தொடங்கியதுதான் ராபிடோ பைக் சேவை. அப்போது இந்தியாவில் பைக்குகளை வாடகை வண்டிகளாக இயக்கச் சட்ட அனுமதியில்லை, ஆனாலும் அதைப் பற்றி கவலை கொள்ளாமல் தொழிலைத் தொடங்கினார்கள். அதுவரை ஓலாவும் ஊபரும் ஆட்டோக்களையும், கார்களையுமே வாடகைக்கு வழங்கினார்கள். இவர்களின் ஓட்டுநர்களுக்கு வாடகை வாகனத்தை ஓட்டுவது முழு நேரப் பணியாகவே இருந்தது. இந்த இரண்டையும் எதிர்த்துப் போட்டி போடாமல், புதிதாக ஒரு சந்தையை உருவாக்கினார்கள் ராபிடோ நிறுவனர்கள்.

அதுவரை ஓட்டுநராக இல்லாத மாணவர்களும், மற்ற வேலையில் இருப்பவர்களும் பகுதி நேரமாக ஓட்டுவது மூலம் கூடுதலாகச் சம்பாதிக்கலாம் என்னும் முறையை அறிமுகம் செய்தார்கள். ஆட்டோ டாக்சியைப் போல முதலீடு செய்து வண்டி வாங்கும் தேவையில்லாமல், தங்களிடம் ஏற்கெனவே இருக்கும் மோட்டார் பைக்கைப் பயன்படுத்திச் சம்பாதிக்கலாம் என்பது இவர்களின் சேவையை நோக்கி ஓட்டுநராக வரக் கூடுதல் ஈர்ப்பாக அமைந்தது. அதேபோல அலுவலக வேலையாக, கல்லூரிகளுக்கு அவசரமாகச் செல்ல இருப்பவர்களுக்கு பைக் டாக்சி சேவை மிகக் குறைந்த விலையில், விரைவாகச் செல்லும் வசதியை வழங்கியது.

இதனால் வாடிக்கையாளர்களும் செயலியின் பயனர்களாக வரத் தொடங்கினார்கள்.

தொடங்கிய போது பெரிய சிக்கலாக இருந்தது என்னவென்று கேட்டபோது ‘முன்பின் தெரியாத ஆண் ஓட்டுநருக்குப் பின்னால் ஒரு பெண் அமர்ந்து பயணம் செய்வது, அதுவும் ஒரு சிறு நகரில் செல்வது என்பது கலாசார ரீதியில் நினைத்துக்கூடப் பார்க்க முடியாதது. இதை மாற்றுவதே எங்களுக்கு இருந்த பெரும் சவால்’ என்றார் பவன்.

சேவைக்குப் பயனர்கள் வரவேற்பு தரத் தொடங்கியதால் செலவுகள் கூடின. சுமார் எழுபத்தைந்து முதலீட்டாளர்களிடம் தங்களின் செயலியைப் பற்றி விளக்கிப் பணம் கேட்டபோது எல்லோருமே மறுத்துவிட்டார்கள். அதற்குக் காரணமாக அவர்கள் சொன்னது, ‘ஆட்டோ, டாக்சி சேவையை வழங்கும் உங்களின் போட்டியாளர்களுக்கு பைக் சேவையைச் சேர்ப்பது கடினமே இல்லை, உங்களுக்கெனத் தனித்துவம் என்று எதுவுமில்லை’ என்றனர். அதோடு, இந்தியாவில் பைக் டாக்சிக்கு அரசாங்க அனுமதி இல்லை என்பதால் பல மாநிலங்களில் இவர்களின் சேவையை எதிர்த்து காவல்துறை வழக்கு பதிந்தது.

இந்த இரண்டு சிக்கல்களையும் கண்டு துவண்டுவிடாமல் தொடர்ந்து முயன்றார்கள். அதற்குப் பலனாக, முன்னணி பைக் நிறுவனமான ஹீரோவின் தலைவர் பவன் முஞ்சல், கூகுள் இந்தியாவின் முன்னாள் தலைவர் ராஜன் அனந்தன் ஆகியோர் ராபிடோவில் முதலீடு செய்தார்கள். சேவை வளர வளர, 2022ஆம் ஆண்டு உணவு செயலி ஸ்விகி, தமிழகத்தின் டிவிஎஸ் நிறுவனம் மற்றும் பலரும் சேர்ந்து 180 மில்லியன் அமெரிக்க டாலர்களை முதலீடு செய்தார்கள்.

ஒவ்வொரு பயணத்தில் வரும் கட்டணத்திலிருந்து 30% வரை ஊபர் எடுத்துக் கொண்டது, இதற்கு மாற்றாக, ராபிடோ 15 சதவீதத்துக்குக் குறைவாகவே தரகுக் கட்டணம் வசூலித்தார்கள். இன்றைக்கு அதுவும் போய், ஆட்டோ, டாக்சி ஓட்டுநர்கள் மாதச் சந்தா கட்டினால் போதும் என்கிற முறையை அறிமுகம் செய்துள்ளார்கள். இதனால் பல ஓட்டுநர்களும் ராபிடோவிற்கு மாறிவிட்டார்கள்.

‘மற்ற டாக்சி செயலிகளைப் போல் இல்லாமல், எங்களுடைய பகுதிநேர ஓட்டுநர்களின் நலனை மட்டுமே நாங்கள் கருத்தில் கொண்டுள்ளோம், அதோடு புதுமைகளைச் செய்வதில் மற்றவர்களை விட முன்னணியில் இருப்போம். அதற்கு உதாரணமாக, செல்பேசியிலிருந்து சுலபமாகப் பணம் செலுத்த யூபிஐ (UPI) முறையை நாங்கள் மற்றவர்களுக்கு முன்னரே அறிமுகம் செய்தோம். வாடிக்கையாளர்கள் பணம் செலுத்தியவுடனேயே அது ஓட்டுநருக்குப் போய்ச் சேரும் முறையை யெஸ் வங்கியுடன் இணைந்து வழங்கினோம்’ என்று குறிப்பிடுகிறார்கள்.

தங்கள் சேவையை முதலில் பெங்களூரில் அறிமுகம் செய்தாலும், விரைவிலேயே பெரு நகரங்களைத் தாண்டி அடுத்தகட்ட நகரங்களுக்கும் விரிவாக்கினார்கள். குறிப்பாகப் பேரூர்களில் கவனம் செலுத்தியதால், புதிதாகப் பலரும் வரத் தொடங்கினார்கள். 2018ஆம் ஆண்டு 18,000 ஓட்டுநர்கள் ராபிடோவில் இணைந்திருந்தார்கள். இந்த எண்ணிக்கை வளர்ந்து இன்று இருபது இலட்சத்துக்கும் மேலானவர்களின் வேலை வாய்ப்புக்கு ராபிடோ வழி செய்துள்ளது. இதில் பெண் ஓட்டுநர்களின் எண்ணிக்கையை இரண்டு இலட்சமாக ஆக்க இந்நிறுவனம் திட்டமிட்டிருக்கிறது. 2025ஆம் ஆண்டில் ஒரு நாளுக்கு 43 இலட்சத்திற்கும் அதிகமானோர் ராபிடோ மூலம் பயணம் செய்கிறார்கள்.

செயலிகள் மூலம் வழங்கப்படும் டாக்சி சேவைகளில் பாதுகாப்பு இல்லை என்கிற குறை, ராபிடோவைப் பார்த்தும் சொல்லப்படுகிறது. அதற்கு விடையாக, ‘ஓர் ஓட்டுநர் எங்களது சேவையில் இணைய, அவரின் பல சான்றிதழ்களையும் சரிபார்த்து, அவருடைய குற்றப் பின்னணியை உறுதிப்படுத்திய பின்னரே சேர்க்கிறோம். அதோடு ஒவ்வொரு பயணத்திலும் செல்பேசி மூலமாகத் தானியங்கி முறையில் ஓட்டுநர் எந்த வழியில் போகிறார், எப்படி ஓட்டுகிறார், திடீரென்று வேகமாகத் திருப்புகிறாரா என்று எல்லாம் பார்க்கிறோம். அதோடு பயனரிடம் இருந்தும் கருத்துகளை எல்லாப் பயணங்களிலும் பெறுகிறோம். அதனால் எங்கள் மூலம் பயணம் செய்வது மிகவும் பாதுகாப்பானது’ என்கிறார்கள்.

இத்துறையின் இரு ஜாம்பவான்களைப் பின்னுக்குத் தள்ளி முன்னேறிய ராபிடோவின் வெற்றிக்குக் காரணம் இவர்கள்

சிக்கல்களைப் பார்த்துப் பயப்படாமல் மாற்றி யோசித்ததே. ஆகஸ்ட் 2025இல் இந்தியா வந்திருந்த ஊபர் நிறுவனத்தின் தலைமை நிர்வாகி தாரா கோஸ்ரோஷாஹி, 'இந்தியா எங்களுக்கு முக்கியமான சந்தை. முன்பு இங்கே எங்களுக்குப் போட்டியாக இருந்தது ஓலா, ஆனால் இன்று எங்களுக்கு மிகப் பெரும் போட்டியாக இருப்பது ராபிடோவே' என்று கவலையோடு சொல்லியுள்ளார். இதுவே தங்கள் கனவை நனவாக்கிய மூன்று பொறியாளர்களுக்கும் கிடைத்த வெற்றி.

41. ஆன்லைன் அக்ரி டாக்டர்

ஈரோடுக்கு அருகில் ஒரு வாழை விவசாயி. கடந்த சில நாட்களாகத் தனது தோட்டத்தில் இருக்கும் செடிகளில் ஏதோ நோய் தாக்கியிருக்கிறது எனச் சந்தேகப்படுகிறார். வாழை இலைகளில் வெளிர் மஞ்சள் நிறத்தில் புள்ளிகளைப் பார்க்கிறார். அடுத்த நாட்களில் இவை விரிவடைந்து கரும்பழுப்பு நிறமாக மாறுகின்றன. உடனே தனது செல்பேசியை எடுத்து இலைகளைப் படம் எடுக்கிறார். அதில் இருக்கும் செயலி, செடியைத் தாக்குவது எந்த வகையான பூஞ்சை, அதற்கு எந்த மருந்தை அடித்தால் குணமாகும் என்கிற விடையைச் சொல்கிறது. அந்த வழியைப் பின்பற்றித் தாக்குதல் பரவுவதற்கு முன்பே அவரால் தனது தோட்டத்தைக் காப்பாற்ற முடிகிறது.

இது ஏதோ கற்பனை அல்ல, இந்தச் செயலி இவருக்கென்று விசேஷமாகச் செய்யப்பட்டதும் இல்லை. 2024இல் இந்தியாவில் சுமார் ஐந்து கோடிக்கும் அதிகமான சிறு, குறு விவசாயிகள் இந்த இலவசச் செயலியைக் கொண்டு தங்களின் பயிர்களைக் காப்பாற்றுகிறார்கள் என்றால் நம்பமுடிகிறதா?

பிளான்டிக்ஸ் (Plantix) என்கிற இந்தச் செயலியைப் பற்றி அறிந்துகொள்ள வாருங்கள், ஜெர்மனிக்குச் செல்வோம்.

ஜெர்மன் தம்பதியான சிமோனே ஸ்ட்ரே (Simone Strey) மற்றும் ராபர்ட் ஸ்ட்ரே (Robert Strey), ஹனோவர் நகரில் இருக்கும்

லைப்னிஸ் பல்கலைக்கழகத்திலிருந்து முனைவர் பட்டம் பெற்றவர்கள். புவியியல், நிலவியல், மண் வளம் போன்ற துறைகளில் தேர்ச்சி பெற்ற இருவரும் முதலாவதாக அமைத்தது 'கிரீன் டெசர்ட்' என்கிற தன்னார்வ அமைப்பு. இந்த அமைப்பின் சார்பில் ஆப்பிரிக்க நாடான காம்பியாவில் விவசாயிகளுக்கு இயற்கை உரங்களைத் தயாரித்துப் பயன்படுத்தக் கற்றுக்கொடுத்தனர்.

அடுத்ததாக பிரேசிலின் அமேசான் காடுகளில் களப்பணியில் இருந்தபோது விவசாயிகளின் முக்கியமான பிரச்சனையாக அவர்கள் பார்த்தது ஒன்றையே. 'என் பயிருக்கு என்ன ஆயிற்று? அதை எப்படிக் காப்பாற்றுவது?' என்கிற விவசாயியின் கேள்விக்கு விடை எங்கே கிடைக்கும் என்பதே அது. தம்பதியினரின் அறிவியல் பின்னணியால், இது சிக்கலான கேள்வி இல்லை என்றும், இதற்கு விடையைச் சுலபமாகச் சொல்ல முடியும் என்றும் தெளிவாகத் தெரிந்தது.

இதையே யோசித்துக் கொண்டிருந்தவர்கள், நண்பர்கள் ஐவரோடு சேர்ந்து 2015ஆம் ஆண்டு பீட் (PEAT) என்ற நிறுவனத்தை பெர்லின் நகரில் தொடங்கி, பிளான்டிக்ஸ் செயலியை வெளியிட்டார்கள். இதற்கான ஆரம்ப முதலீட்டை ஜெர்மன் அரசாங்கம் வழங்கியது. அன்று முதல் இன்று வரை ஆன்ட்ராய்ட் செல்பேசிகளுக்கு இந்தச் செயலி முழுவதும் இலவசமாகக் கிடைக்கிறது.

பயிர்களை, செடிகளை செல்பேசியைக் கொண்டு படம் எடுத்தால் அது எந்த வகையானது என்று சொல்வதைச் செயலியின் முக்கிய வசதியாக இவர்கள் தர நினைத்தார்கள். இதைச் செய்ய, இயந்திரக் கற்றலைக் கொண்டு படங்களை அடையாளம் காணும் முறையை ஆராயத் தொடங்கினார் ராபர்ட். பத்து ஆண்டுகளுக்கு முன்னர் இன்றைக்கு இருக்கும் அளவு அந்த நுட்பம் வளர்ந்திருக்கவில்லை. எனவே முதல் சில முயற்சிகள் கடினமாக இருந்தன. அதோடு, தேவையான எண்ணிக்கையில் படங்களைப் பெறுவதும் எளிதாக இருக்கவில்லை. இருந்தும் தொடர்ந்து முயன்று படிப்படியாக இவற்றுக்குத் தீர்வு கண்டார்கள்.

விரைவிலேயே விவசாயப் பயனர்கள் செயலியை முயன்று பார்க்க, அவர்களிடம் இருந்தே படங்கள் வரத் தொடங்கின. புதிதாக ஒரு வகையான செடியின் படத்தை மென்பொருள் சரியாக அடையாளம் காணத் தடுமாறியபோது, இவர்களின்

தாவர ஆய்வாளர்கள் அதற்கான விடையை வழங்கினார்கள். அதோடு, பயிர்களைத் தாக்கும் தீங்குயிரிகளையும் நோய்களையும் கண்டுபிடிக்க அவர்களின் செயற்கை நுண்ணறிவுக்கு கற்றுக் கொடுத்தார்கள். இப்படி வளர்ந்த பிளான்டிக்ஸ் செயலியால் இன்று முப்பது பெரும் வகையான பயிர்களையும், எழுநூற்றுக்கும் அதிகமான செடிகளைத் தாக்கும் பிரச்சனைகளையும் ஒரே ஒரு படத்தைக் கொண்டு துல்லியமாக அடையாளம் காண முடியும்.

பிளான்டிக்ஸைத் தொடங்கிய நிறுவனர்கள் முதலில் இதைச் சந்தைப்படுத்த ஆலோசித்த நாடு ஆப்பிரிக்காவிலுள்ள மாலி. அதற்குள் ஒரு புத்தாக்கக் கருத்தரங்கில் இந்திய விவசாயத்தைப் பற்றியும், இங்கே பதினைந்து கோடிக்கும் அதிகமான சிறு/குறு விவசாயிகள் இருக்கிறார்கள் என்பதையும் அறிந்து இந்தியாவைத் தேர்வு செய்தார்கள். முதலாவதாக, ஐதராபாத்தில் ஒரு கள மையத்தை அமைத்தார்கள். அந்த நகரில் இருந்த அரை-வறண்ட வெப்பமண்டலங்களுக்கான சர்வதேசப் பயிர் ஆராய்ச்சி நிறுவனத்துடனும் *(ICRISAT)*, மெக்சிகோவைத் தலைமையிடமாகக் கொண்ட சர்வதேச சோளம் மற்றும் கோதுமை மேம்பாட்டு மையத்துடனும் *(CIMMYT)* புரிந்துணர்வு ஒப்பந்தங்களைச் செய்துகொண்டு தங்களின் பணியைத் தொடர்ந்தார்கள்.

விரைவில் இந்தியாவில் இருக்கும் பயிர்களின் படங்களையும், அவற்றின் விவரங்களையும் சேகரித்தார்கள். அதோடு ஒவ்வொரு பயிர் வகையைத் தாக்கும் நோய்களின் அடையாளங்களையும், தீங்குயிரிகளின் படங்களையும், விவரங்களையும் சேர்த்துத் தங்களின் இயந்திரக் கற்றல் மாதிரியைப் பயிற்றுவித்தார்கள். இந்திய மொழிகளிலும் விவரங்களைத் தொகுத்தார்கள். இதனால் இந்தியா முழுவதிலும் இருந்து விவசாயிகள் இச்செயலியை ஆர்வமாகப் பயன்படுத்தினார்கள்.

இந்தியாவே தங்களின் செயலிக்கு முக்கியமான சந்தை என்பதை உணர்ந்த தம்பதியினர், 2022ஆம் ஆண்டு மத்தியப் பிரதேச மாநிலத்திலுள்ள இந்தோர் நகருக்குக் குடிபெயர்ந்தார்கள். இன்று இந்த நிறுவனத்தின் இந்தோர் கிளையில் சுமார் முந்நூறு பேர் வேலை செய்கிறார்கள். இவர்களுடன் சேர்ந்து திறமையான பல உழவியல் வல்லுநர்களும் *(agronomists)*, வேதியியல், தாவரவியல் அறிஞர்களும் ஜெர்மனியிலிருந்து வேலை செய்கிறார்கள்.

பிளான்டிக்ஸ் செயலியை நிறுவியவுடன் நீங்கள் வீட்டுத் தோட்டம் வைத்திருக்கிறீர்களா, தொட்டியில் வளர்க்கிறீர்களா, வயலில் வளர்க்கிறீர்களா போன்ற கேள்விகளைக் கேட்டு, அதற்கான வகையில் தனது அறிவுரையை வழங்கும். பயிர்களை அடையாளம் காணுதல், நோய்களைக் கண்டறிதல், அவற்றுக்கான தீர்வு போன்றவற்றைத் தாண்டி, இந்தியா முழுவதிலும் இருக்கும் விவசாயிகளைக் கொண்ட சமூகங்களுடன் உங்களை இச்செயலி இணைக்கிறது. இதை விவசாயிகளுக்கான பேஸ்புக் என்று புரிந்து கொள்ளலாம்.

உங்கள் ஊரில் தற்போது இருக்கும் பருவநிலை, அருகில் இருக்கும் பயிர்களைத் தாக்கும் நோய்கள் எனப் பலவிதமான முக்கியத் தகவல்களையும் இச்செயலி தினம் தினம் வழங்குகிறது. இந்த வகையான நிலம், இந்த ஊர் என்று சொன்னால் போதும். அங்கு எந்த வகைப் பயிரை எப்படி வளர்க்கலாம், ஒவ்வொரு நாளும் அதற்கு என்ன செய்ய வேண்டும் என்கிற தகவல்களை பிளான்டிக்ஸ் செயலி துல்லியமாக வழங்குகிறது.

முதலில் நன்கொடைகளின் ஆதரவில் செயல்பட்டது பிளான்டிக்ஸ். அதற்குக் காரணம் இயற்கை விவசாயம், கூட்டு உரங்களை மட்டுமே ஊக்குவிக்க வேண்டும் என்கிற பீட் அமைப்பினரின் நம்பிக்கை. ஆனால் இந்திய விவசாயிகளின் பிரச்சனைகளைப் பார்த்தவர்கள், தங்களின் எண்ணத்தைப் படிப்படியாக மாற்றிக் கொண்டார்கள்.

2018ஆம் ஆண்டுவாக்கில், செயலியின் வளர்ச்சிக்குச் செலவு செய்ய அதிக முதலீடுகள் தேவைப்பட்டதால் முதலீட்டாளர்களைச் சந்தித்தார்கள். 2019ஆம் ஆண்டுக்குள் பதினைந்து மில்லியன் அமெரிக்க டாலர்களை முதலீடுகளாக ஈர்த்தார்கள்.

இதேநேரத்தில் அமெரிக்காவின் சிலிக்கான் பள்ளத்தாக்குக்குப் பயணம் செய்தார் ராபர்ட். அங்கே எப்படி வருமானமே இல்லாத செயலிகளுக்கும் கோடிக்கணக்கில் முதலீடுகள் கிடைக்கிறது என்பதைப் பார்த்துத் தெரிந்து கொண்டார். அதன் அடுத்தகட்டமாக, இயற்கை உரங்களைப் பற்றிய விவரங்களோடு, பெரும் நிறுவனங்களின் ரசாயன உரங்கள், பூச்சிக் கொல்லிகள் பற்றிய விவரங்களையும் வழங்கத் தொடங்கினார்கள்.

2020ஆம் ஆண்டிலிருந்து ‘பிளான்டிக்ஸ் பார்ட்னர்’ என்கிற இணையச் சந்தையையும் தொடங்கினார்கள். அதில் அந்தந்த விவசாயி இருக்கும் ஊருக்கு அருகில் அவருக்குத் தேவையான மருந்துகள், உபகரணங்கள் எங்கெங்கு கிடைக்கும் என்கிற பட்டியல் வரும். இதிலிருந்தும் நிறுவனத்திற்கு வருவாய் வரத் தொடங்கியது. அதோடு தங்களிடம் இருக்கும் பயிர்கள், விளைச்சல் பற்றிய தரவுகளை விற்பதன் மூலமும் இச்செயலிக்கு வருவாய் வருகிறது.

பிளான்டிக்ஸ் செயலியின் வளர்ச்சியைப் பார்த்த ஜெர்மனியின் பெரும் ரசாயன நிறுவனமான ஹெல்ம் ஏஜி (Helm AG), 2023ஆம் ஆண்டு பிளான்டிக்ஸை வாங்கியது. நிறுவனர்கள் இருவரின் தலைமையில் தொடர்ந்து நிறுவனம் நல்ல முறையில் நடக்கிறது.

தற்போது ஆங்கிலத்தோடு பதினெட்டு இந்திய மொழிகளிலும் விவரங்களைத் தருகிறது பிளான்டிக்ஸ். பல கோடி இந்திய விவசாயிகளுக்கு அவர்களின் சிறப்புத் தாவர மருத்துவராக, பயிர் ஆலோசகராக, சந்தை வல்லுநராகச் செயல்படும் பிளான்டிக்ஸ், புதிதாக வரும் துளிர்த் தொழில்களுக்கு ஒரு முன்னோடி என்றே சொல்லலாம்.

42. செயலியை உருவாக்கும் செயலி

ஆஷ்டன் குச்சர், புகழ்பெற்ற ஹாலிவுட் நடிகர். 2015களில் பிரபலமாக இருந்த ‘டூ அண்ட் அ ஹாஃப் மென்’ (*Two-and-half men*) நகைச்சுவை தொடரில் நடித்துக் கொண்டிருந்தார். படப்பிடிப்புத் தளத்தில் அவரைப் பார்க்க வந்தார் ‘ஹாவி லியு’ (*Howie Liu*) என்கிற ஒரு மென்பொருள் நிறுவனத் தலைவர். வந்தவர் அவருடைய செயலியை விளக்கினார். அதைப் பார்த்து அசந்த ஆஷ்டன் குச்சர், ‘இது திரைப்படத் தொழிலுக்கு மட்டுமில்லை, பல துறைகளுக்கும் பெரும் உதவியாக இருக்கும்’ என்று சொல்லி அந்த இடத்திலேயே சில மில்லியன் அமெரிக்க டாலர்களை முதலீடு செய்தார். அந்தச் செயலிதான் இன்று பல ஆயிரம் கோடி ரூபாய் சந்தை மதிப்பு கொண்ட ஏர்டேபிள் (*Airtable*).

நம் எல்லோருக்கும் மைக்ரோசாப்ட் எக்ஸெல் விரிதாள்கள் தெரியும். அவற்றைக் கொண்டு நம் வேலைக்குத் தேவையான தரவுகளைப் பகுப்பாய்ந்து விடை சொல்லும் குறுஞ்செயலிகளை நாமே தயாரித்துக் கொள்வோம். அவற்றைத் தாண்டி, கூடுதல் அளவுத் தரவுகளைச் சேமிக்க, பலரும் ஒரே சமயத்தில் பயன்படுத்தக் கூடிய நிரல்களை எழுதி தரவுத்தளங்கள் (*Database*) என்கிற மென்பொருட்களைப் பொறியாளர்கள் பயன்படுத்துவார்கள்.

இவை விரிதாள்களை விடச் சக்திவாய்ந்தவை, ஆனால் இவற்றைப் பயன்படுத்த நிரலாக்கம் தெரிந்திருக்க வேண்டும். அதில் தேர்ச்சி

இல்லாத காரணத்தாலேயே இன்றும் பல பெருநிறுவனங்களில் பல அன்றாடப் பணிகள் விரிதாள்களைக் கொண்டு திரும்பத் திரும்பச் செய்யப்படுகின்றன.

இந்த இரட்டை நிலையைத் தவிர்த்து, தரவுத்தளங்களின் வசதிகளை விரிதாள்கள் மட்டுமே தெரிந்தவர்களும் பயன்படுத்தி, தங்களுக்கான மென்பொருளைத் தாங்களே எழுத உதவும் செயலிதான் ஏர்டேபிள். நிரல்கள் இல்லாமலேயே புரோகிராம்களைத் தயாரித்து இயக்க உதவும் மென்பொருள் தளம் என்று ஏர்டேபிள் நிறுவனம் தன்னை விளம்பரப்படுத்திக் கொள்கிறது.

*2009*ஆம் ஆண்டு அமெரிக்காவின் டூக் பல்கலைக்கழகத்தில் இயந்திரவியல் முடித்தார் ஹாவி லியு. படிக்கும் காலத்திலேயே ஏதாவது உருவாக்க வேண்டும் என்ற ஆர்வத்தில் இருந்தவர், அடுத்த ஆண்டே ஈடாக்ட்ஸ் *(Etacts)* என்கிற மென்பொருள் நிறுவனத்தைத் தொடங்கினார். வாடிக்கையாளர்களின் தொடர்புகளைப் பராமரிக்கும் 'வாடிக்கையாளர் உறவு மேலாண்மை' *(CRM)* செயலி அது. தொடங்கிய ஒரே ஆண்டில் இந்த நிறுவனத்தை சேல்ஸ்போர்ஸ் *(SalesForce)* வாங்கியது.

ஓராண்டு மட்டுமே அங்கே பணியில் இருந்தார் ஹாவி. ஆனால் அந்த ஓராண்டில், பெரிய நிறுவனங்கள் எப்படி மென்பொருளைத் தேர்வு செய்கிறார்கள், வாங்குகிறார்கள், பயன்படுத்துகிறார்கள் என்பதைக் கவனித்தார். அதோடு, பெரிய நிறுவனங்கள் பலவற்றில் எல்லாவிதத் தேவைகளுக்கும் விரிதாள்களைக் கண்டபடிப் பயன்படுத்தப்படுவதைப் பார்த்தார். தொண்ணூறு சதவீதப் பயன்பாட்டுக்கு விரிதாள்கள் தேவையே இல்லை என்பதையும் கண்டுகொண்டார்.

இதே புரிதலோடு அவரின் பயணத்தில் இணைந்தவர்கள் ஆண்ட்ரூ ஓஃப்ஸ்டாட் மற்றும் எமெட் நிக்கோலஸ். டூக் பல்கலைக்கழகத்தில் மின்னணுப் பொறியியல் படித்தவர் ஆண்ட்ரூ. அதைத் தொடர்ந்து அக்சென்ச்சர் நிறுவனத்தில் பணியில் இருந்தார். பின்னர் கூகுளில் சேர்ந்து அவர்களின் மேப்ஸ் தளத்தின் இடைமுகத்தைப் புத்தாக்கம் செய்தார். எமெட் அதே டூக் பல்கலைக்கழகத்தில் கணினிப் பொறியியல் படித்தவர். அடுத்து மைக்ரோசாப்டில் ஓராண்டும், சில ஆண்டுகள் ஸ்டாக்-ஓவர்பிளோ நிறுவனங்களிலும் பணியில் இருந்தார். இவர்கள் மூவரும் சேர்ந்து உருவாக்கியது ஏர்டேபிள்.

இந்த மூவரும் 2012ஆம் ஆண்டு தொடங்கி ஒன்றரை ஆண்டுகள் இரவு பகலாக உழைத்து ஏர்டேபிள் தளத்தை உருவாக்கினார்கள். அடுத்த ஆண்டு, தேர்வு செய்யப்பட்ட சிலருக்கு மட்டும் ஏர்டேபிளைப் பயன்படுத்த அழைப்பு விடுக்கப்பட்டது. பயன்படுத்திய அனைவருக்கும் இதன் வசதிகள் உடனடியாகப் பிடித்துப் போனது. இதனைப் பற்றி மற்றவர்களிடம் பகிர்ந்து கொண்டார்கள்.

இதைத் தொடர்ந்து பொதுவெளியில் அனைவருமே இலவசமாகப் பயன்படுத்திப் பார்க்கும் முறையில் வெளிவந்தது ஏர்டேபிள். இணையத்தளமாக மட்டுமல்லாமல் ஐபோன் செயலியாகவும் வந்து, பயனர்களைக் கவர்ந்தது. இதைக் கொண்டு, பொறியாளர்கள் இல்லாமல் தங்களுக்குத் தேவையான புரொகிராம்களைத் தாங்களாகவே சுலபமாக உருவாக்கிப் பயன்படுத்த முடிந்தது புரட்சியாகப் பார்க்கப்பட்டது. பயனர்களின் எண்ணிக்கை கூடியது. அடுத்தடுத்த ஆண்டுகளில் முதலீடுகளும் குவிந்தன.

2021ஆம் ஆண்டு, நிறுவனத்தின் ஆறாவது முதலீட்டுச் சுற்றில் சுமார் எழுநூறு மில்லியன் டாலர் முதலீடு வந்தது. நிறுவனத்தின் சந்தை மதிப்பு அப்போது பதினோரு பில்லியன் டாலர் (இன்றைய நாணய மதிப்பில் சுமார் ஒரு இலட்சம் கோடி ரூபாய்).

ஏர்டேபிள் மூலம் தேவையான புரொகிராம்களைச் சுலபமாக உருவாக்க முடிந்தாலும், 2015ஆம் ஆண்டில்தான் மற்ற இணையத்தளங்களோடும், அவற்றில் இருக்கும் தரவுகளோடும் இணைக்கும் வசதி வந்தது. கூடவே, குழுக்களாக ஏர்டேபிளைப் பயன்படுத்துவதை எளிமையாக்கும் வசதிகளும் வந்தன.

‘ஒரு புதுச் செயலியைத் தொடங்கும்போது எளிமையாக, ஒரு சில வசதிகளை மட்டும் கொண்டு உருவாக்குங்கள். பயனர்கள் அதை எப்படிப் பயன்படுத்துகிறார்கள் என்பதைப் பார்த்துக் கற்றுக் கொண்டு, புதிய மேம்படுத்தப்பட்ட வசதிகளை ஒவ்வொன்றாகச் சேருங்கள். அதோடு, பயனர்களின் தனிப்பட்ட பயன்பாட்டுக்குச் சந்தா விற்பனை செய்வது கடினம். நிறுவனங்களுக்குப் பல்லாயிரம் பிரதிகள் விற்பது சற்றே சுலபம்’ என்கிறார் ஹாவி.

இந்தப் புரிதலைக் கொண்டு ஏர்டேபிளை அடுத்த ஆண்டுகளில் நிறுவனங்கள் விரும்பும் வகையில் மாற்றினார்கள். அதற்கு

முன்பே பெரும் நிறுவனங்களில் இருக்கும் தனிப்பட்ட துறைகள் தாங்களாகவே ஏர்டேபிளைப் பயன்படுத்தி வந்தார்கள் என்பது இதன் சிறப்பைக் காட்டுகிறது.

பயனர்கள் ஏர்டேபிளைக் கொண்டு எந்த மாதிரி புரோகிராம்களை தயாரிக்கிறார்கள்? அமெரிக்காவில் மாடுகள் வளர்க்கும் ஒரு சிறு விவசாயி, ஏர்டேபிளைக் கொண்டு தன் பண்ணையை மேலாண்மை செய்கிறார். அமெரிக்காவில் இருக்கும் பல முன்னணி விளம்பர நிறுவனங்கள், தங்களிடம் இருக்கும் இலட்சக்கணக்கான வடிவமைப்புப் படங்கள், வீடியோக்கள், வரைபடங்களை நிர்வாகம் செய்கிறார்கள்.

குறு நிறுவனங்கள் தங்களின் சரக்குகளின் இருப்பையும், பொருள் பட்டியல் விவரங்களையும் ஒரே இடத்தில் பதிவுசெய்து வைத்துக்கொள்கிறார்கள். ஒரு திரைப்படத் தயாரிப்புக் குழு அதன் நடிகர்கள் அட்டவணை, படப்பிடிப்பு நாட்கள், நிதிநிலை ஆகியவற்றை ஒரே இடத்தில் மேற்பார்வை செய்து கொள்கிறது. இவற்றையெல்லாம் நிரல்கள் எதுவும் எழுதாமலே செய்கிறார்கள்.

உதாரணமாக, திரைப்படக் குழுவில் ஒரு புதிய நடிகர் சேர்ந்தால் அவரின் வாட்ஸ்-ஆப், மின்னஞ்சலுக்கு அன்றைய விவரங்களை அனுப்புவது, பெறுவது போன்றவற்றைத் தானியங்கி முறையில் செய்து கொள்ளலாம். இப்படிப் பயனர்கள் அதிகமாக உருவாக்கும் புரோகிராம்களைக் கவனித்து (அவர்களின் தனிப்பட்ட தரவுகளை ஏர்டேபிள் நிறுவனம் என்றைக்கும் பார்க்காது), அவற்றை ஏர்டேபிளில் வார்ப்புகளாக அறிமுகம் செய்துவிடுகிறார்கள்.

உதாரணமாக, பல திரைப்படத் தயாரிப்பு நிறுவனங்கள் ஏர்டேபிளை நடிகர்கள் அட்டவணைக்காகப் பயன்படுத்துகிறார்கள் என்றால் ஒவ்வொருவரும் அதை உருவாக்க வேண்டியதில்லை. இந்த வசதி ஒரு வார்ப்பாகச் சேர்க்கப்பட்டிருந்தால் ஒரே சொடுக்கில் அதை முழு புரோகிராமாகப் பெற்றுக் கொள்ளலாம்.

இப்படிப் பயனர்களால் பெரிதும் விரும்பப்படும் ஏர்டேபிள், 2025ஆம் ஆண்டில் புதிய செயற்கை நுண்ணறிவு (ஏ.ஐ.) வசதிகளையும் அறிமுகப்படுத்தியுள்ளது. இவற்றைக் கொண்டு பயனர்கள் தங்களுக்குத் தேவையான புரோகிராம்களை வரிகளாக எழுதிக் கேட்டால் ஏர்டேபிளின் ஏ.ஐ. அதை உருவாக்கிக் கொடுக்கும்.

வந்த சில ஆண்டுகளிலே ஏர்டேபிளை ஐந்து இலட்சத்திற்கும் அதிகமான நிறுவனங்கள் பயன்படுத்துவதைப் பார்த்த மைக்ரோசாப்ட், கூகுள், அமேசான் போன்ற பெருநிறுவனங்கள் முறையே லிஸ்ட், ஆப்ஷீட், ஹனிகோடு முதலிய போட்டித் தயாரிப்புகளை வெளியிட்டார்கள். இருந்தும் நிரல்கள் இல்லாமலே புரொகிராம்களை தயாரிக்கும் துறையில் இன்றும் முன்னணியில் இருக்கிறது 'ஆஷ்டன் குச்சர்' சரியாகக் கண்டறிந்து முதலீடு செய்த ஏர்டேபிள்.

43. இது விளையாட்டல்லவா!

சமீபத்தில் நடந்த நேபாள நாட்டுப் புரட்சியைத் தொடர்ந்து இடைக்காலப் பிரதமர் தேர்வு செய்யப்பட்டது ஒரு செயலியில் என்றால் நம்ப முடிகிறதா? டிஸ்கார்ட் (*Discord*) செயலியைக் கொண்டு அந்நாட்டு ஜென் ஸீ இளைஞர்கள் யார் தங்களின் புதிய பிரதமராக வேண்டும் என்பதைக் கலந்தாலோசனைகள், கருத்துக் கணிப்புகள் செய்தார்கள். அது என்ன டிஸ்கார்ட்?

2021ஆம் ஆண்டு மைக்ரோசாப்ட்டின் சத்யா நாதெள்ளா, பத்து பில்லியன் அமெரிக்க டாலருக்கு டிஸ்கார்ட்டை வாங்க முயன்றார். ஆனால் டிஸ்கார்ட் நிறுவனர்கள் அதனை விற்க மறுத்துவிட்டார்கள். அப்படி இந்தச் செயலியின் சிறப்புதான் என்ன?

நீங்கள் வீடியோ கேம் விளையாடுபவர் என்றால் உங்களுக்கு டிஸ்கார்ட்டைப் பற்றித் தெரிந்திருக்க வாய்ப்புகள் அதிகம். இணையத்தில் பல சமூக வலைத்தளங்கள் இருக்கின்றன, ஆனால் வீடியோ கேம் விளையாடுபவர்கள் தங்களுக்குள் கருத்துக்களைப் பகிர, பேச, குழுக்களை நிர்வகிக்க உருவாக்கப்பட்ட தளம்தான் டிஸ்கார்ட். 2025ஆம் ஆண்டு நிலவரப்படி, இருபது கோடிக்கும் அதிகமானோர் மாதம்தோறும் பலமுறை டிஸ்கார்ட்டைப் பயன்படுத்துகிறார்கள்.

2015 மே மாதம், ஜேசன் சிட்ரன் (*Jason Citron*), ஸ்டானிஸ்லாவ் விஷ்னெவ்ஸ்கி (*Stanislav Vishnevskiy*) என்ற இருவரால் தொடங்கப்பட்டது டிஸ்கார்ட்.

ஜேசன் வளர்ந்தது அமெரிக்காவின் நியூயார்க் லாங் ஐலண்டில். அவரின் தந்தை அங்கே இரண்டு ஹாகன்-டாஸ் ஐஸ்கிரீம் கடைகள் வைத்திருந்தார். அவருக்குப் பதின்மூன்று வயதிருக்கும் போது அவரின் குடும்பம் ஃப்ளோரிடா மாநிலத்துக்குக் குடிபெயர்ந்தது. ஒருநாள் விளையாடிக் கொண்டிருக்கும்போது அவரின் நண்பன் தனக்கு வீடியோ கேம்களைத் தயாரிக்கத் தெரியுமே என்றான். சிறுவன் ஜேசனால் அதை நம்பவே முடியவில்லை. அப்போது அவருக்கு அந்த நண்பன் அறிமுகப்படுத்தியது மைக்ரோசாப்டின் இலவச நிரல்கள் உருவாக்க மொழியான கியூ-பேசிக் *(QBasic)*. தன்னால் கூட நிரல்கள் எழுதி, கணினியைக் கட்டுப்படுத்த முடியும், திரையில் வரைய முடியும் என்று தெரிந்து கொண்ட இந்த ஆர்வமே ஜேசனின் வாழ்க்கைப் பாதையை மாற்றிப் போட்டது.

வளர்ந்தவுடன் கணினிப் பொறியியல் படிக்க கல்லூரியில் சேர்ந்த ஜேசனால் அங்கே இருக்க முடியவில்லை, அவர்கள் சொல்லிக்கொடுத்தது எல்லாமே ஏற்கெனவே அவருக்குத் தெரிந்திருந்தது. பிறகு எப்படியோ தன் பெற்றோர்களைச் சம்மதிக்க வைத்து, ஃபுல்-சைல் *(Full Sail)* பல்கலைக்கழகத்தில் கணினி விளையாட்டுகள் வடிவமைப்புப் பிரிவில் சேர்ந்து, 2004ஆம் ஆண்டு தனது இளங்கலைப் பட்டத்தைப் பெற்றார். இந்த ஆண்டு (2025) அந்தப் பல்கலைக்கழகத்தின் புகழ் மண்டபத்தில் இவர் பெயர் சேர்க்கப்பட்டது என்றால் பார்த்துக் கொள்ளுங்கள்.

இவரது பார்ட்னரான ஸ்டானிஸ்லாவ், உக்ரைன் நாட்டில் பிறந்தவர். இவரின் குடும்பம் அமெரிக்காவுக்குக் குடிபெயர்ந்தவுடன் இவர் பெரும்பாலும் வளர்ந்தது லாஸ் ஏஞ்சல்ஸ் நகரில். கலிஃபோர்னியா மாநிலப் பல்கலைக்கழகத்தில் கணினி அறிவியல் பட்டம் பெற்றவர் ஸ்டானிஸ்லாவ். படிப்புக்குப் பிறகு, 2009ஆம் ஆண்டிலிருந்து மென்பொருள் பொறியாளராகப் பணியில் இருந்தார். அதோடு தானாக கில்ட்-ஓர்க் *(Guildwork)* என்கிற மென்பொருளை உருவாக்கியிருந்தார்.

இது வீடியோ கேம் விளையாடுபவர்கள் தங்களுக்குள் உருவாக்கியிருந்த மன்றங்களுக்கானது. ஒவ்வொரு விளையாட்டுக்கும் பல நூறு மன்றங்கள் இருந்தன. இவர்கள் தங்களுக்குள் பேச, மன்றத்தை நிர்வகிக்க உதவியது கில்ட்-ஓர்க். பின்னாளில் இதை உருவாக்கியதில் கிடைத்த அனுபவத்தைக் கொண்டு

ஸ்டானிஸ்லாவ், டிஸ்கார்ட்டின் தொழில்நுட்பத்தைச் சிறப்பாக வடிவமைத்தார்.

கல்லூரியை முடித்த ஜேசன், சில ஆண்டுகள் பொறியாளராக வேலைச் செய்தார். 2009ஆம் ஆண்டு ஓபன்-ஃபியண்ட் (Openfeint) என்கிற மென்பொருள் கட்டமைப்பை உருவாக்கினார். இதைப் பயன்படுத்தி வீடியோ கேம் தயாரிப்பாளர்கள் அவர்களின் கேம்களில் சமூக அம்சங்கள், விளையாட்டுத் தரப் பட்டியல்கள் எனப் பல அம்சங்களை எளிதாக இணைக்க முடிந்தது. ஒருசில ஆண்டுகளிலேயே பல்லாயிரம் விளையாட்டு நிறுவனங்கள் இதைப் பயன்படுத்தத் தொடங்கினார்கள்.

இதைப் பார்த்த கிறீ (Gree) என்கிற ஜப்பானிய நிறுவனம் ஓபன்-ஃபியண்டை நூறு மில்லியன் அமெரிக்க டாலர் கொடுத்து வாங்கியது. இதைத் தொடர்ந்து, ஜேசனுக்கும் ஸ்டானிஸ்லாவ்வுக்கும் வீடியோ கேம் விளையாடுபவர்களுக்காகச் சிறப்பான மென்பொருட்களைத் தயாரிக்க வேண்டும் என்ற எண்ணம் வந்தது. அப்படி அவர்கள் 2012ஆம் ஆண்டு ஒரு வீடியோ கேமை முதன்முதலில் உருவாக்கினார்கள். அது சரியாகப் போகவில்லை, ஆனால் அதில் இடம்பெற்றிருந்த அரட்டையடிக்கும் வசதி அதன் பயனர்களை மிகவும் கவர்ந்திருந்ததைக் கவனித்தார்கள்.

இந்தத் தோல்வியிலிருந்து பாடம் கற்ற இருவரும், 2015ஆம் ஆண்டு தொடங்கியதுதான் டிஸ்கார்ட். விளையாட்டாளர்கள் தங்களுக்குள் உடனடியாக அரட்டையடிக்க இதில் இருந்த வசதி அப்போதிருந்த ஸ்கைப் (Skype) போன்றவற்றைவிடச் சிறப்பாக இருந்தது. இதுவே டிஸ்கார்ட் புகழ்பெறக் காரணமாகவும் இருந்தது. அதோடு, ஒலியாகப் பேசும் வசதியும் இருந்தது. இதற்காகவே அப்போது புதிதாக வந்திருந்த வெப்-ஆர்டிசி (WebRTC) என்கிற இணையச் செந்தரத்தை இலாவகமாகப் பயன்படுத்தியிருந்தார்கள் இருவரும்.

அடுத்தடுத்த ஆண்டுகளில் விளையாட்டாளர்களைத் தாண்டி, இசை விற்பன்னர்கள், எழுத்தாளர்கள், திறமூல நிரலாளர்கள் எனப் பலரும் டிஸ்கார்ட்டைப் பயன்படுத்தத் தொடங்கினார்கள். சில ஆண்டுகளிலே பல இலட்சம் பயனர்கள் இதற்கு வந்தார்கள். இன்றைக்கு ஐ.ஐ.டிக்களில் சேரப் படிக்கும் மாணவர்கள் பலரும்

டிஸ்கார்ட்டைப் பயன்படுத்தி தங்களுக்குள் பாடங்களைப் பகிர்ந்து கொள்கிறார்கள்.

யார் வேண்டுமானாலும் இலவசமாக அவர்களுக்கான சர்வர்களை உருவாக்கலாம் என்பதே டிஸ்கார்ட்டின் தனித்துவம். சர்வர்கள் என்றால் குழுக்கள், மன்றங்கள் என்று வைத்துக் கொள்ளலாம். வாட்ஸ்-ஆப் குழுக்கள் போல் இல்லாமல் தொடக்கத்தில் இருந்தே ஒவ்வொரு சர்வரிலும் ஐந்து இலட்சத்துக்கும் அதிகமானவர்கள் இருக்கலாம், அரட்டையடிக்கலாம், பேசலாம்.

மற்ற சமூக வலைத்தளங்கள் போல இல்லாமல், பல ஆண்டுகள் வரை டிஸ்கார்ட்டில் விளம்பரங்களே இல்லாமல் இருந்தது. சமீபத்தில் ஒருசில இடங்களில் மட்டும் விளம்பரங்கள் வருகிறது, அதுவுமே தொல்லையில்லாத இடங்களில் மட்டும். விளம்பரங்கள் வராமல், வேகமான செயல்திறனோடு சர்வர்கள் வேண்டுமானால் பயனர்கள் 'நைட்ரோ' என்கிற சந்தா முறையில் இணையலாம். இதுவே இந்நிறுவனத்துக்கு வருவாய் ஈட்டும் வழியாக இருந்து வருகிறது. இன்றும் பெரும்பாலான பயனர்கள் இலவசமாகவே டிஸ்கார்ட்டைப் பயன்படுத்துகிறார்கள்.

இங்கே முக்கிய விசயம், டிஸ்கார்ட்டை பயன்படுத்தும் அறுபது சதவிகிதத்தினர் பதின்மூன்றிலிருந்து இருபத்தி நான்கு வயதுக்குட்பட்டவர்களாக இருப்பதால், நிறுவனம் அவர்களின் பாதுகாப்பைப் பற்றி அதிகமாக அக்கறை எடுத்துக் கொள்கிறது. இதற்காகவே பல கோடி பணத்தையும், மனித உழைப்பையும் செலவு செய்கிறது. சட்டவிரோதமான விசயங்கள், சிறுவர்களைக் குறிவைத்து இணையத்தில் செய்யப்படும் ஏமாற்று வேலைகளைக் கண்டறிய வேண்டும் என்பதால் இந்தச் செயலியில் முழுவதும் மறையாக்கு முறைகள் கிடையாது. ஆனாலும் பயனர்களின் தனிப்பட்ட அரட்டைகள் வெளியே கசியாமல் கவனமாகப் பார்த்துக் கொள்கிறது நிறுவனம்.

டிஸ்கார்ட்டின் இன்னொரு சிறப்பு, பல ஆண்டுகளாகவே இங்கிருக்கும் அரட்டை அறைகளில் பாட் எனப்படும் தானியங்கி மென்பொருளை எளிதாக இணைக்கலாம். பொதுவாக வரும் கேள்விகளைக் கணினியையே படிக்க வைத்து, தானாகவே பதில் எழுத வைக்கலாம். இந்த வசதியைக் கொண்டு சில ஆண்டுகளுக்கு முன்னர் படங்களை உருவாக்க வந்த ஏ.ஐ படைப்புகளில்

புகழ்பெற்ற மிட்ஜர்னி *(Midjourney)*, தனது இடைமுகமாக டிஸ்கார்ட்டைப் பயன்படுத்தி வருகிறது.

டிஸ்கார்ட் நிறுவனத்தில் 2025ஆம் ஆண்டில் சுமார் தொள்ளாயிரம் பணியாளர்கள் இருக்கிறார்கள். இதுவரை ஒரு பில்லியன் டாலர், அதாவது ஒன்பதாயிரம் கோடிக்கும் அதிகமான முதலீட்டைப் பெற்றுள்ளது இந்நிறுவனம். நிறுவனத்தின் வளர்ச்சியை மேலும் அதிகப்படுத்த 2025ஆம் ஆண்டு ஆரம்பத்தில் ஹுமாம் சாகினினி என்பவரைத் தலைமை நிர்வாக அதிகாரியாகக் கொண்டு வந்துள்ளார் ஜேசன்.

44. உங்கள் விமானம் எங்கே?

ரயன் ஜோன்ஸ் அமெரிக்காவின் ஃப்ளோரிடா மாநிலத்தில் இருக்கும் ஃபோர்ட் லாடெர்டெயில் விமான நிலையத்துக்கு அவரின் 88 வயது பாட்டியோடு வந்தார். வந்தவுடன்தான் தெரிந்தது அவர்கள் செல்ல வேண்டிய விமானம் ஆறு மணிநேரம் தாமதம் என்று. இத்தனை மணிநேரத் தாமதத்தை விமான நிறுவனத்தால் முன்கூட்டியே கணித்து பயணிகளுக்குத் தகவல் சொல்லியிருக்க முடியாதா, இதற்கு மாற்றாக நாம் ஒரு செயலியை உருவாக்கலாமா என்று சிந்தித்தவர், அதற்காக ட்விட்டரில் ஒரு வேண்டுகோளைப் பகிர்ந்தார்.

அவரின் கீச்சுக்குப் பதிலாக மூவர் 'நாங்களும் உங்களோடு இந்த முயற்சியில் சேருகிறோம்' என்றனர். இப்படி இந்த நால்வரும் சேர்ந்து 2019ஆம் ஆண்டு வெளியிட்ட செயலியின் பெயர் ஃப்ளைட்டி (flighty). இதில் ஆச்சரியம் என்னவென்றால், இவர்கள் நால்வரும் ஒருவரை ஒருவர் அதுவரை பார்த்தது கூட கிடையாது. இருந்தும் இன்றுவரை ஒன்றாகப் பணியாற்றுகிறார்கள்.

ரயன் ஜோன்ஸ் (Ryan Jones) அமெரிக்காவின் டெக்ஸாஸ் மாநிலத்தில் உள்ள தி வுட்லாண்ட்ஸ் பகுதியில் பிறந்து வளர்ந்தவர். 2003இல் ட்யூக் பல்கலைக்கழகத்தில் அறிவியலில் இளங்கலைப்

படித்தார். அடுத்து யுனிவர்சிட்டி ஆஃப் டெக்சாஸ், ஆஸ்டினில் இயந்திரப் பொறியியலில் முதுநிலைப் பட்டம் பெற்றார். படிப்புக்குப் பிறகு ஐந்து ஆண்டுகள் டெவன் எனர்ஜி என்கிற எண்ணெய் மற்றும் எரிவாயு நிறுவனத்தில் பொறியாளராகப் பணிபுரிந்தார். அடுத்த இரண்டு ஆண்டுகள் ஆப்பிள் நிறுவனத்தில் செயல்பாடுகள் *(Operations)* துறையில் வேலை செய்தார். அப்போது அவர் நேரடியாகப் பார்த்த அந்த நிறுவனத்தின் வடிவமைப்புத் திறனும், அதில் அந்த நிறுவனம் எடுத்துக் கொண்ட கவனமும் அவரைக் கவர்ந்தன.

அடுத்து இவர் தனியாக உருவாக்கிய வானிலையை அறிந்து கொள்ளும் செயலி, சுமார் 55 நாடுகளின் ஐபோன் வானிலை செயலிகள் பட்டியலில் முதலிடத்தைப் பெற்றது. அடுத்த பல ஆண்டுகள் இந்தச் செயலியில் பணியாற்றியவர் அதை விற்றுவிட்டு ஃப்ளைட்டி செயலியைத் தொடங்கினார்.

இந்தச் செயலியைக் கொண்டு உலகெங்கும் ஒரு நாளில் பறக்கும் ஒரு இலட்சம் பயணிகள் விமானங்களின் தற்போதைய நிலையை இலவசமாகத் தெரிந்து கொள்ளலாம். இந்தச் செயலி அமெரிக்காவில் மிகப் பிரபலமாக இருக்கிறது. அதற்குக் காரணம் அமெரிக்காவில் ஒரு நாளில் பறக்கும் நாற்பதாயிரம் விமானங்களில் பயணம் செய்யும் முக்கால்வாசி பயணிகள் ஃப்ளைட்டியைப் பயன்படுத்துகின்றனர். அவர்கள் போகவிருக்கும் விமானம் சரியான நேரத்தில் கிளம்புமா, கிளம்பிய பிறகு தற்போது எங்கே இருக்கிறது என்பதை இணையத் தொடர்பு இல்லாமல் கூட அறிந்து கொள்ள உதவுகிறது ஃப்ளைட்டி.

உதாரணமாக, நீங்கள் அமெரிக்கன் ஏர்லைன்ஸ் விமானத்தில் லாஸ் ஏஞ்சலஸில் இருந்து நியூயார்க்கிற்குப் போகப் போகிறீர்கள். பயணத் தேதி மற்றும் விமானத் தடத்தின் குறியீட்டு எண்ணை ஃப்ளைட்டியில் உள்ளீடு செய்துவிட்டால் போதும். விமானம் கிளம்புவதற்கு 25 மணிநேரத்துக்கு முன்னிருந்து அந்த விமானம், அதன் பதிவு எண்ணை *(Tail Number)* வைத்து ஃப்ளைட்டி அது எங்கேயெல்லாம் போகிறது என்று தொடர்ந்து கண்காணித்துக் கொண்டே இருக்கும். அந்த விமானம் போகும் ஒவ்வொரு ஊரிலும் வானிலை எப்படி இருக்கும், விமான நிலையத்தில் வேறு ஏதாவது பிரச்சனை இருக்கிறதா என்பதையும் கவனித்து,

ஏதாவது ஒரு காரணத்தால் தாமதமானால் உங்கள் ஊருக்கு வருவதும் தாமதமாகும் என்பதை உங்களுக்கு முன்கூட்டியே சொல்லிவிடும்.

உங்களின் மின்னஞ்சலில், நாள்காட்டியில் இருக்கும் விமானச் சீட்டுப் பதிவுகளை ஃப்ளைட்டி செயலியே படித்துப் புரிந்து கொண்டு கண்காணிக்கவும் தொடங்கும். இன்னொரு சிறப்பு அம்சம் உங்கள் நகருக்கு வரும் நண்பரை விமான நிலையத்திலிருந்து கூட்டிவரப் போகிறீர்கள் என்றால், அவரின் விமான விவரங்களை ஃப்ளைட்டியோடு பகிர்ந்தால் போதும். அவர் வரும் விமானம் எந்த நேரத்தில் உங்கள் ஊருக்கு வந்தடையும் என்பதைத் துல்லியமாகச் சொல்லிவிடும். அதற்கு ஏற்ப நீங்கள் வானூர்தி நிலையத்திற்குச் செல்லலாம்.

ஒரு பயணத்தில் பல விமானங்கள் மாறி செல்கிறீர்கள் என்றால், உங்கள் விமானம் நிற்கும் முன்பே நீங்கள் எந்த நுழைவாயிலில் வெளியே வருவீர்கள், நீங்கள் பிடிக்க வேண்டிய அடுத்த விமானம் எந்த நுழைவாயிலில் நிற்கிறது என்ற விவரங்களையும் கொடுக்கும் ஃப்ளைட்டி.

இப்படி உடனுக்குடன் விடைகள் சொல்ல, பல ஆயிரம் தரவுகளைப் பின்னணியில் இருக்கும் இவர்களின் கணினிகள் சேகரித்துக் கொண்டே இருக்கின்றன. தகவல்களை அரசாங்கத்தின் விமான அமைச்சகம், விமான நிறுவனங்கள், விமான நிலையங்கள், வானிலை மையங்கள் எனப் பல இடங்களிலிருந்து சேகரிக்கிறது ஃப்ளைட்டி. அப்படி வரும் தரவுகளைச் செயற்கை நுண்ணறிவைக் கொண்டு சிறப்பாகப் பகுப்பாய்ந்து வழங்குகிறார்கள். இதனால் சில அமெரிக்க விமான நிறுவனங்கள் கூட தங்கள் பணியாளர்களுக்கு இந்தச் செயலியை வழங்குகின்றனவாம். அந்நிறுவனங்களிடம் இருக்கும் தகவல்களைக் காட்டிலும் இவர்கள் துல்லியமாகத் தகவல்களைத் தெரிவிக்கின்றனர்.

ஃப்ளைட்டியின் முக்கிய சிறப்பு, செயலியின் அழகான வடிவமைப்பு. 2023ஆம் ஆண்டு ஆப்பிள் நிறுவனத்தின் சிறப்பாக வடிவமைக்கப் பட்ட செயலிகள் பட்டியலின் செயல்பாடுகள் பிரிவில் முதல் இடத்தைப் பிடித்தது இச்செயலி. ஐபோனின் ஒவ்வொரு பதிப்பிலும் வரும் இடைமுக மாறுதல்களை உடனுக்குடன் செய்து பயனர்களிடையே நன்மதிப்பைப் பெற்றுள்ளது.

ஃப்ளைட்டி செயலியின் அடிப்படைச் சேவை இலவசம். உங்கள் விமானப் பயணம் தாமதமானால் அந்தச் செய்தியை உடனுக்குடன் பெறச் சந்தா எடுக்க வேண்டும். ஆண்டு சந்தா, மாதச் சந்தாவோடு இப்போது வாரச் சந்தாவும் கொண்டு வந்திருக்கிறார்கள். செயலியில் விளம்பரம் எதுவும் கிடையாது, இருந்தும் மாதத்திற்கு அரை மில்லியன் அமெரிக்க டாலர் வருவாய் ஈட்டுகிறது இந்த நிறுவனம். தற்போது வரை இந்தச் செயலி ஐபோனில் மட்டும் கிடைக்கிறது, ஆன்ட்ராய்டுக்கு இதுவரை உருவாக்கப்படவில்லை என்பது ஒரு பெரிய குறை.

45. குளிர் நகரத்திலிருந்து உலகுக்கு?

படிக்கத் தொடங்கும் முன்னர் தயவுசெய்து இரண்டு மூன்று ஸ்வெட்டர்களைப் போட்டுக் கொண்டு வாருங்கள். உலகிலேயே மிகவும் குளிரான நகரமான ரஷ்யாவின் சகா குடியரசில் இருக்கும் யாகுட்ஸிக் (Yakutsk) போகலாம். இங்கே ஒவ்வொரு நாளும் வெப்பநிலை, தண்ணீர் உறையும் பூஜ்ஜியம் செல்சியஸுக்கும் கீழே மைனஸ் இருபது டிகிரி செல்சியஸ்ஸில் தொடங்கி, மைனஸ் அறுபது செல்சியஸ் வரை போகும். இந்த நகரில் 2013ஆம் ஆண்டு தொடங்கப்பட்டது இன்-டிரைவ் (InDrive) செயலி.

டிசம்பர் 2012இல் நடந்த உண்மைச் சம்பவம் இது. யாகுட்ஸிக்கின் கடும் குளிரில் வெளியில் போகவே டாக்சி வேண்டும். அந்தச் சூழ்நிலையில், ஊரில் இருந்த நான்கைந்து டாக்சி நிறுவனங்கள் சேர்ந்து ஒரே நாளில் தங்களின் சேவைக் கட்டணங்களைப் பாதிக்கும் மேலாக உயர்த்தினார்கள். இதைப் பார்த்துக் கோபம் கொண்ட அலெக்சாண்டர் பாவ்லோவ் என்கிற மாணவர், ரஷ்யாவில் பிரபலமான சமூக வலைத்தளமான 'விகே'வில் ஒரு சுயேச்சைக் குழுவைத் தொடங்கினார்.

யாருக்காவது டாக்சி வேண்டுமென்று இந்தக் குழுவில் செய்தி அனுப்பினால், உடனே குழுவில் இருக்கும் வேறு யாராவது 'நான் அந்த இடத்தில் உங்களைக் கொண்டு சென்று விடுகிறேன்' என்று

அவருடைய காரோடு வருவார். இருவரும் தங்களுக்கு உகந்த கட்டணத்தை முடிவு செய்து பயணத்தை மேற்கொள்வார்கள். வெறும் மூன்று இலட்சம் பேர் வசிக்கும் யாகுட்ஸிக் நகரில் தொடங்கிய இந்தக் குழுவில் சில நாட்களிலேயே சுமார் ஐம்பதாயிரம் பேர் இணைந்தார்கள்.

இதன் வெற்றியைப் பார்த்த ஆர்சன் தோம்ஸ்கி *(Arsen Tomsky)*, அலெக்சாண்டரைத் தொடர்பு கொண்டு பத்தாயிரம் அமெரிக்க டாலர்களுக்கு இந்தக் குழுவை வாங்கினார். அடுத்த பல மாதங்கள் ஆர்சனும் மூன்று பொறியாளர்களும் கடுமையாக வேலை செய்து, இக்குழுவில் கிடைத்த அதே மாதிரியான டாக்சி சேவையைச் செயலி வடிவில் உருவாக்கினார்கள். இப்படி உருவாக்கிய செயலிக்கு 'இன்-டிரைவ்' எனப் பெயர் வைத்து 2013ஆம் ஆண்டு நவம்பரில் வெளியிட்டார் ஆர்சன். சுயாதீன ஓட்டுநர்கள் *(Independent Drivers)* என்பதன் சுருக்கமே இன்-டிரைவ்.

இன்-டிரைவ் என்பது ஊபர், ஓலா போன்று செயலியின் மூலம் வழங்கப்படும் டாக்சி சேவை. இதன் வித்தியாசம் இந்தச் செயலியில் நம் பயணத்துக்கான விலையை நாமே சொல்லலாம். ஓட்டுநருக்கும் அது சரியாக இருந்தால் அவர் வருவார், இல்லையென்றால் அவர் ஒரு விலையைச் சொல்லுவார். இப்படி ஒருவிதமான ஏலம் ஒவ்வொரு பயணத்திற்கு முன்னரும் நடக்கும். அதோடு, இன்-டிரைவ் நிறுவனம் மற்ற செயலிகளைவிடக் குறைவாகவே கட்டணம் வசூலிக்கிறது. இன்று 48 நாடுகளில், 982 நகரங்களில் இவர்களின் சேவை கிடைக்கிறது. டாக்சி, இருசக்கர வாகனப் பயணங்களைத் தாண்டி, பொருட்களை ஓரிடத்திலிருந்து இன்னொரு இடத்துக்குக் கொண்டு செல்லும் சேவையும் இன்-டிரைவ் செயலியில் கிடைக்கிறது.

1973ஆம் ஆண்டு யாகுட்ஸிக் நகரில் பிறந்தவர் ஆர்சன் தோம்ஸ்கி. இவரின் தந்தை ஒரு கணிதப் பேராசிரியர். அவர்கள் ஊரிலேயே அதிகம் படித்த பெண்மணி இவரின் தாய். இளம் வயதில் லெனின்கிராடு நகரில் வாழ்ந்தபோது பெற்றோர் இவருக்கு புரோகிராம் செய்யக்கூடிய ஒரு கார் பொம்மையைப் பிறந்தநாள் பரிசாகக் கொடுத்தார்கள். இதில் எளிமையான கட்டளைகளை இட முடியும். உதாரணமாக 'ஒரு மீட்டர் முன்செல், இடது பக்கம் திரும்பு' என்று கட்டளையை உள்ளிட்டால் அதைச்

செய்யும். இதில் கவரப்பட்ட ஆர்சன், கையில் கிடைத்த கணினி நூல்கள், நிரலாக்க நூல்கள் எல்லாவற்றையும் படித்தார். இங்கே குறிப்பிடத்தக்க முக்கியமான விசயம், அந்த நாட்களில் ஆர்சன் கணினியை நேரில் பார்த்தது கூட கிடையாது.

ஆர்சனுக்குப் பன்னிரண்டு வயதிருக்கும்போது தந்தை பிரிந்து சென்றுவிட்டார். தாயாருக்கு அடிக்கடி உடல்நலம் குன்றியதால் ஆர்சன் அவரின் பாட்டியிடம் வளர்ந்தார். அந்த வயதில் மனஉளைச்சலால் ஆர்சன் திக்குவாய் பிரச்சனையிலும் சிரமப்பட்டார். பெற்றோரைப் பிரிந்து வளர்ந்த ஆர்சனுக்கு அடுத்த அடியாக, இவர் படித்த பள்ளிக்கூடத்தை வேறு சமூகச் சூழலிலிருந்து வந்த பள்ளியோடு இணைத்தார்கள். இதனால் அங்கே புதிதாகச் சேர்ந்த மாணவர்களின் ஒழுக்கம் குறைந்தது. சேரக்கூடாத நண்பர்களோடு சேர்ந்த ஆர்சன், கடைகளில் சிறிய திருட்டுகளில் ஈடுபடுவது, வீடுகளில் புகுந்து வேண்டியதை எடுத்துக் கொள்வது என்று தவறான பாதையில் செல்லத் தொடங்கினார்.

ஆர்சன் ஒன்பதாம் வகுப்பு படித்தபோது, இவருடன் படித்த புத்திசாலி மாணவர்கள் இருவரைத் திடீரெனக் காணவில்லை. விசாரித்தபோது, பரீட்சைகளில் அவர்கள் பெற்ற மதிப்பெண்களின் அடிப்படையில், ஊரில் அறிவியல் கணிதத்திற்காக இருந்த சிறப்புப் பள்ளியில் சேரத் தேர்வு செய்யப்பட்டு அங்கே படிக்கிறார்கள் என்று தெரிந்து கொண்டார் ஆர்சன். அந்தப் பள்ளியில் கணினிகள் இருப்பதையும், மாணவர்கள் அவற்றைத் தொட்டுப் பயன்படுத்தலாம் என்பதையும் கேட்ட ஆர்சனுக்கு, எப்படியாவது அங்கே தானும் சேர வேண்டும் என்ற ஆசை வந்தது. தவறான வழியில் சென்று கொண்டிருந்தவரின் பாதை மாறியது.

பல முயற்சிகளுக்குப் பிறகு அந்தப் பள்ளியில் சேரும் வாய்ப்பும் வந்தது. அதற்கு முக்கியக் காரணம் இவரின் தந்தை. அவர் அந்த மாநிலத்தின் தலைசிறந்த கணிதமேதை என்பதால், ஆர்சனுக்கும் கணிதத் திறமை இருக்கும் என்று இவரின் பள்ளி ஆசிரியர்கள் நம்பினார்கள். அதுவரை தனக்குக் கொடுக்கப்பட்ட வாய்ப்புகளைச் சரியாகப் பயன்படுத்திக் கொள்ளாத ஆர்சன், அப்போதிலிருந்து நன்றாகப் படித்துத் தனது திறமைகளை நிரூபித்தார்.

அந்தப் பள்ளியில் 'பேசிக்' நிரலாக்க மொழியைக் கற்றுக் கொண்டார் ஆர்சன். பள்ளிப் படிப்புக்குப் பிறகு, லாட்வியா நாட்டின்

தலைநகரமான ரிகாவில் ரிகா ஏவியேஷன் இன்ஸ்டிடியூட்டின் நிரலாக்கத் துறையில் சேர்ந்து படித்தார். சோவியத் நாடுகளில் இது பிரபலமான புரொகிராமிங் கல்லூரியாக இருந்தது. அங்கே நன்றாகப் படித்தவர், ரஷ்யாவில் இருந்த பிரபலமான பல்கலைக்கழகங்களில் ஒன்றான யாகுட்ஸிக் பல்கலைக்கழகத்தில் கணிதத் துறையில் படித்து பட்டம் பெற்றார். பல்கலைக்கழகத்தில் படிக்கும்போதே, வங்கிகளுக்கான நிதிப் பகுப்பாய்வு செய்யும் மென்பொருளை உருவாக்கி நல்ல வருமானம் ஈட்டினார்.

பின்னர், இணையத்தின் மீதான தனது ஆர்வத்தில் *ykt.ru* என்ற யாகுட்ஸிக் நகரின் முதல் வலைத்தளத்தை *1999*ஆம் ஆண்டில் உருவாக்கினார். அதை வெளியிட இருந்த சமயத்தில் ‘செர்னோபில் மென்பொருள் வைரஸ்’ அவரது நிறுவனத்தின் பாதிக் கணினிகளைத் தாக்கியது, என்றாலும் இவர்களின் மூல நிரல்கள் சேதமடையவில்லை. அதனால் சில நாட்கள் தாமதத்துக்குப் பிறகு வலைத்தளம் வெளிவந்தது. உள்ளூர்ச் செய்திகள், அரட்டைகள், சமூக மன்றங்கள், புகைப்படங்கள், கண்காட்சிகள் என்று பல பயனுள்ள சேவைகளை வழங்கியதால் இந்தத் தளம் மிகவும் பிரபலமடைந்தது. தளத்தை நடத்திய சகா-இன்டர்நெட் நிறுவனமும் வளரத் தொடங்கியது.

அடுத்த ஆண்டே நிறுவனத்தின் பெரும் பங்கை ஓர் உள்ளூர் முதலீட்டு நிறுவனம் பத்தாயிரம் அமெரிக்க டாலர்களுக்கு வாங்கியது. இது *2000*ஆம் ஆண்டில் யாகுட்ஸிக்கில் பெரிய தொகை. இருந்தாலும் அந்த முதலீட்டு நிறுவனம், தளத்தின் வளர்ச்சியைக் கண்டு கொள்ளவில்லை. தளத்தைத் தொடர்ந்து நடத்தி வந்த ஆர்சன், அடுத்த பத்தாண்டுகள் பல நெருக்கடிகளை எதிர்கொண்டு தளத்தை வெற்றியடையச் செய்தார்.

அடுத்து என்ன செய்யலாம் என்று ஆர்சன் யோசித்த நேரத்தில் இன்-டிரைவ் செயலி அமைந்தது. முதலில் அவர்களின் நகரில் வெற்றி பெற்ற செயலி, அடுத்து சில ரஷ்ய நகரங்களில் கால்பதித்தது. ஆனால் அதையெல்லாம் விட, கசகஸ்தான் *(Kazakhstan)* நாட்டில் வெளிவந்தபோதுதான் அவர்களுக்கு மிகப் பெரிய வெற்றி வந்தது. அப்படியிருந்தும் வளர்ச்சிக்கான வெளி முதலீடுகள் வருவதில் பல சிக்கல்கள் இருந்தன.

முதலில் அரசாங்கத்தின் துளிர்த் தொழில் நிறுவனத்திடம் இருந்து மட்டுமே கடன் கிடைத்தது. மனம் தளராமல் தொடர்ந்தார் ஆர்சன். 2017ஆம் ஆண்டு ரஷ்யாவில் இருந்த பிரபலத் தொழில்நுட்ப முதலீட்டாளரின் 'லேட்டா' நிறுவனம் ஐம்பது இலட்சம் டாலர் முதலீடு செய்தது. இரண்டு ஆண்டுகள் கழித்து அமெரிக்காவின் சிலிக்கான் பள்ளத்தாக்கிலிருந்து ஐந்து கோடி டாலர் முதலீடு கிடைத்தது. அதற்குப் பிறகு இன்-டிரைவ் செயலிக்கு ஏறுமுகமே.

வளர்ந்த நாடுகளில் இன்-டிரைவ் செயலியைக் கொண்டு செல்வதற்கு முன்னர், ஆப்பிரிக்காவில் உள்ள பொருளாதாரத்தில் பின்தங்கிய நாடுகளுக்கும், தென் அமெரிக்காவில் இருக்கும் வளரும் நாடுகளுக்கும், பாகிஸ்தான் போன்ற ஆசிய நாடுகளுக்கும் முதலில் கொண்டு சென்றார்கள். இதற்கு வணிகக் காரணங்கள் இருந்தாலும், ஆர்சனின் சமூக அக்கறையும் காரணமாக இருந்தது. 2023ஆம் ஆண்டு அமெரிக்காவிலும் தனது சேவைகளை வழங்கத் தொடங்கியது இன்-டிரைவ். 2019ஆம் ஆண்டிலிருந்து இந்தியாவில் இருக்கும் இன்-டிரைவ், கடந்த சில ஆண்டுகளாகத்தான் வளரத் தொடங்கியுள்ளது.

'அநீதியை எதிர்ப்பதே எனது வணிக நோக்கம்' என்று சொல்லும் ஆர்சன், தன்னுடைய அறக்கட்டளைகள் மூலமும் கல்விக்கும், ஏழை மாணவர்களுக்கான கணினி பயிற்சிகளுக்கும், ஆப்பிரிக்க நாடுகளில் கால்பந்துப் பயிற்சிகளுக்கும் பல முன்னெடுப்புகளை மேற்கொண்டு வருகிறார்.

2022ஆம் ஆண்டு உக்ரைன் மீது ரஷ்யா போர் தொடுத்ததைத் தொடர்ந்து, கசகஸ்தான் நாட்டுக்குக் குடிபெயர்ந்துவிட்டார் ஆர்சன். அவரை வரவேற்ற கசகஸ்தான் அரசு, அவருக்குச் சிறப்புக் குடியுரிமை வழங்கியுள்ளது. ஆர்சன் தோம்ஸ்கியின் சுயசரிதை நூலை ஆங்கிலத்தில் அவர்களின் இணையத்தளத்திலிருந்து இலவசமாகத் தரவிறக்கம் செய்து படிக்கலாம்.

46. கதை கேளுங்கள்

சாதாரண கிராமத்தில் பிறந்து, பதினோராம் வகுப்பு படிக்கும்வரை ஆங்கிலமோ இந்தியோ தெரியாத ஒருவர்தான் இந்தப் பிரபலச் செயலியின் நிறுவனர் என்றால் நம்ப முடிகிறதா? அவர்தான் லால் சந்த் பிசு. அவர் உருவாக்கிய குக்கூ எஃப்.எம் செயலியின் கதை இது.

2017களில் அடுத்து என்ன செய்வது என்று சிந்தித்துக் கொண்டிருந்தார் லால். தன் புதிய முயற்சி, மூன்று நோக்கங்களைப் பூர்த்தி செய்ய வேண்டும் என்பதில் உறுதியாக இருந்தார். முதலாவது, எது செய்தாலும் அது பல கோடி பயனர்களைச் சென்றடைய வேண்டும். இரண்டாவது, தான் உருவாக்குவது தனக்கும் பயன்பட வேண்டும். மூன்றாவது, அதைச் செய்யத் தனக்கு அதிக எண்ணிக்கையில் பணியாளர்கள் தேவைப்படக் கூடாது.

இந்த மூன்றையும் மனதில் வைத்து, தான் தினமும் செய்யும் செயல்களை அசை போட்டுப் பார்த்தார் லால். அப்போது அவருக்குத் தோன்றிய ஐடியா 'பாட்காஸ்ட்' (Podcast).

இந்தியாவில் அப்போதுதான் பாட்காஸ்ட் என்கிற வலையொலிபரப்புகள் பிரபலமாகத் தொடங்கியிருந்தன. ஆனால் எல்லா பாட்காஸ்ட்களும் ஆங்கிலத்திலேயே இருந்ததால், இந்திய

மொழிகளிலும் இதைச் செய்யலாமே என்று எண்ணினார் லால். அவரது நண்பர்கள் விகாஸ் கோயல் மற்றும் வினோத் குமார் மீனாவுடன் சேர்ந்து 2018இல் குக்கூ எஃப்.எம் (*Kuku FM*) செயலியைத் தொடங்கினார்.

ராஜஸ்தான் மாநிலத்தின் சிகர் மாவட்டத்தில் ஒரு சிறு கிராமத்தில் பிறந்தவர் லால். தன் பத்தாம் வகுப்பு வரை மார்வாரி மொழியில் படித்தார். பதினோராம் வகுப்புக்காக மாவட்டத் தலைநகருக்குச் சென்றார், அப்போதுதான் இந்தியை முதன்முதலில் கற்றார். அங்கே நன்றாகப் படித்து ஐ.ஐ.டி ஜோத்பூரில் சேருகிறார். அப்போதுதான் ஆங்கிலத்தைக் கற்கிறார்.

இதில் குறிப்பிட வேண்டியது, அவர் சேர்ந்த போது ஐ.ஐ.டி ஜோத்பூர் புதிதாகத் தொடங்கப்பட்டிருந்தது. முதல் தொகுதி மாணவராக இவர் இருக்கிறார். புதுப் பல்கலைக்கழகம் என்பதால், இவரும் சக மாணவர்களும் சேர்ந்து மாணவர்கள் தொடர்பான பல விசயங்களை ஐ.ஐ.டி கான்பூரைப் பார்த்து முதல் முறையாகத் தொடங்குகிறார்கள். ஒரு புதுத்தொழில் முயற்சி என்றால் என்ன என்கிற பயிற்சியை இதுவே எனக்கு வழங்கியது என்கிறார் லால்.

லால் பிறந்த கிராமத்தில் தொலைபேசி கிடையாது. ஒன்றிரண்டு கருப்பு வெள்ளை தொலைக்காட்சிப் பெட்டிகளே இருந்தன. இதனால் மாலைநேரங்களில் பொழுதுபோக்க ஒருவருக்கு ஒருவர் கதைகள் சொல்வதை வழக்கமாக வைத்திருந்தார்கள். இதுவே பிற்காலத்தில் குக்கூ எஃப்.எம்மில் கதைகள் நிறைய வருவதற்குக் காரணம் என்கிறார்.

ஐ.ஐ.டியில் படித்து முடித்தவுடன் ஜோத்பூரிலேயே தனது முதல் துளிர்த் தொழில் முயற்சியான ‘ஈசிபிரெப்’ நிறுவனத்தை 2013ஆம் ஆண்டு தொடங்கினார். அது தொழில்நுட்பத்தைப் பயன்படுத்தி பாடங்களைச் சொல்லிக் கொடுக்கும் நிறுவனம். அந்த முயற்சியில் அவருடன் உடனிருந்தவர் வினோத். அதில் மாதம் பதினைந்திலிருந்து இருபது இலட்சம் வரை வருவாய் வந்தது. இந்த நிறுவனத்தை 2015ஆம் ஆண்டு டாப்பர் என்கிற மும்பை நிறுவனம் வாங்கியது. இருவரும் மும்பை சென்று அடுத்த சில ஆண்டுகள் டாப்பரில் வேலை செய்தார்கள். அங்கே விகாஸுடன் நட்பு ஏற்பட, மூவரும் சேர்ந்து தொடங்கியதுதான் குக்கூ எஃப். எம். இந்தச் செயலியில் ஒலி வடிவில் கதைகள், புத்தகங்களின்

சுருக்கங்கள், முழு நூல்கள், புராணங்கள் எனப் பலவற்றையும் வழங்கினார்கள்.

தங்களின் செயலி, ஒலியை மையமாக வைத்தே இருக்க வேண்டும் என்பதில் தெளிவாக இருந்தார்கள். இதற்குக் காரணம், பயனர்கள் நூல்களைச் சமூக வலைத்தளங்களில் வரிகளாகப் படிக்கும்போதும், வீடியோக்களாகப் பார்க்கும்போதும் அவர்களின் கவனம் முழுவதும் அவற்றில் இருக்கும். ஆனால் ஒலிவடிவில் கேட்கும்போது, பின்னணியில் அதைக் கேட்டுக் கொண்டே மற்ற வேலைகளைச் செய்ய முடியும். உதாரணமாக நடைப்பயிற்சி செய்ய முடியும், கடையில் பொருட்களை எண்ணி மூட்டை கட்ட முடியும். இதனால் பாட்காஸ்ட் போன்று உள்ளடக்கங்களை ஒலியாக வழங்கும் செயலிகளின் பயன்பாடு அதிகமாக இருந்தது. காணொலிகளை உருவாக்குவதைவிடப் பேசுவது எளிதாக இருப்பதும் இந்த முறையின் சிறப்பு.

செயலியின் தொடக்கத்தில் சமூக வலைத்தளங்களைப் போல, பயனர்களே கதைகளைப் படித்து ஒலிக் கோப்புகளாகப் பதிவேற்றம் செய்யும் வசதியைக் கொண்டுவந்தார்கள். ஆனால் அப்படி வருபவை தரமாக இல்லை என்பதை விரைவிலேயே உணர்ந்தார்கள். நிறுவனம் தேர்வு செய்து வாங்கும் படைப்புகளையே பயனர்கள் விரும்பினார்கள். அப்போதிலிருந்து அதிக எண்ணிக்கையை விட, குறைவான அளவில் தரமான படைப்புகளை மட்டுமே செயலியில் வழங்க முடிவு செய்தார்கள்.

தொடங்கிய ஆண்டிலேயே இவர்களுடைய வளர்ச்சியைப் பார்த்த முதலீட்டாளர்கள், முதல் இரண்டு ஆண்டுகளில் ஆண்டுக்கு இரண்டு கோடி ரூபாய்க்கும் அதிகமாக முதலீட்டைச் செய்தார்கள். 2020இல் நாற்பது கோடி முதலீடாக வந்தது. அடுத்ததாக 2023ஆம் ஆண்டு பிரபல முதலீட்டாளர்களிடம் இருந்து இருநூறு கோடிக்கும் அதிகமாக முதலீடுகள் வந்தன. முதலீட்டாளர்களில் கூகுள் நிறுவனம், இன்போசிஸ் தலைவர் நந்தன் நிலேகனி ஆகியோரும் அடங்குவர்.

அடுத்ததாக, தொடங்கிய சில காலத்திலேயே படைப்புகளைக் கேட்கக் கட்டணம் வசூலிக்க தொடங்கிவிட்டார்கள். இந்தியர்கள் இலவசமாகவே எதிர்பார்ப்பார்கள் என்பதைப் பொய்யாக்கி

வருவாய் ஈட்டியது குக்கூ எஃப்.எம். இதற்காக மாதச் சந்தா, ஆண்டுச் சந்தா எனச் சந்தா வகைகளையும் கொண்டுவந்தார்கள்.

குக்கூ எஃப்.எம். நிறுவனத்தில் இன்று சுமார் 150 பணியாளர்கள் பணிபுரிகிறார்கள். அமெரிக்க சிலிக்கன் பள்ளத்தாக்கிலிருந்து வரும் மேலாண்மை முறைகளை அப்படியே இந்தியாவில் செயல்படுத்த முயல்வது, எடுபடாது என்பதை அனுபவத்தில் கற்றுக் கொண்டார் லால். இன்று அவர்களின் நிறுவனத்தில் மார்க்கெட்டிங் துறை என்று ஒன்று தனியாகக் கிடையாது, அந்தந்தக் குழுவே அவர்களது படைப்புகளைப் பிரபலப்படுத்தும் பணியைச் செய்கிறார்கள் என்கிறார் லால். இந்த ஆண்டில் (2025-26) இலாபம் ஈட்டத் தொடங்குவோம் என்றும் கூறுகிறார்.

செயலியில் வரும் படைப்புகளை நல்ல படைப்பாளர்களிடம் இருந்து தேர்வு செய்து வாங்குகிறார்கள். இதனால் பல நூறு படைப்பாளர்களின் புதிய முயற்சிகளை ஊக்குவிக்கவும், எப்போதும் புதிய படைப்புகளைச் செயலியில் கொண்டு வரவும் முடிகிறது. 2022ஆம் ஆண்டிலிருந்து தங்களின் பல்வேறு துறைகளிலும் செயற்கை நுண்ணறிவைப் பயன்படுத்துகிறார்கள். இதனால் தங்களின் படைப்பாற்றல் அதிகரித்திருக்கிறது என்கிறார் லால்.

2025ஆம் ஆண்டில் குக்கூ எஃப்.எம்மில் ஒரு கோடிக்கும் அதிகமான சந்தாதாரர்கள் இருக்கிறார்கள். 13 இந்திய மொழிகளில் இவர்களின் படைப்புகள் கிடைக்கின்றன.

47. உணவை அளக்கும் செயலி

உடல் ஆரோக்கியத்தைக் காப்பதற்கு இரண்டு செயல்கள் அவசியம். ஒன்று, தினமும் உடற்பயிற்சி செய்வது. இரண்டாவது, நல்ல ஊட்டச்சத்தான உணவைச் சரியான அளவில் சாப்பிடுவது. இதில் உடற்பயிற்சிக்கு உதவ இணையத்தில் ஆயிரக்கணக்கான செயலிகள் கிடைக்கின்றன. ஆனால் தினமும் ஒவ்வொரு வேளையும் எந்தளவு சாப்பிடுகிறோம், அதில் சரியான அளவில் ஊட்டச்சத்துக்கள் இருக்கிறதா என்பதைத் தொடர்ந்து கண்காணிப்பது மிக மிகக் கடினம்.

இந்தப் பணியை எளிமையாக்க ரயன் ஆஷ்க்ராஃப்ட் *(Ryan Ashcraft)* எழுதிய செயலிதான் புட்நாம்ஸ் *(Foodnoms)*. ஆப்பிள் ஐபோன், ஐபேட் மற்றும் மேக் கணினிகளில் மட்டும் கிடைக்கும் செயலி.

இந்தச் செயலியில் என்ன செய்யலாம்?

செயலியைத் தொடங்கியவுடன், உடல் ஆரோக்கியத்தில் உங்களின் நோக்கம் என்ன என்று கேட்கும். உடல் எடையைக் குறைக்க வேண்டுமா, இல்லை ஏற்ற வேண்டுமா? குடிக்கும் காபி, டீ அளவைக் கணக்கிட வேண்டுமா? தினமும் உண்ணும் உணவில் நார்ச்சத்தை அதிகரிக்க வேண்டுமா, புரதத்தை அதிகரிக்க வேண்டுமா, மாவுச்சத்தைக் குறைக்க வேண்டுமா? அருந்தும் மது அளவைக் குறைக்க வேண்டுமா? உண்ணாவிரதம் இருக்க

வேண்டுமா? போதுமான அளவு தண்ணீர் குடிக்கிறீர்களா எனப் பார்த்துக் கொள்ள வேண்டுமா? ஒட்டுமொத்தமாகக் கலோரி எண்ணிக்கையை மாற்ற வேண்டுமா? என்று பல விவரங்களைக் கோரும். அவற்றிலிருந்து உங்களின் விருப்பங்களைத் தேர்வு செய்ய வேண்டும். அதைக் கொண்டு உங்களுக்கான அறிவுரைகளை புட்நாம்ஸ் வழங்கத் தொடங்கும்.

அடுத்ததாக, நீங்கள் உண்ணும் ஒவ்வொரு உணவின் விவரங்களையும் செயலியில் உள்ளீடு செய்ய வேண்டும். உங்களிடம் ஒருவித ராணுவ ஒழுக்கம் இருந்தால் மட்டுமே இதைத் தொடர்ந்து செய்ய முடியும். இதற்காக நாளின் ஒவ்வொரு வேளையும் செயலி உங்களுக்கான அறிவிக்கைகளை அனுப்பி நினைவுபடுத்தும். அடுத்து, ஒவ்வொரு உணவின் ஊட்டச்சத்து அளவையும் கலோரியையும் உணவின் பெயரில் இருந்தே புட்நாம்ஸ் தானாகக் கணித்துக் கொள்ளும்.

2025 பிப்ரவரி நிலவரப்படி 6,60,000 தனித்துவமான உணவுகளின் விவரங்கள் புட்நாம்ஸின் தரவுத்தளத்தில் உள்ளன. அதோடு மட்டுமில்லாமல், நீங்கள் உண்ணும் உணவு பொட்டலத்தில் வந்திருந்தால், அதன் பார்கோடைப் படம் எடுத்தால், அந்த உணவின் விவரங்களை புட்நாம்ஸ் தானாகவே தெரிந்து கொள்ளும்.

இப்போது புதிதாக வந்துள்ள ஏ.ஐ. வசதியின் மூலம், நீங்கள் சாப்பிடும் உணவைப் படம் எடுத்தால், அது என்ன உணவு என்பதையும், அதன் விவரங்களையும் புட்நாம்ஸ் புரிந்து கொள்ளும். அதோடு, செயலிக்கு முன்பின் தெரியாத உணவின் விவரங்களை உள்ளிட, அதன் செய்முறை விளக்கம் அல்லது விளக்கமிருக்கும் இணையப்பக்கத்தின் முகவரியைக் கொடுத்தால், அதிலிருந்தே உணவின் விவரங்களை புட்நாம்ஸ் கணித்துக் கொள்ளும்.

பிஸ்கட், சாக்லேட் போன்ற பெட்டிகளில் வரும் உறையின் மேல் இருக்கும் ஊட்டச்சத்து (நியூட்ரிஷன்) அட்டவணையைப் படமெடுத்தாலும் அவை குறித்த விவரங்களை புட்நாம்ஸ், செயற்கை நுண்ணறிவைப் பயன்படுத்திக் கணித்துக் கொள்ளும். தென்னிந்திய உணவுகளான தோசை, வடை அவற்றோடு சட்னி, சாம்பார் படங்களைக் காண்பித்தபோது புட்நாம்ஸ் செயலியின் ஏ.ஐ. இவற்றைச் சரியாகவே கண்டுபிடித்தது. மற்ற இந்திய உணவுகளுக்கு எப்படி வேலை செய்யும் என்பதை மேலும் சோதித்துப் பார்க்க வேண்டும்.

நீங்கள் தினமும் செய்யும் உடற்பயிற்சிகளை, நடைகளை ஆப்பிள் ஹெல்த் செயலியில் இருந்து உங்கள் அனுமதியோடு புட்நாம்ஸ் எடுத்துக் கொள்ளும்.

இப்படித் தனக்குத் தரப்படும் எல்லாத் தகவல்களையும் கொண்டு, புட்நாம்ஸ் செயலி நீங்கள் சொல்லியுள்ள நோக்கத்திற்கும் உங்களுடைய அன்றாட நடவடிக்கைகளுக்கும் எந்தளவு ஒத்துப் போகிறது, அல்லது மாறுபடுகிறது என்பதைத் தொடர்ந்து காட்டிக் கொண்டே வரும்.

சரி, செயலியைப் பற்றித் தெரிந்து கொண்டோம், ரயன் வந்த பாதையைப் பார்ப்போமா?

அமெரிக்காவின் கிழக்கு மாநிலமான விர்ஜீனியாவிலும், அதற்குத் தெற்கில் இருக்கும் வட கரோலினாவிலும் வளர்ந்தவர் ரயன். சிறுவயதிலிருந்து கணினித் தொழில்நுட்பத்தில் ஆர்வமாக இருந்த ரயன், தனது பன்னிரண்டாம் வயதில் இணையதளங்களை உருவாக்கத் தொடங்கினார். முதலில் தனக்கும் தன் தந்தையின் தொழிலுக்கும் இணையப்பக்கங்களை வடிவமைத்து வெளியிட்டார். பின்னர் வட கரோலினா மருத்துவக் காப்பீடுகளுக்கான பக்கத்தை உருவாக்கி நிர்வகித்தார்.

உயர்நிலைப் பள்ளியிலேயே ஐபோன் செயலிகள் எழுதத் தொடங்கியிருந்தார் ரயன். பின்னர் மேல்படிப்புக்கு ஜார்ஜியா டெக் பல்கலைக்கழகத்தில் சேர்ந்து, 2013ஆம் ஆண்டு கணினிப் பொறியியலில் இளநிலைப் பட்டம் பெற்றார். படிப்பின்போது ஆப்பிள் நிறுவனத்தில் பயிற்சி அடிப்படையில் இணையப் பொறியாளராகச் சில மாதங்கள் வேலை செய்தார்.

2014ஆம் ஆண்டு யாஹூ நிறுவனத்தின் சன்னிவேல் கிளையில் ஓராண்டு நிரலராக இருந்தார். அப்போது யாஹூவின் ஜாவாஸ்கிரிப்ட் கட்டமைப்பில் இருந்து ரியாக்ட் திறமூல அமைப்புக்கு யாஹூவின் பல ஊடகத் தளங்களை மாற்றும் திட்டத்தைத் தலைமை தாங்கி நடத்தினார். பின்னர் நான்கு ஆண்டுகள் ஆம்பிலிட்யூட் என்கிற மென்பொருள் உருவாக்கச் சேவை நிறுவனத்தில் பணிபுரிந்தார். அடுத்த இரண்டு ஆண்டுகள், மிகப் பெரிய தரவுகள் ஓடைகளை நிர்வகிக்கும் கான்ஃப்ளுவன்ட் நிறுவனத்தில் வேலை செய்தார்.

இந்தப் பயணத்தின் நடுவே, 2019ஆம் ஆண்டில் அப்போதிருந்த எல்லா உணவு உடல்நலச் செயலிகளையும் பார்த்து வெறுத்துப் போய், தனது தேவைக்காக ரயன் உருவாக்கியதுதான் புட்நாம்ஸ். செயலியின் உன்னதமான திரை வடிவமைப்பு மற்றும் அதன் எளிதில் புரியும்படியான வசதிகளைப் பார்த்துக் கவரப்பட்டு பயனர்கள் அதிகரிக்கத் தொடங்கினார்கள். 2023ஆம் ஆண்டில் ஆப்பிள் நிறுவனத்தின் சிறந்த ஊட்டச்சத்து கணக்கீட்டுச் செயலி என்கிற முத்திரையைப் பெற்றது புட்நாம்ஸ். அதே ஆண்டு, மாதம் பத்தாயிரம் அமெரிக்க டாலர் சந்தா ஈட்டும் அளவுக்கு முன்னேறியது. தற்போது இதன் வருவாய் இன்னும் பல மடங்கு இருக்கும் என எதிர்பார்க்கலாம்.

அவர்களது போட்டிச் செயலிகளைக் காட்டிலும் புட்நாம்ஸில் பயனர்கள் அடிப்படை வசதிகளை இலவசமாகவே பெறலாம். ஏ.ஐ. மற்றும் பிற மதிப்புக்கூட்டப்பட்ட வசதிகளைப் பெற சந்தா செலுத்த வேண்டும். மொத்தக் குடும்பத்துக்கான சந்தாவும் கிடைக்கிறது.

சந்தாவைப் பற்றிப் பேசும்போது ஒரு விசயம். பல ஆண்டுகளாக இந்தச் செயலியை விற்று வரும் ரயன், சென்ற ஆண்டிலிருந்து முழுநேரமாக இதில் கவனம் செலுத்தி வருகிறார். இதன் விற்பனைதான் அவரது ஒரே வருவாய். அதனால் விற்பனையை அதிகரிக்க அவர் சில சோதனைகளைச் செய்தார். அதில் எவை வேலை செய்யவில்லை, எவை பலனளித்தன, எவற்றை எப்படி வடிவமைத்தார் என்பதையெல்லாம் வெளிப்படையாக விவரிக்கிறார் ரயன். அவருடைய பெயரில் உள்ள வலைப்பூவில் இவை படிக்கக் கிடைக்கின்றன. புதிதாகச் செயலிகளை உருவாக்கும் நிறுவனர்கள் அனைவரும் படிக்க வேண்டிய பதிவு அது.

48. தியானம் செய் மனமே

உடற்பயிற்சி நல்லது. அதோடு தினமும் சில நிமிடங்கள் தியானம் (மெடிடேஷன்) செய்வது நமது ஆரோக்கியத்தை மேலும் காக்கும். ஆனால் தியானம் அவ்வளவு எளிதானதா, எல்லோரும் செய்ய முடியுமா, நமது அன்றாட வாழ்வில் எங்கே போய் தியான முறைகளைக் கற்பது, அதை எப்படிப் பழகுவது போன்ற கேள்விகளுக்கு விடையளிக்கிறது ஹெட்ஸ்பேஸ் செயலி. இந்தச் செயலிக்குப் பல கோடி பயனர்கள் இருந்தாலும், குறிப்பிட்டுச் சொல்லக்கூடியவர்கள் மைக்ரோசாப்ட் நிறுவனர் பில் கேட்ஸ், முன்னாள் அமெரிக்க அதிபர் ஜோ பைடன் போன்றோர்.

ஹெட்ஸ்பேஸ் (*Headspace*) செயலியில் பத்து நிமிடங்களுக்குக் குறைவான நேரத்தில் செய்யக் கூடிய தியானப் பயிற்சிகள், மூச்சுப் பயிற்சிகள் என நாமாகவே எங்கே வேண்டுமானாலும் செய்யக்கூடிய வகுப்புகள் கிடைக்கின்றன. அதோடு, மனதை அமைதிப்படுத்தும் மூச்சுப் பயிற்சிகள், இரவு நல்ல உறக்கம் வர உதவும் பயிற்சிகளும், இரம்மியமான இசையும் இருக்கின்றன. நீங்கள் அமெரிக்காவில் இருந்தால் இச்செயலி மூலமாகவே மனநல வழிகாட்டிகளோடு கலந்துரையாடலாம், ஆலோசனையும் பெறலாம். செயலியின் எல்லா வசதிகளும் பதினான்கு நாட்கள் சோதனை முறையில் இலவசமாகக் கிடைக்கிறது. அதற்குப் பிறகு பயன்படுத்தச் சந்தா எடுக்க வேண்டும், இந்தியர்களுக்கு ஓராண்டுக்கான சந்தா 1,500 ரூபாய்.

ஹெட்ஸ்பேஸ் செயலி தொடங்கப்பட்ட கதையைப் பார்க்கலாம். 1972ஆம் ஆண்டு லண்டன் நகரில் பிறந்தவர் ஆன்டி புட்டிகோம் *(Andy Puddicombe)*. ஆன்டி வளர்ந்தது தென்மேற்கு பிரிட்டனில் பிரிஸ்டல் நகருக்கு அருகே ஒரு சிறு விவசாயக் கிராமத்தில். அவரது இளம்வயதில் அவருடைய தந்தை பல ஆண்டுகள் மனஅழுத்தத்தில் அவதிப்பட்டார். அதனால் நிரந்தர வேலை எதிலும் அவரின் தந்தை இருந்ததில்லை. அதே சமயம் ஆன்டியின் தாய் குடும்பத்தை நடத்தப் பல வேலைகள் செய்து கஷ்டப்பட்டார். பின்னர் அவருடைய தாய் தானாகவே தொழில் தொடங்கி ஆழ்துயில் மருத்துவராகவும் (ஹிப்னோதெரபிஸ்ட்டாகவும்), உளவியல் மருத்துவராகவும் பணிபுரிந்தார். தனது பெற்றோரின் இந்த இருவேறு வாழ்க்கைமுறைகள் ஆன்டியின் மனதிலேயே தங்கிவிட்டன.

ஆன்டி படித்தது விளையாட்டு அறிவியல் *(Sports Science)*. அவருக்குப் பதினெட்டு வயதிருக்கும்போது கிறிஸ்துமஸ் விருந்தொன்றில் இருந்தார். திடீரென அவர்கள் இருந்த இடத்தினுள் ஒரு குடிகாரர் ஓட்டிவந்த கார் வேகமாகப் புகுந்து அங்கிருந்தவர்களை இடித்துத் தள்ளியது. இதில் பரிதாபமாகச் சிலர் உயிரிழந்தனர். ஆன்டி மற்றும் அவரது மூன்று நண்பர்களைத் தவிர, மற்ற அனைவருக்கும் பலத்த காயம் ஏற்பட்டது. அடுத்த இரண்டாண்டுகள் இந்த நிகழ்வு அவரின் மனதைவிட்டு நீங்கவேயில்லை. நான் ஏன் பிழைத்தேன், சிலர் ஏன் இறந்தார்கள், என வாழ்வின் அர்த்தத்தைத் தேடத் தொடங்கினார் ஆன்டி.

அந்தத் தேடல் அவரை ஆசியாவுக்குக் கொண்டு சென்றது. பல நாடுகளுக்குப் போனவர், இறுதியாக திபெத்துக்கு வந்தார். அங்கே ஒரு பௌத்த மடத்தில் சேர்ந்து பல ஆண்டுகள் மனதைக் கட்டுப்படுத்துவது மற்றும் அமைதிக்கான வழியைக் கற்றுக் கொண்டார். மொத்தம் பத்து ஆண்டுகள் தேடுதல் முயற்சிக்குப் பிறகு முழு துறவறம் பெற்றார். அடுத்து ரஷ்யாவின் மாஸ்கோ நகரில் வாழ்ந்து வந்தார். அப்போது அவரைச் சுற்றி நடந்த விசயங்கள் அவரை கவலை கொள்ள வைத்தன.

அலுவலகங்களில் பணியில் இருப்போர் பலரும் மன அழுத்தத்தில் இருந்தார்கள். அவர்களுக்கு எளிய தியானப் பயிற்சிகளும் மூச்சுப் பயிற்சிகளும் மிகவும் பயனுள்ளவையாக இருக்கும். ஆனால்

இவற்றைக் கற்கத் துறவியாக இருக்க வேண்டும் என்ற தவறான எண்ணம் நிலவியதைப் பார்த்தார். இதற்குத் தீர்வாக, அவருடைய பௌத்த மத ஆடைகளைத் துறந்து, மதச்சார்பற்ற முறையில் இந்தப் பயிற்சிகளை ஓய்வில்லாமல் பணிபுரிந்தவர்களுக்குக் கற்றுத்தரத் தொடங்கினார்.

2004ஆம் ஆண்டு பிரிட்டனுக்குத் திரும்பியவர் சர்க்கஸ் கலைகள் *(Circus Arts)* படிப்பைப் படித்தார். அதன் பிறகு அங்கேயே தியானப் பயிற்சிகளைக் கற்றுத்தருவதைத் தொழிலாக அடுத்த நான்கு ஆண்டுகள் செய்துவந்தார். பிறகு 2010ஆம் ஆண்டு விளம்பரத் துறையில் அனுபவம் கொண்ட ரிச் பியர்சன் என்பவரோடு சேர்ந்து ஹெட்ஸ்பேஸ் நிறுவனத்தைத் தொடங்கினார். நிறுவனத்தைத் தொடங்க பியர்சனின் தந்தை ஐம்பதாயிரம் பிரிட்டானியப் பவுண்டுகளை முதலீடு செய்தார். தொடக்கக் காலத்தில் அந்நிறுவனம் தியானப் பயிற்சி வகுப்புகளைக் கற்றுத்தரும் நிகழ்ச்சிகளை மட்டுமே நடத்தி வந்தது.

2012ஆம் ஆண்டு, முதல் முதலாகச் செல்பேசி மூலமாக தியானப் பயிற்சி சொல்லித்தரும் செயலியை இந்நிறுவனம் வெளியிட்டது. முதலில் வெளி முதலீடுகள் எதுவும் வரவில்லை. நண்பர் ஒருவர் அலுவலகத்துக்கான இடத்தை இலவசமாக வழங்கினார். இன்னொரு நண்பர் ரெக்கார்ட்டிங் ஸ்டூடியோவை இலவசமாகப் பயன்படுத்த அனுமதியளித்தார். அப்படித்தான் முதலில் ஆன்டி தியானப் பயிற்சிக்கான ஒலிப்பதிவுகளைச் செய்து செயலியில் வெளியிட்டார். வகுப்புகளின் தர நேர்த்தி காரணமாகச் செயலி புகழ்பெறத் தொடங்கியது.

உண்மைத்தன்மையும் அறிவியலும்தான் ஹெட்ஸ்பேஸ் செயலியின் வெற்றிக்குக் காரணம் என்று சொல்கிறார் ஆன்டி. மேலும், தியானம் என்பது மூவாயிரம் ஆண்டுகளாக இருப்பது, செயலி என்பது புதிய தொழில்நுட்பம், இந்த இரண்டையும் சரியான கலவையில் கொடுப்பது எங்கள் வெற்றியின் ரகசியம் என்றும் சொல்கிறார். 2011ஆம் ஆண்டு தியானப் பயிற்சியைப் பற்றிய தனது முதல் புத்தகத்தை எழுதினார் ஆன்டி. அடுத்த நான்கு ஆண்டுகளில் மேலும் இரண்டு நூல்கள் வெளிவந்து வெற்றி பெற்றது.

2014 தொடங்கி அடுத்த எட்டு ஆண்டுகளில் ஹெட்ஸ்பேஸுக்கு இருநூறு அமெரிக்க மில்லியன்கள் பதினொரு சுற்றுகளில்

முதலீடுகளாக வந்தது. 2021ஆம் ஆண்டு ஜிஞ்ஜர் என்கிற மனநல நிறுவனத்தோடு இணைந்தது ஹெட்ஸ்பேஸ். இணைந்த நிறுவனத்தின் அப்போதைய சந்தை மதிப்பு மூன்று பில்லியன் அமெரிக்க டாலர். அதே ஆண்டு, செயலிக்கு வெளியே தியானப் பயிற்சிகளைத் தொலைக்காட்சி நிகழ்ச்சிகள் வடிவில் நெட்பிளிக்ஸ் தளத்தில் வெளியிட்டது ஹெட்ஸ்பேஸ். அடுத்தடுத்த ஆண்டுகளில் ஷைன் என்கிற மனநல மேம்பாடு நிறுவனத்தை வாங்கியது. சிறுவர்களுக்கான அசைவூட்டப் படத்தைத் தயாரித்தது. சமீபத்தில் மெட்டா நிறுவனத்தின் குவெஸ்ட் மூக்குக் கண்ணாடிகளுக்கு மெய்நிகர் உலக வடிவில் பயிற்சிகளை வெளியிட்டுள்ளது ஹெட்ஸ்பேஸ் நிறுவனம்.

ஆண்டி சில காலம் அமெரிக்க லாஸ் ஏஞ்சல்ஸில் வாழ்ந்தார், பிறகு 2020ஆம் ஆண்டில் இருந்து போர்ச்சுகலில் வாழ்ந்துவருகிறார். ஹெட்ஸ்பேஸில் இருந்து 2022ஆம் ஆண்டு நிறுவனர்கள் இருவரும் வெளியேறிவிட்டார்கள்.

டாம் பிக்கெட் என்பவரின் தலைமையில் புதிய குழு ஹெட்ஸ்பேஸ்ஸை நடத்தி வருகிறது. டாம் இந்தப் பொறுப்புக்கு முன்னர் டோர்டாஷ் நிறுவனத்தின் தலைமை வருவாய் அதிகாரியாக இருந்தவர். புதிய குழுவின் தலைமையில் வளர்ந்துவரும் ஹெட்ஸ்பேஸில் தொடர்ந்து வகுப்புகள் எடுக்கிறார் ஆண்டி. தற்போது வரை இருநூறு நாடுகளில் பத்து கோடிக்கு அதிகமானோர் ஹெட்ஸ்பேஸ்ஸை பயன்படுத்தி வருகிறார்கள்.

நம் வாழ்வில் நடக்கும் ஒவ்வொரு சிறு விசயத்தையும் நம்மால் மாற்றமுடியாது. ஆனால் அவற்றை எப்படி எதிர்கொள்கிறோம், அனுபவிக்கிறோம் என்பதை மாற்றி அமைக்கலாம். அதற்கு நமக்கு உதவுவது தியானம் என்று ஆண்டி சொல்வதை நினைவு வைத்துக் கொண்டால் வாழ்க்கை மகிழ்ச்சியாக இருக்கும்.

49. மகளிர் மட்டும்

நிதித் துறைக்கான தொழில்நுட்பங்களைக் குறிக்கும் ஃபின்டெக் *(Fintech)* பற்றி நீங்கள் கேள்விப்பட்டிருப்பீர்கள், ஆனால் ஃபெம்டெக் *(FemTech)* பற்றிக் கேள்விப்பட்டிருக்கிறீர்களா? ஃபெம்டெக் என்பது பெண்கள் சார்ந்த, பெண்களுக்கான தொழில்நுட்பங்கள். இப்படியான நுட்பங்களைப் பயன்படுத்தி வெளிவந்துள்ள செயலிகளில் மிகவும் பிரபலமாக இருக்கும் செயலி ஃப்ளோ *(Flo)*.

2025ஆம் ஆண்டு தொடர்ந்து பல ஆண்டுகள் ஆப்பிள் ஆப் ஸ்டோரிலும், கூகுள் பிளே ஸ்டோரிலும் உடல் ஆரோக்கியம் பட்டியலில் முன்னணியில் இருப்பதும் ஃப்ளோ செயலியே. இத்தனை புகழ்பெற்ற பெண்கள் சார்ந்த செயலியைத் தயாரித்தது இரு ஆண்கள் என்றால் நம்பமுடிகிறதா?

ஃப்ளோ செயலியின் முக்கியமான வசதி, பெண்கள் அவர்களின் மாதவிடாய் அட்டவணையைக் கணிக்க உதவுவது. பெண் பயனர்கள் அவர்கள் உடலில் ஒவ்வொரு நாளும் ஏற்படும் மாற்றங்களை உள்ளிடுவதன் மூலம் மாதவிடாய் எப்போது வரும் என்பதை முன்கூட்டியே ஓரளவுக்குச் சரியாகத் தெரிந்து கொள்ளலாம். அடுத்ததாக, மாதவிடாய்ச் சுழற்சியை வைத்து எந்தெந்த நாட்களில் 'கருமுட்டை வெளியாகும்' *(Ovulation)* என்பதையும் கணித்துச் சொல்கிறது செயலி. இதனால், கர்ப்பம் தரிக்க முயல்பவர்கள் எந்த நாட்களில் உறவு கொண்டால் வாய்ப்பு அதிகம் என்பதைத் தெரிந்துகொள்ளலாம். அதேபோல, கர்ப்பத்தைத் தவிர்க்க நினைப்பவர்களும் எந்த நாட்களில் கவனமாக இருக்க வேண்டும் என்பதை அறியவும் இது உதவுகிறது.

ஃப்ளோவின் மூன்றாவது முக்கியமான வசதி, கர்ப்ப காலக் கண்காணிப்பு. இதைப் பயன்படுத்தி, கர்ப்பிணி ஒருவர் அவரின் உடலில் வாராவாரம் என்னென்ன மாற்றங்கள் ஏற்படும், அதோடு கருவில் இருக்கும் குழந்தை அந்த வாரத்தில் எவ்வளவு வளர்ந்திருக்கும் போன்ற தகவல்களைப் படங்களோடு தெரிந்து கொள்ளலாம். இப்படித் தங்கள் உடலில் ஏற்படும் மாற்றங்களைச் சரியாக அறிந்து கொள்வதன் மூலம் மகளிரால் அவர்களது மன அழுத்தத்தைக் குறைக்க முடிகிறது என்கிறது ஃப்ளோ நிறுவனம்.

முழுக்க முழுக்க நீங்கள் கொடுக்கும் தகவல்களை வைத்து மட்டுமே உங்களுக்கான விவரங்களைக் கொடுக்கிறது ஃப்ளோ. பயனர் முதலில் செயலியைப் பயன்படுத்தத் தொடங்கும்போது, ‘உங்கள் கடைசி பீரியட்ஸ் எப்போது வந்தது?’, ‘உங்கள் மாதவிடாய்ச் சுழற்சி (Cycle) பொதுவாக எத்தனை நாட்களுக்கு ஒருமுறை வரும்?’ போன்ற சில கேள்விகளைச் செயலி கேட்கும். நீங்கள் அவற்றுக்கான தகவல்களை உள்ளிட வேண்டும்.

இப்படி ஒவ்வொரு மாதமும் நீங்கள் கொடுக்கும் விவரங்களை, ஃப்ளோவின் இயந்திரக் கற்றல் மாதிரி கற்றுக்கொண்டு, உங்களுக்கான தகவல்களைத் துல்லியமாக தரும். இதன் இன்னொரு சிறப்பு, உங்கள் துணைவருக்கு உங்களுடைய ஃப்ளோ செயலிக்கான அனுமதியைக் கொடுத்தால் உங்கள் உடல்நிலை குறித்த தகவல்களை அவரும் பார்க்கலாம். இது இருவருக்கும் இடையேயான இணக்கத்தைப் பெருக்கும் என்கிறது நிறுவனம்.

ஃப்ளோ செயலி உருவான கதைக்குப் போவோம். 2015ஆம் ஆண்டு பெலாரூஸ் நாட்டைச் சேர்ந்த இரட்டையர்களான திமித்ரி குர்ஸ்கி (*Dmitry Gurski*), யூரி குர்ஸ்கி (*Yuri Gurski*) ஆகியோர் ஃப்ளோ செயலியை வெளியிட்டார்கள். சகோதரர்கள் இருவரையும் இவர்களது தாய் தனியாளாக வளர்த்தார். தாய்க்கு உதவ, இருவரும் விவசாய நிலங்களில் பருவத்திற்கு ஏற்ப உருளைக்கிழங்கும், காளான்களையும் பொறுக்கிக் கொடுத்துச் சம்பாதித்தார்கள். சம்பாதிப்பதைச் சேமிக்கவும், முதலீடு செய்யவும் இருவரும் இளமையிலேயே கற்றுக் கொண்டார்கள்.

2005ஆம் ஆண்டில் திமித்ரி, பெலாருஷியன் ஸ்டேட் யுனிவர்சிட்டியில் மருந்தாக்கவியல் மற்றும் மருந்துகள் வடிவமைப்பு துறையில் இளநிலைப் பட்டம் பெற்றார். அதற்குப் பிறகு,

போலந்து நாட்டின் வார்சா நகரில் 2013இல் கோஸ்மின்ஸ்கி பல்கலைக்கழகத்தில் எம்.பி.ஏ பட்டம் பெற்றார். பின்னர் பல தொழில்கள் செய்து கொண்டிருந்தாலும், படிப்பின் மேல் இருந்த ஆர்வத்தில் 2019இல் ஸ்டான்போர்டு பல்கலைக்கழகத்தின் கிராஜுவேட் ஸ்கூல் ஆஃப் பிஸினஸ் துறையில் எக்ஸிக்யூட்டிவ் புரோகிராமில் சேர்ந்து தேர்ச்சி பெற்றார்.

சகோதரர்கள் இருவரும் சிறு வயதிலேயே நிரல்கள் உருவாக்கத்தைத் தாங்களாகவே கற்றுக் கொண்டார்கள். கல்லூரி படிக்கும் காலத்திலேயே இருவரும் மென்பொருள் துறையில் மொத்தமாக முப்பதுக்கும் அதிகமான நூல்களை எழுதியுள்ளார்கள். 2012ஆம் ஆண்டு சகோதரர்கள் தொடங்கிய புத்தகப் பதிப்பக நிறுவனம் ஐடியாநாமிக்ஸ், கற்றலுக்கு உதவும் 2,500க்கும் அதிகமான நூல்களை வெளியிட்டிருக்கிறது. இவை மொத்தமாகப் பல கோடி பிரதிகள் விற்றிருக்கின்றன.

2006ஆம் ஆண்டில் யூரி, பெலாருஷியன் ஸ்டேட் யுனிவர்சிட்டியில் பத்திரிகைத் துறையில் முதுநிலைப் பட்டம் பெற்றார். பின்னர் இவரும் கோஸ்மின்ஸ்கி பல்கலைக்கழகத்தில் எம்.பி.ஏ பட்டம் பெற்றார். அடுத்த பத்தாண்டுகளில் யூரி தொடங்கிய அல்லது ஆலோசனை வழங்கிய மேப்ஸ்.மீ, எம்.எஸ்.க்யு.ஆர்.டி, ஏஜமெட்டர் நிறுவனங்களை முறையே ரஷ்யாவின் பெரிய இணைய நிறுவனமான மெயில்.ஆர்யூ, பேஸ்புக், கூகுள் ஆகியவை வாங்கியது இவரின் அபாரத் தொழில்நுட்பத் திறமைக்குச் சான்று.

2013ஆம் ஆண்டுவாக்கில் திமித்ரி, ஒன்லி-விமன் (Only Women) என்கிற பெண்களுக்கு மட்டுமேயான ஒரு செயலியை வெளியிட்டார். இதில் பல பயனுள்ள வசதிகள் இருந்தாலும், தொடங்கிய ஒரு வருடத்திற்கு மேல் நடத்த முடியவில்லை. செயலியின் இடைமுகம் கடினமாக இருந்ததே இதன் தோல்விக்குக் காரணம் என்று பின்னர் கொடுத்த பேட்டிகளில் விளக்குகிறார் திமித்ரி.

இதே காலக்கட்டத்தில் திமித்ரியும் அவரது மனைவியும் அவர்களது நாலாவது குழந்தையைக் கருவுற முயன்றார்கள். அப்போது அவரின் செயலி, மனைவியின் மாதவிடாய் நாட்களைச் சரியாகச் சொல்லியது அவர்களுக்கு உதவியாக இருந்ததாம். இதனால் இத்தகைய செயலியின் தேவையை நன்கு உணர்ந்து கொண்டார் திமித்ரி.

இப்படிச் சகோதரர்கள் தங்களின் பலவகையான கற்றல்களை அடிப்படையாக வைத்து 2015ஆம் ஆண்டு வெளியிட்டதுதான் ஃப்ளோ.

வெளியிட்ட இரண்டே ஆண்டுகளில் புகழ் பெறத் தொடங்கியது ஃப்ளோ. 2016ஆம் ஆண்டு ஒரு மில்லியன் அமெரிக்க டாலர் முதலீட்டைப் பெற்றது ஃப்ளோ நிறுவனம். அடுத்தடுத்த ஆண்டுகளில் சில பல மில்லியன் டாலர்களை முதலீடாகப் பெற்று வளர்ந்தது. 2024ஆம் ஆண்டு, புகழ்பெற்ற ஜெனரல் அட்லாண்டிக் நிறுவனம் இருநூறு அமெரிக்க மில்லியன் டாலரை ஃப்ளோ நிறுவனத்தில் முதலீடு செய்தது இவர்களின் வெற்றிப் பயணத்தின் சான்று.

இந்தச் செயலியைப் பற்றி இவர்கள் அறிமுகம் செய்யும் போதெல்லாம் இவர்களிடம் கேட்கப்படும் முதல் கேள்வி, பெண்களுக்கான செயலிக்கு, அதுவும் மாதவிடாய் தொடர்பான செயலிக்கு எப்படி ஆண்கள் இருவர் நிறுவனர்களாக இருக்கிறீர்கள் என்பதுதான்.

அதற்கு திமித்ரியின் பதில், ‘எங்கள் அனுபவங்களை வைத்தோ, எங்களின் புரிதல்களை வைத்தோ நாங்கள் இந்தச் செயலியை வடிவமைக்கவில்லை. பல ஆயிரம் பெண்களோடு பேசி, ஆராய்ச்சிக் கட்டுரைகளின் அடிப்படையில் மட்டுமே இதை உருவாக்கினோம். தொடக்கக் காலத்திலிருந்தே தேர்ச்சி பெற்ற பெண் மருத்துவர்களைக் கொண்டு மட்டுமே ஆலோசனைகளை வழங்குகிறோம், செயலியின் ஒவ்வொரு திரையையும் வடிவமைக்கிறோம். இன்று 120க்கும் அதிகமான மருத்துவத் துறை வல்லுநர்கள் எங்கள் நிறுவனத்தில் பணிபுரிகிறார்கள், செயலியில் இடம்பெறும் எல்லா வசதிகளும் தரவுகளின் அடிப்படையில் மட்டுமே வந்தவை, யாருடைய தனிப்பட்ட தேர்விலும் அல்ல.’

சகோதரர்கள் இந்த ஒரு செயலியோடு நிற்காமல், பால்டா (*Palta*) என்கிற புத்தொழில் ஊக்குவிப்பு முதலீட்டு நிறுவனத்தை 2016ஆம் ஆண்டு தொடங்கினார்கள். பால்டா என்றால் பெரூவிய மொழியில் வெண்ணெய் பழம் (*avocado*) என்று பொருள். அந்தப் பழம் எந்தளவு உடலுக்கு நல்லதோ, அது போல உடல்நலத்துக்கு உதவும் செயலிகளை உருவாக்கும் நிறுவனர்களுக்கு நாங்கள் உதவுகிறோம் என்கிறார் யூரி. இவரது தலைமையில் பால்டா,

ஆரோக்கியம் தொடர்பான பல செயலிகளிலும் நிறுவனங்களிலும் முதலீடு செய்துள்ளது.

பெண்களின் மிக அந்தரங்கமான விசயமான மாதவிடாய்க் காலங்களைப் பற்றிய தகவல்களைச் சேமிக்க உதவும் ஃப்ளோவைப் பற்றி குறைகளும் சொல்லப்படுகின்றன. 2019ஆம் ஆண்டு தங்களிடம் இருந்த தகவல்களைப் பயனர் அனுமதியில்லாமல் ஃபேஸ்புக்குக்கு அனுப்பியது ஃப்ளோ என்கிற குற்றச்சாட்டையடுத்து அதற்கான தீர்வுகளை நிறுவனம் செயல்படுத்தியது. அதோடு நில்லாமல், நிறுவனத்தின் தரவுகள் மேலாண்மைப் பாதுகாப்பைப் பற்றி புகாரையும் அமெரிக்க அரசின் வர்த்தக ஆணையம் பதிவு செய்தது. இரண்டு ஆண்டுகள் கழித்து, வர்த்தக ஆணையத்தோடு ஃப்ளோ நிறுவனம் ஓர் உடன்படிக்கையை எட்டியது. அதன்படி, தங்களின் தரவுகள் சேமிப்பு முறைகளைச் சார்பில்லாத் தணிக்கைக்கு உட்படுத்துவதாக ஒப்புக் கொண்டது.

ஃப்ளோ செயலியில் சில வசதிகள் இலவசமாகக் கிடைக்கின்றன. செயலியில் இருக்கும் எல்லா வசதிகளையும் பெற மாதச் சந்தா எடுக்க வேண்டும். இப்படி மாதச் சந்தாவிலிருந்து வரும் வருவாயைக் கொண்டு இந்தியா உள்பட 66 ஏழை நாடுகளில் இருக்கும் பெண்களுக்கு நிறுவனத்தின் தேர்வின் அடிப்படையில் செயலிக்கான சந்தா இலவசமாகக் கொடுக்கப்படுகிறது.

நிறுவனத்தின் தலைமையிடம் லண்டன் நகரில் இருக்கிறது. இவர்களின் இதர தொழில்நுட்பக் கூடங்கள் ஆம்ஸ்டர்டாம் நகரிலும், லித்துவேனியா நாட்டின் தலைநகரான வில்னியஸ் நகரிலும் இருக்கின்றன.

2025 வரை உலகெங்கிலும் 42 கோடிக்கும் அதிகமான முறை ஃப்ளோ செயலி பதிவிறக்கம் செய்யப்பட்டுள்ளது. ஏழு கோடிக்கும் அதிகமானோர் ஒவ்வொரு மாதமும் தொடர்ந்து இச்செயலியைப் பயன்படுத்துகிறார்கள். ஆண்டுக்கு இருநூறு மில்லியன் டாலருக்கும் அதிகமாக வருவாய் ஈட்டுகிறது ஃப்ளோ. நிறுவனத்தின் தற்போதைய சந்தை மதிப்பு ஒரு பில்லியன் அமெரிக்க டாலர்களுக்கும் மேலாக வளர்ந்துள்ளதால், இந்நிறுவனம் யூனிகார்ன் (Unicorn) என்கிற கௌரவத்தைப் பெற்றுள்ளது.

50. கைச்சொடுக்கில் காமிக்ஸ்

'எனக்குக் கதைகளைப் படிக்கவும் கேட்கவும் மிகவும் பிடிக்கும். அந்தத் தேவையைப் பூர்த்தி செய்யவே நான் இந்தச் செயலியை எனக்காக உருவாக்கினேன். பிறகு, மேலும் பலரை இந்தத் தளத்தில் கொண்டுவந்தால் அவர்களும் தங்கள் கதைகளை இங்கே பகிரலாம். அப்படி நடந்தால் என்னைப் போன்ற கதை விரும்பிகளை அவை மேலும் மகிழ்விக்கும் என்று எண்ணியே இதனை வெளியிட்டேன்.'

இப்படிச் சொன்னவர் ஜுன்கூ கிம் *(JunKoo Kim)*. தென் கொரியாவில் தொடங்கப்பட்ட காமிக்ஸ் செயலியான வெப்டூனின் *(Webtoon)* நிறுவனர்.

சிறு வயதில் டிங்கிள், அமர் சித்ர கதா காமிக்ஸ்களைப் படித்து மகிழ்ந்திருப்போம். ஆனால் நாம் வளர வளர அந்தப் பழக்கம் குறைந்திருக்கும். அதுவும் இன்றைய செல்பேசி யுகத்தில் குழந்தைகளுமே அச்சுப் புத்தகங்களைப் படிப்பது குறைந்துவிட்டது. இந்தப் போக்கை மாற்றி, உலகளவில் காமிக்ஸ் பக்கம் மீண்டும் வாசகர்களைக் கொண்டுவந்த பெருமை வெப்டூன் செயலிக்கு உண்டு. இதில் சிறுவர்களில் தொடங்கி, முதியவர்கள் வரை அனைவரையும் கவரும் வகையில் படக்கதைகள் கிடைக்கிறது. ஆபாசப் படங்கள் கிடையாது. ஆனால் காதல், சண்டை பற்றிய கதைகள் உண்டு, அவை எந்தெந்த வயதினருக்கு ஏற்றது என்று தெளிவாகக் குறிக்கப்பட்டிருக்கும்.

இந்த வகை காமிக்ஸ்களுக்கு வெப்டூன்ஸ் என்று பெயர். இது வெப் (இணையம்) மற்றும் கார்ட்டூன்ஸ் (அசைவோவியம்) என்கிற ஆங்கில வார்த்தைகளின் கூட்டு. அச்சிடப்பட்ட காமிக்ஸ்களில் ஒவ்வொரு பக்கத்தையும் திருப்ப வேண்டும். வெப்டூன்ஸ் செல்பேசிகளில் மட்டுமே கிடைப்பதால் கீழிருந்து மேலாகத் தள்ளி ஒவ்வொரு பக்கத்தையும் படிக்க வேண்டும். அதோடு படக்கதைகள் வண்ணமயமாகவும் வருகின்றன.

முதல் முதலாக வெப்டூன்ஸ் என்கிற பெயரோடு இந்த முறையில் 2003ஆம் ஆண்டு வெளியிட்டது தென் கொரிய நிறுவனமான டாம் (*Daum*). அந்த ஆண்டிலிருந்து வளர்ந்து கொண்டே வந்த வெப்டூன்ஸ் 2024ஆம் ஆண்டு கணக்குப்படி, உலகளவில் சுமார் பத்து பில்லியன் அமெரிக்க டாலர் வருவாய் ஈட்டும் துறை. ஆண்டுதோறும் 28 சதவீதத்தில் வளர்கிறது.

டாம் வெளியிட்ட முதல் வெப்டூன்ஸ் பல இலட்சம் முறை தரவிறக்கம் செய்யப்பட்டன. இந்த வெற்றியைப் பார்த்த ஜுன்கூ கிம், 2004ஆம் ஆண்டு தானும் அதைப் போன்ற ஒரு செயலியை வெப்டூன் என்கிற பெயரில் நாம் மேலே குறிப்பிட்ட காரணங்களுக்காகச் சோதனை முயற்சியாக வெளியிட்டார். அப்போது ஜுன்கூ, தென் கொரியாவில் பிரபலமாக இருக்கும் இணையத் தேடுபொறியான நவேர் (*Naver*) நிறுவனத்தில் பொறியாளராக இருந்தார்.

சியோல் தேசியப் பல்கலைக்கழகத்தில் அப்ளைடு கெமிஸ்ட்ரி (*Applied Chemistry*) துறையில் இளநிலைப் பட்டம் பெற்றவர் ஜுன்கூ. தொடக்கத்தில் நவேர் நிறுவனம் ஓவியர்களையும் கதையாளர்களையும் ஒப்பந்தம் செய்து புதுப்புது வெப்டூன் தொடர்களை செயலியில் வெளியிட்டது. அடுத்த ஓர் ஆண்டில் நல்ல வரவேற்பு கிடைத்ததைத் தொடர்ந்து, வெப்டூன் செயலியை ஜுன்கூ தலைமையில் தனித் துறையாக அமைத்தது நவேர்.

தொடக்கத்தில் பல ஆண்டுகளுக்கு இலவசமாகவே தொடர்களை வழங்கியது வெப்டூன். நவேர் நிறுவனத்தின் சக்திவாய்ந்த இணைய விளம்பரங்கள் மூலம் நல்ல வருமானம் வந்ததுதான் இதற்குக் காரணம். ஒரு தொடர் வெப்டூன்ஸில் பிரபலமானால் அதிலிருந்து படைப்பாளர்களுக்குப் பெயரும் புகழும் கிடைத்தது, இதனால் பல ஆண்டுகள் வரை இலவசமாகவே தாங்கள் உருவாக்கிய

தொடர்களைப் பதிவேற்றம் செய்தார்கள். நவேருக்கும் இது வசதியாக இருந்தது.

ஆனால் செயலியின் தாக்கம் பரவப் பரவ, இணையத்தில் பலரும் தொடர்களைத் திருடி அவரவர் தளங்களில் வெளியிட்டார்கள். இது நிறுவனத்துக்கு விளம்பர வருவாயைப் பாதித்தது. இதற்கு எதிராகச் சட்டப்பூர்வ நடவடிக்கை எடுக்க வேண்டுமென்றால் நிறுவனத்திடம் காப்புரிமை இருக்க வேண்டும், அதற்குப் படைப்பாளர்களுக்கு வருவாயில் பங்கு கொடுத்து உரிமையைப் பெற வேண்டும்.

இப்படியான காரணங்களால் 2013ஆம் ஆண்டிலிருந்து, பயனர்கள் படிக்கும் அளவைப் பொருத்து ஒவ்வொரு படைப்பாளிக்கும் வருவாயில் பங்கு கொடுக்கப்பட்டது. அதே ஆண்டு, சந்தா முறையும் செயலியில் கொண்டுவரப்பட்டது. அடுத்த பத்தாண்டுகளாகப் பல மில்லியன் அமெரிக்க டாலர் ஒவ்வொரு ஆண்டும் படைப்பாளர்களுக்குப் பங்காகக் கொடுக்கப்பட்டு வருகிறது.

வெப்டூன் நிறுவனம் தங்களது செயலியில் வரும் தொடர்கள் எங்கிருந்தும் திருடப்படவில்லை என்பதிலும், பதிவேற்றம் செய்பவர்கள் அதைத் தாங்களே உருவாக்கினார்களா என்பதிலும், அதாவது காப்புரிமை விசயங்களில் கவனமாக இருக்கிறது. இதனால் படைப்பாளரின் மேல் ஒரே ஒரு குற்றச்சாட்டு வந்து நிரூபிக்கப்பட்டால் கூட அவர்கள் வெப்டூன் செயலியில் இருந்து வாழ்நாளுக்கும் நீக்கப்படுகிறார்கள். செயலியில் பயனர்கள் ஆபாசக் கருத்துகளையோ வெறுப்பு பேச்சையோ கருத்திட்டால் அவர்களின் கணக்குகளும் உடனடியாக முடக்கப்படுகின்றன.

செயலி மூலமாக வருவாயும் புகழும் வந்தாலும், நிறுவனம் படைப்பாளர்களைச் சுரண்டுகிறது, ஓரளவு வருவாய் ஈட்டவே அவர்கள் கடுமையாக உழைக்க வேண்டியிருக்கிறது என்கிற குற்றச்சாட்டும் இருக்கிறது. உதாரணமாக, 2022ஆம் ஆண்டு தளத்தில் சோலோ லேவலிங் என்கிற பிரபலமான தொடரின் ஓவியரான முப்பத்து மூன்று வயதான ஜாங் சுங்-ராக் திடீரென இறந்தது சர்ச்சையைக் கிளப்பியது.

வெப்டூன், 2014ஆம் ஆண்டு தனி நிறுவனமாக அமைக்கப்பட்டது.

அதே ஆண்டு லைன் நிறுவனத்தோடு இணைந்து, தென் கொரியாவைத் தாண்டி அமெரிக்க, ஜப்பான் போன்ற நாடுகளிலும் அந்தந்த மொழிகளில் வெப்டூன் செயலி வெளிவந்தது. 2016ஆம் ஆண்டு அமெரிக்காவிலும் ஒரு தனி நிறுவனமாகப் பதிவு செய்யப்பட்டது. காமிக்ஸ் உலகில் மிகவும் மதிக்கப்படும் எழுத்தாளரான ஸ்டான் லீ *(Stan Lee)* உடன் வெப்டூன் 2015ஆம் ஆண்டு ஒப்பந்தம் செய்து தனது செயலியைப் பிரபலப்படுத்தியது. 2021ஆம் ஆண்டு பிரபல அமெரிக்க ஆர்ச்சி காமிக்ஸுடன் இணைந்து 'பிக் எதெல் எனர்ஜி' என்கிற தொடரை வெளியிட்டது.

வெப்டூன் நிறுவனத்தின் பெரும்பாலான பங்குகளை நவேர் நிறுவனமும், அதையடுத்து தென் கொரியாவில் அதிகமாகப் பயன்படுத்தப்படும் வாட்ஸ்-ஆப்புக்கு இணையான செயலியான லைன் நிறுவனமும் வைத்துள்ளன. முக்கியமாக, கார்ட்டூன் என்றாலே உலகில் எல்லோருக்கும் முதலில் நினைவிற்கு வருவது அமெரிக்க நிறுவனமான வால்ட்-டிஸ்னிதான். அந்நிறுவனமும் வெப்டூனில் இரண்டு சதவீதப் பங்குகளை வைத்துள்ளது இந்தச் செயலியின் பிரபலத்தைக் காட்டுகிறது. இரு நிறுவனங்களும் இணைந்து பல தொடர்களை வெளியிட்டு வருகிறார்கள்.

2025ஆம் ஆண்டு நிலவரப்படி, 2.4 கோடி படைப்பாளர்களின் கதைகள் இச்செயலியில் பகிரப்பட்டுள்ளன. வெப்டூனில் மாதந்தோறும் 15 கோடி பார்வையாளர்கள் தொடர்களைப் படிக்கிறார்கள். நிறுவனத்துக்கு 2025ஆம் ஆண்டில் 1.3 பில்லியன் அமெரிக்க டாலர் ஆண்டு வருவாயாக வந்துள்ளது.

கடந்த பத்தாண்டுகளில் வெப்டூனில் பிரபலமான தொள்ளாயிரம் கதைகள், திரைப்படங்களாகவும் இணையத் தொடர்களாகவும் வெளிவந்து தென் கொரியாவிலும் வெளியேயும் வெற்றி பெற்றுள்ளன. இதில் பிரபலமானது 2022ஆம் ஆண்டு நெட்பிளிக்ஸ் தளத்தில் வெளிவந்த தொடரான 'ஆல் ஆஃப் அஸ் ஆர் டெட்' *(All of Us Are Dead)*. இது தென் கொரியப் பள்ளி ஒன்றைத் தாக்கும் பயங்கர மிருதன் *(zombie)* தொற்றைப் பற்றியது.

தற்போது வெப்டூன் நிறுவனத்தின் தலைமையகம், அமெரிக்காவின் லாஸ் ஏஞ்சல்ஸ் நகரில் இருக்கிறது.

51. என்ன பார்க்கலாம்? எங்கே பார்க்கலாம்?

'எனக்குப் பேய்ப் படங்கள் பிடிக்காது, காதல்-காமெடி படங்கள்தான் பிடிக்கும். எனது இந்த விருப்பத்தைத் தெரிந்து கொள்ளாமல் சினிமா நிறுவனங்கள் நான் சென்ற இணையத்தளங்களில் எனக்குப் பேய்ப் பட முன்னோட்டங்களையே காண்பித்தார்கள். இதனால் பல நல்ல காதல் படங்களைத் தவறவிட்டேன். இதைச் சரிசெய்யும் நோக்கத்திற்காகவே இந்தச் செயலி உருவாக்கப்பட்டது.'

இப்படிச் சொன்னவர் ஜஸ்ட்வாட்ச் *(JustWatch)* செயலியின் நிறுவனர் டேவிட் க்ரொயே (David Croyé).

வீட்டில் இருந்தே திரைப்படங்களைப் பார்க்க இன்று நம்மில் பலரும் நெட்பிளிக்ஸ், அமேசான் பிரைம், ஜியோ ஹாட்ஸ்டார், சோனி, சன் நெக்ஸ்ட் எனப் பல சந்தாக்களை வைத்திருப்போம். ஒரு குறிப்பிட்ட படத்தைப் பார்க்க விரும்பினால், அது எந்தத் தளத்தில் கிடைக்கிறது எனக் கண்டுபிடிக்கவே பல நிமிடங்கள் ஆகும். ஆனால் ஜஸ்ட்வாட்ச் செயலியில் நாம் பார்க்க விரும்பும் படம் அல்லது தொடரின் பெயரையோ, நடிகர்களின் பெயர்களையோ உள்ளிட்டால் அது எங்கே பார்க்கக் கிடைக்கும் என உடனே சொல்லிவிடும்.

அதோடு, நாம் விரும்பியவற்றை விருப்பக் குறியிட்டுக் கொள்ளலாம். பின்னர் நாம் விரும்பும் படங்களின், தொடர்களின் விவரங்களைப் பட்டியலாகப் பார்க்கலாம். அதிலிருந்தே நமக்கு வேண்டியதைத் தேர்வு செய்தால் அந்தந்தத் தளத்துக்கு, அந்தப் படம் இருக்கும் பக்கத்துக்கு நேரடியாகக் கூட்டிச்செல்லும்.

ஜஸ்ட்வாட்ச் செயலியின் இலவசப் பதிப்பிலேயே இந்த எல்லா வசதிகளும் கிடைக்கின்றன. சந்தா செலுத்தினால் விளம்பரங்களைத் தவிர்க்கலாம், மற்றபடி இது முழுக்க இலவசம்.

2002ஆம் ஆண்டு சிறு நிறுவனங்களுக்கான இணையதளங்களை வடிவமைக்கும் தொழிலைத் தனியாகச் செய்து வந்தார் டேவிட் க்ரொயே. அதோடு, இணையம் மூலமாக மார்க்கெட்டிங் செய்யும் முறைகளிலும் நல்ல தேர்ச்சி பெற்று, அந்தச் சேவைகளையும் பல குறு நிறுவனங்களுக்கு வழங்கி வந்தார். பிறகு 2009ஆம் ஆண்டு போனியல் இண்டர்நேஷனல் குழுமத்தில் தலைமை மார்க்கெட்டிங் இயக்குநராகச் சேர்ந்தார். இந்த நிறுவனம் காஃப்டிஏ *(kaufDA)* என்கிற பெயரில் ஜெர்மனியில் இயங்கும் பிரபலமான தளம். அதில் கடைகளில் கிடைக்கும் சலுகைகளையும், விலையைக் குறைக்க உதவும் கூப்பன்களையும் கண்டுபிடிக்க உதவும் சேவை கிடைக்கிறது.

அடுத்த ஐந்து ஆண்டுகள் போனியல் குழுமத்தில் இருந்தபோது பல நுட்பங்களையும் திறமைகளையும் வளர்த்துக் கொண்டார் டேவிட். குறிப்பாக, கோடிக்கணக்கான பயனர்களை எப்படி இணையத்தளத்துக்கும் செயலிக்கும் வரவழைப்பது என்பதைக் கற்றுக்கொண்டார். இதைச் செய்ய, தனக்குக் கீழ் இயங்கிய மார்க்கெட்டிங் அணியில் ஜெர்மனி, ஃபிரான்ஸ், அமெரிக்கா, ரஷ்யா, பிரேசில், ஸ்பெயின் ஆகிய ஆறு நாடுகளிலிருந்து திறமையானவர்களைக் கண்டுபிடித்துச் சேர்த்திருந்தார்.

நிறுவனத்திலிருந்த இவரது அணி, இணையத்தில் அப்போது வரத் தொடங்கியிருந்த தானியங்கி விளம்பர முறைகளை உருவாக்கும் தொழில்நுட்பத்தைத் தயாரித்தது. இந்த அனுபவங்கள்தான் ஜஸ்ட்வாட்ச்சை தொடங்க டேவிட்டுக்கு பெரும் துணையாக இருந்தன. முதல் பத்தியில் பார்த்தது போல, இந்தச் செயலிக்கான யோசனை டேவிட் க்ரொயேவிற்கு தோன்றியதும் அதை உருவாக்க ஜெர்மனியின் பெர்லின் நகரில் 'ஜஸ்ட்வாட்ச் மீடியா' என்கிற

நிறுவனம் 2014ஆம் ஆண்டு தொடங்கப்பட்டது. அடுத்த ஓராண்டில் பல துறைகளிலும் இருந்து அவருடன் முன்பு வேலை செய்த ஐவரைச் சேர்த்துக் கொண்டார் டேவிட்.

பொதுவாகத் துளிர் தொழிலைத் தொடங்கும்போது இருவர் அல்லது மூன்று பேருக்கு மேலான எண்ணிக்கையில் நிறுவனர்கள் இருப்பது கருத்து வேற்றுமையை உண்டாக்கும், தொழிலுக்கு நல்லதில்லை என்பார்கள். ஆனால் அதைப் பொய்யாக்கி ஆறு நிறுவனர்களைக் கொண்ட ஜஸ்ட்வாட்ச் இன்றும் வெற்றிநடை போடுவதற்குப் பின்னாலிருக்கும் கதையைப் பார்க்கலாம்.

டேவிட் கட்டமைத்த குழுவில் இருந்த ஆறு நிறுவனர்களும் தொழில்நுட்பம், நிதி மேலாண்மை, மார்க்கெட்டிங், மனிதவளம், தயாரிப்பு மேலாண்மை, நிர்வாகத் திறன் என ஒவ்வொரு துறையில் திறமையானவர்கள். இதில் ஐவர், போனியல் குழுமத்தில் டேவிட்டோடு பல ஆண்டுகள் வேலை செய்தவர்கள். நிறுவனத்தைத் தொடங்க தங்களின் சொந்தப் பணத்தில் இருந்து ஐந்து இலட்சம் அமெரிக்க டாலர் செலவு செய்தார்கள். கூடுதலாக இருபது இலட்சம் டாலர் முதலீட்டைக் கடனாகவும், தொழில்நுட்ப ஊக்குவிப்புக் கொடையாகவும் பெற்றார்கள்.

இவர்களின் முழுமையான கனவை அடைய இன்னும் அதிக முதலீடு தேவை என்று உணர்ந்தவர்கள், அதை ஈட்ட வெளி முதலீட்டாளர்களிடம் செல்லவில்லை. அதற்குப் பதிலாகத் தங்களின் சேவைகளில் இருந்தே அதைச் சம்பாதிக்க முடிவு செய்தார்கள்.

ஜஸ்ட்வாட்ச் செயலியும் தளமும் முதலில் 2015ஆம் ஆண்டு பிப்ரவரி மாதம் அமெரிக்காவிலும் ஜெர்மனியிலும் வெளியிடப்பட்டன. சில வாரங்கள் கழித்து பிரேசில் நாட்டிலும் வெளியிடப்பட்டன. அடுத்தடுத்த ஆண்டுகளில் பல புதிய நாடுகளிலும் மொழிகளிலும் தனது சேவையை விரிவுபடுத்தியது ஜஸ்ட்வாட்ச். 2019ஆம் ஆண்டு அமெரிக்காவில் தனக்குப் போட்டியாக இருந்த கோவாட்ச் நிறுவனத்தை வாங்கி தன்னோடு இணைத்துக் கொண்டது. இதன் மூலம் நியூயார்க் நகரில் தனது முதல் கிளையைத் தொடங்கியது.

இலவசமாக வழங்கப்படும் ஜஸ்ட்வாட்ச் செயலியில் விளம்பரங் களிலிருந்து பெரிதாக வருவாய் வராது. ஆகவே வருமானத்துக்கு

வேறு என்ன செய்யலாம் என்று யோசித்து, திரைப்படத் தயாரிப்பு நிறுவனங்களுக்கு மார்க்கெட்டிங் சேவைகளை வழங்க முடிவு செய்தார்கள்.

இதற்காக ஜஸ்ட்வாட்ச் செயலியில் எந்தெந்தத் திரைப்படங்களையும் தொடர்களையும் எந்த விதமான மக்கள், எந்தெந்த ஊர்களில் விரும்புகிறார்கள் என்பதை நிகழ்நேரத்தில் தொகுத்தார்கள். அவற்றிலிருந்து தனிப்பட்ட பயனர்களின் விவரங்களை நீக்கிவிட்டு, அந்தத் தரவுகளின் அடிப்படையில் சந்தைப்படுத்தலையும் விளம்பரங்களையும் சேவையாக வழங்கினார்கள்.

இவர்கள் வழங்கிய தரவுகள் வேறு எங்கும் கிடைக்காதவை. அதோடு இவர்களின் சேவையின் தரமும் சிறப்பாக இருந்ததால் விரைவிலேயே ஐரோப்பாவில் இருக்கும் பல பெரிய திரைப்பட நிறுவனங்கள் இவர்களது வாடிக்கையாளர்களானார்கள். இதனால் முதல் ஆண்டிலேயே இலாபம் பார்க்கத் தொடங்கியது ஜஸ்ட்வாட்ச்.

2014ஆம் ஆண்டு தொடங்கப்பட்டபோது, நிறுவனர்கள் குழு முப்பது மணிநேரம் செலவு செய்து தங்களது நிறுவனத்தின் கலாசாரமும் விழுமியங்களும் என்னென்ன என்று பட்டியலிட்டார்கள். அவை பின்னர் இருபது காட்சிவில்லைகளாக எழுதப்பட்டன. இவ்வளவு விவரங்களை வைத்துக் கொள்வதும் பொதுவான மேலாண்மை முறைகளுக்கு எதிரானது. ஆனாலும் நிறுவனர்கள் விட்டுக் கொடுக்கவில்லை.

உதாரணமாக, இவர்களது சேவைகளில் என்னென்ன புது வசதிகளைக் கொண்டு வருவது, அவற்றை எப்படி வடிவமைப்பது என்று இவர்கள் தொடர்ந்து ஆலோசனைக் கூட்டங்களை நடத்திக் கொண்டு இருப்பதில்லை. அதற்குப் பதில் உடனடியாகச் செயல்பட்டு, சோதனை முயற்சிகளாகச் சிறு குழுக்களுக்கு வெளியிட்டு அதிலிருந்து கற்றுக் கொள்கிறார்கள்.

ஜஸ்ட்வாட்ச் செயலியும் தளமும் தொடங்கப்பட்ட காலத்தில் அதில் பயன்படுத்தப்பட்ட தொழில்நுட்பம் மிகவும் புதிது. உதாரணமாக, தளத்தை இயக்கப் பயன்படுத்துவது கோலாங்க் *(GoLang)* நிரலிகள் மொழி. அதே போலக் கணினி வளங்களை ஒருங்கிணைக்க டாக்கர் *(Docker)* மற்றும் குபர்நேட்டிஸ் *(Kubernetes)* கட்டமைப்புகளைப் பயன்படுத்துகிறார்கள்.

2025 ஆண்டு நிலவரப்படி, ஜஸ்ட்வாட்ச் நிறுவனத்தில் நாற்பத்தாறு நாடுகளைச் சேர்ந்த இருநூறுக்கும் அதிகமானோர் ஐரோப்பா, அமெரிக்கா, ஐக்கிய அமீரகம் போன்ற நாடுகளில் இருக்கும் அலுவலகங்களில் இருந்து வேலை செய்கிறார்கள். மாதாமாதம் ஆறு கோடிக்கும் அதிகமான பயனர்கள் ஜஸ்ட்வாட்ச் செயலியையும், இவர்களது மற்ற சேவைகளையும் நூற்று நாற்பது சந்தைகளில் இருந்து பயன்படுத்துகிறார்கள்.

52. இது விளையாட்டில்லை

அழிந்துவருகிறது என்று சொல்லப்பட்ட பத்திரிகைத் துறையில் கால்பதிக்க முடிவு செய்தார்கள் அந்த இருவரும். விளையாட்டு (ஸ்போர்ட்ஸ்) செய்திகளை மட்டுமே எழுதுவோம் என்றார்கள். எங்கள் தளத்திலும் செயலியிலும் விளம்பரங்கள் எதுவும் கிடையாது, சந்தா கட்டித்தான் படிக்க வேண்டும் என்றும் சொன்னார்கள். இவை எல்லாவற்றுக்கும் மேலாக, இருவருக்கும் பத்திரிகைத் துறையிலோ எழுத்துலகிலோ எந்தவித அனுபவமும் இல்லை. இருந்தும், தொடங்கிய நான்கே ஆண்டுகளில் பத்து இலட்சத்துக்கும் அதிகமான சந்தாதாரர்களைப் பெற்றுள்ளார்கள்.

அவர்கள் அலெக்ஸ் மேதர் *(Alex Mather)*, ஆடம் ஹான்ஸ்மான் *(Adam Hansmann)* என்ற இருவர். இவர்களால் 2016ஆம் ஆண்டு அமெரிக்காவில் தொடங்கப்பட்டது தி அத்லெடிக் *(The Athletic)*. இது டிஜிட்டல் தயாரிப்பாக வடிவமைக்கப்பட்ட ஸ்போர்ட்ஸ் செய்தித்தளம். முதன்முதலில் சிகாகோ நகரின் பிரபல விளையாட்டு அணியின் செய்திகளை மட்டும் வெளியிட்டார்கள். அந்நகர வாசகர்களின் அன்பைப் பெற்றவர்கள், அமெரிக்கா முழுவதிலும் இருக்கும் பெரிய அணிகளில் தொடங்கி, பல சிறிய அணிகளின் செய்திகளையும், அவர்கள் விளையாடும் போட்டிகளைப் பற்றியும் எழுதினார்கள்.

இன்று அமெரிக்காவில் பிரபலமாக இருக்கும் பல ஆண்கள், பெண்கள் விளையாட்டுகளைப் பற்றி தி அத்லெடிக்கில் படிக்கலாம். கால்பந்து, ஹாக்கி, கூடைப்பந்து, பேஸ்பால், சைக்கிளிங், கார் ரேசிங், கல்லூரிப் போட்டிகள் என அனைத்துப் போட்டிகளைப் பற்றிய தரவுகள், செய்திகள் இங்கே இருக்கின்றன. அமெரிக்காவைத் தாண்டி, இந்தியா உள்பட உலக நாடுகளில் அதிகமானோர் பார்க்கும் இங்கிலீஷ் பிரிமியர் லீக் செய்திகளும் தி அத்லெடிக் பத்திரிகையில் இருக்கின்றன. இதில் ஒவ்வொரு விளையாட்டிலும் இருக்கும் அணிகளைப் பற்றியும், தற்போது நடக்கும் போட்டியைப் பற்றியும் துல்லியமான புள்ளிவிவரங்களும் இங்கே கிடைக்கும்.

தி அத்லெடிக்கின் கூடுதல் சிறப்பு, இவர்கள் செயலியில் இருக்கும் பயனர்களுக்கான அரட்டை வசதி. ஒவ்வொரு போட்டி நடக்கும்போதும் ரசிகர்கள் தங்கள் அணிகள் சார்ந்து தங்களுக்குள் நிகழ்நேரத்தில் அரட்டை அடிக்க முடியும். ஒவ்வொரு அணியின் ரசிகர்களும் பிரித்து வைக்கப்படுவதால் மோதல்கள் குறைகின்றன. மற்ற இணையதளங்களில் இருப்பது போல, ஒவ்வொரு செய்தியின் கீழும் கருத்திட முடியும்.

இதையெல்லாம் படிக்கும்போது, மற்ற விளையாட்டுச் செய்தித் தளங்களுக்கும், தி அத்லெடிக்கிற்கும் என்ன வித்தியாசம் என்று தோன்றலாம். திறமையான தகுதியான பத்திரிகையாளர்களும் எழுத்தாளர்களும்தான் இவர்களது பலம். மற்ற ஊடகங்கள் பத்திரிகையாளர்களைக் குறைக்கும் சூழலில் இவர்கள் அதிகமான எண்ணிக்கையில் சேர்த்துக் கொண்டார்கள்.

2025ஆம் ஆண்டு நிலவரப்படி நானூற்றுக்கும் அதிகமான முழு நேரப் பத்திரிகையாளர்கள், விளையாட்டு நிபுணர்கள் தி அத்லெடிக்கில் பணிபுரிகிறார்கள். இவர்கள் அனைவரும் விளம்பரதாரர்களைப் பற்றிக் கவலைப்படாமல், சந்தா கட்டிப் படிக்கும் தங்களுடைய வாசகர்கள் விரும்பும் அணிகளின் செய்திகளைத் தருவதில் மட்டுமே கவனமாக இருக்கிறார்கள்.

அலெக்ஸ் மேதர், 2003ஆம் ஆண்டு பென் ஸ்டேட் பல்கலைக்கழகத்தில் கணினி அறிவியல் படித்தார். படிக்கும்போதே இரண்டாண்டுகள் நிரலராக வேலையில் இருந்தார். பின்னர் இணையதளங்களை வடிவமைக்கும் நிறுவனத்தைத் தொடங்கி

சில ஆண்டுகள் வெற்றிகரமாக நடத்தினார். 2006ஆம் ஆண்டு, வாடகைக்கு வீடுகளைப் போய் பார்க்கும் முறையில் புதுமையைக் கொண்டுவந்த இணையதளமொன்றைத் தொடங்கினார்.

அதன் பிறகு அமெரிக்காவின் மிகப் பெரிய தொலைத்தொடர்பு நிறுவனமான காம்காஸ்ட்டின் *(Comcast)* ஊடகப் பிரிவில் முதன்மைப் பயனர் இடைமுக வடிவமைப்பாளராக மூன்று ஆண்டுகள் இருந்தார். 2010ஆம் ஆண்டு ஸ்டராவா *(Strava)* என்கிற புகழ்பெற்ற உடற்பயிற்சிக்கான செயலியை நடத்தும் நிறுவனத்தின் தயாரிப்பு மேலாண்மைத் துறைக்குத் துணைத் தலைவராக இருந்தார்.

அங்கு பணியில் இருந்தபோது ஆடம் ஹான்ஸ்மானைச் சந்தித்தார். இருவருமே விளையாட்டுப் போட்டிகளின் தீவிர ரசிகர்கள். தங்களுக்கு விருப்பமான அணிகளைப் பற்றி, குறிப்பாக அவை சிறு நகரங்களின் அணிகளாக இருந்தால் தரமான செய்திகள் வருவதில்லையே என்று குறைபட்டார்கள். அதன் விளைவே 2016ஆம் ஆண்டில் இருவராலும் தொடங்கப்பட்ட தி அத்லெடிக்.

ஸ்டராவாவில் இருந்தபோது இருவரும் சந்தா முறையில் இயங்கும் செயலியை எப்படி வடிவமைப்பது, நடத்துவது என்று நன்றாகத் தெரிந்து கொண்டிருந்தார்கள். அலெக்ஸ் மென்பொருள் வடிவமைப்பு மற்றும் தயாரிப்புத் துறைகளில் நல்ல அனுபவம் பெற்றிருந்தார். ஆடம் நிதி, தொழில், நிர்வாகத் துறைகளில் நல்ல அனுபவம் பெற்றிருந்தார். ஓர் இணையத் தயாரிப்பை வெற்றி பெறச் செய்யத் தேவையான அனைத்துத் திறமைகளையும் தி அத்லெடிக் நிறுவனத்துக்கு இவர்கள் இருவரும் இணைந்து கொண்டுவந்தார்கள்.

இருவரும் ஸ்டராவாவில் தங்களின் வேலையை விட்டுவிட்டு தி அத்லெடிக்கைத் தொடங்க முடிவு செய்தபோது, 'ஓய் காம்பினேட்டர்' *(Y Combinator)* என்னும் பிரபலத் தொழில் முனைவோர் பட்டறைக்குத் தேர்வு செய்யப்பட்டார்கள். அந்தப் பயிற்சியின்போது தங்களின் படைப்பை முதலில் சிகாகோவில் வெளியிட்டார்கள். இருவருமே சிகாகோ நகரத்தைச் சேர்ந்தவர்கள் இல்லை, இருந்தாலும் ஏதாவது ஒரு நகரில் தொடங்கி கற்றுக் கொள்ள வேண்டும் என்ற எண்ணத்தில் அந்த நகரைத் தேர்வு செய்தார்கள்.

சிகாகோவில் நடக்கும் போட்டிகளைப் பற்றி எழுத, அந்த நகரில் வசிக்கும் விளையாட்டுத் துறை எழுத்தாளர்களை லிங்க்டின் மூலமாகக் கண்டுபிடித்து வேலைக்கு எடுத்தார்கள். அடுத்த ஒன்பது மாதங்களில் பல முயற்சிகளைச் செய்து நிறுவனத்தைச் சரியாக எப்படி நடத்துவது என்று கற்றுக் கொண்டவர்கள், அதே முறையை அடுத்தடுத்த நகரங்களில் விரிவுபடுத்தும்போது பின்பற்றினார்கள்.

இன்று சுமார் ஐம்பதுக்கும் அதிகமான அமெரிக்க விளையாட்டு சந்தைகளில் தி அத்லெடிக் புகழ்பெற்றிருக்கிறது. 2021ஆம் ஆண்டு இங்கிலீஷ் கால்பந்து விளையாட்டில் பிரபலமான பயிற்சியாளரான பீட்டர் ரைலீயின் மேல் பாலியல் முறைகேடுகளைக் கண்டுபிடித்து வெளியிட்டதற்காகப் பாராட்டப்பட்டது தி அத்லெடிக்.

பல பெரும் ஊடக நிறுவனங்களில் பத்திரிகையாளர்கள், எழுத்தாளர்கள் பகுதி நேரப் பணியாளர்களாகவே இருக்கிறார்கள், அவர்கள் எழுதும் கட்டுரைகளுக்குக் குறைந்தளவு பணம் மட்டுமே கிடைக்கும். வேறு எந்தச் சலுகைகளும் அவர்களுக்குக் கிடையாது. ஆனால் தொடங்கியதிலிருந்தே தி அத்லெடிக் நிறுவனத்தில் எல்லோருமே முழு நேர ஊழியர்கள். இவர்கள் துறையில் இருக்கும் மற்ற நிறுவனங்களைவிட அதிகமாகச் சம்பளம் கொடுக்கிறார்கள். எல்லோருக்கும் நிறுவனத்தின் பங்குகள் வழங்கப்படுகின்றன.

2017ஆம் ஆண்டு இந்நிறுவனத்துக்கு முதற்கட்ட முதலீடு கிடைத்தது. அடுத்த ஆண்டே அறுபது மில்லியன் அமெரிக்க டாலர் முதலீடு வந்தது. 2020ஆம் ஆண்டில் சுமார் பத்து இலட்சம் சந்தாதாரர்கள் வந்தார்கள். இது விளையாட்டுத் துறைப் பதிப்பக உலகில் பெரும் அதிர்வுகளை ஏற்படுத்தியது. பெருந்தொற்று ஆண்டுகளில் கொஞ்சம் தடுமாறிய நிறுவனம், 2022ஆம் ஆண்டு வரை லாபமாக இயங்கமுடியவில்லை. அந்த ஆண்டு ஜனவரி மாதம், நியூயார்க் டைம்ஸ் நாளிதழ் நிறுவனம் தி அத்லெடிக்கை 550 மில்லியன் டாலருக்கு வாங்கியது.

2024ஆம் ஆண்டு அலெக்ஸ் தலைமை அதிகாரி பதவியிலிருந்து விலகிவிட்டார். அதே ஆண்டிலிருந்து டைம்ஸ் நிறுவனத்தின் துணையோடு தி அத்லெடிக் செயலி இலாபம் ஈட்டத் தொடங்கியது. இன்று ஐம்பது இலட்சத்துக்கும் மேலானவர்கள் தி அத்லெடிக்கின் மின்னஞ்சல் செய்திமடலைப் படிக்கிறார்கள்.

விளம்பரங்கள் இல்லாமல், சந்தாதாரர்களை மட்டுமே நம்பி ஒரு விளையாட்டுத் துறைப் பத்திரிகையை நடத்த முடியாது என்று எல்லோரும் சொன்னதைப் பொய்யாக்கிக் காட்டியுள்ளது தி அத்லெடிக். இதை வாங்கியதன் மூலம் நியூயார்க் டைம்ஸ் நிறுவனம் தங்களின் வருங்கால வாசகர்களை ஈர்த்துள்ளது என்று நிச்சயம் சொல்லலாம்.

செயலிகளின் அட்டவணை

செயலியின் பெயர்	அத்தியாயம்
ஏர்டேபிள் (Airtable)	- 42
பீ-ரியல் (BeReal)	- 23
பீப்பர் (Beeper)	- 38
பிளின்கிஸ்ட் (Blinkist)	- 30
ப்ளூஸ்கை (Bluesky)	- 24
பிரில்லியண்ட் (Brilliant)	- 37
கான்வா (Canva)	- 20
சாநீ (Chani)	- 39
டீப்சீக் ஏஐ (Deepseek AI)	- 11
டெக்ஸ் சி.ஆர்.எம். (Dex CRM)	- 26
டிஸ்கார்ட் (Discord)	- 43
டுவோலிங்கோ (Duolingo)	- 15
ஃப்ளோ (Flo)	- 49
ஃப்ளைட்டி (Flighty)	- 44
புட்நாம்ஸ் (Foodnoms)	- 47

ஃபாரஸ்ட் (Forest) - 8
கூகுள் போட்டோஸ் (Google Photos) - 7
கிராப் (Grab) - 27
ஹாப்பி கௌ (Happy Cow) - 34
ஹெட்ஸ்பேஸ் (Headspace) - 48
இன்-டிரைவ் (InDrive) - 45
ஜஸ்ட்வாட்ச் (JustWatch) - 51
கிச்சன் ஸ்டோரிஸ் (Kitchen Stories) - 29
குக்கூ எஃப்.எம் (Kuku FM) - 46
மீஷோ (Meesho) - 17
மை கேட் (My Gate) - 28
நெட்பிளிக்ஸ் (Netflix) - 3
நைகா (Nykaa) - 21
பெர்ப்ளெக்சிட்டி ஏஐ (Perplexity AI) - 10
ஃபியா (Phia) - 35
பிளான்டிக்ஸ் (Plantix) - 41
பாக்கெட் காஸ்ட்ஸ் (Pocket Casts) - 12
ரெயின்ட்ராப்.ஐஓ (Raindrop.io) - 31
ராபிடோ (Rapido) - 40
ரோப்லாக்ஸ் (Roblox) - 18
சீகோ (Seekho) - 33
சிக்னல் (Signal) - 19
ஸ்பாட்டிபை (Spotify) - 4
சப்வே சர்ஃபர்ஸ் (Subway Surfers) - 6
சுனோ.ஏஐ (Suno.AI) - 32
டெடோ (Tedooo) - 36
டெலிகிராம் (Telegram) - 16
டெமு (Temu) - 22
தி அத்லெடிக் (The Athletic) - 52

டிக் டாக் (TikTok) - 5
டிண்டர் (Tinder) - 14
ட்ரூகாலர் (TrueCaller) - 9
வாட்ஸ்-ஆப் (WhatsApp) - 1
வெப்டூன் (Webtoon) - 50
விண்ட்சர்ஃப் (Windsurf) - 25
சோமாட்டோ (Zomato) - 2
ஜெப்டோ (Zepto) - 13

தி.ந.ச.வெங்கடரங்கன்

நூலாசிரியர் தி.ந.ச. வெங்கடரங்கன் ஒரு மென்பொருள் வல்லுநர், செயற்கை நுண்ணறிவுப் பேச்சாளர், எழுத்தாளர் மற்றும் தலைமை நிர்வாகிகளுக்கான ஆலோசகர் ஆவார்.

இவர் 1999ஆம் ஆண்டிலிருந்து மைக்ரோசாப்ட் பிராந்திய இயக்குநர் என்கிற கௌரவப் பதவியையும், உலகளாவிய மின்-நுட்ப அமைப்பான IEEE-ன் மூத்த உறுப்பினர் என்கிற பெருமையையும் கொண்டுள்ளார்.

இவரது முந்தைய தமிழ் நூலான 'நுட்பம்', செல்பேசிகளையும் கணினிகளையும் திறமையாகப் பயன்படுத்த உதவும் கையேடாகும். இவரது ஆங்கில நூலான 'The Founder Catalyst', நிறுவனர்களைத் தலைமை அதிகாரிகளாக மாற்ற உதவும் வழிகாட்டி.

About the Author: tncv.me
Blog: venkatarangan.com
Email: venkatarangan@gmail.com

மாறிவிட்டதா என்ன? எடிசனைப்போல் உழைத்தபிறகுதானே அது கதையானது? அதேபோல், இரண்டாவது கதையின்போது எடிசனைப்போல் நன்கு உழைத்தபிறகு ஆர்க்கிமிடீஸுக்குக் கிடைத்த அந்தத் திடீர் நல்ல யோசனை இவருக்குக் கிடைத்திருக்கிறது.

ஆக, நம்முடைய பிரச்சனைகளைத் தீர்ப்பதற்கு இந்த இரண்டு அறிஞர்களுடைய வழிகளும் நமக்கு உதவும். இரண்டையும் தனித்தனியாகப் பயன்படுத்திக்கொள்ளாமல் சேர்ந்து பயன்படுத்திக்கொண்டால் இன்னும் நன்மை.

எரிக் வாஹ்ல் என்ற ஓவியர், எழுத்தாளர் இதைப்பற்றி *'The Spark and the Grind'* என்ற தலைப்பில் ஒரு புத்தகம் எழுதியிருக்கிறார். ஆர்க்கிமிடீஸின் வழியை *Spark*, அதாவது பொறி என்றும், எடிசனுடைய வழியை *Grind*, அதாவது, போராட்டம் என்றும் இவர் விளக்குகிறார். பொறி இல்லாத போராட்டமும், போராட்டம் இல்லாத பொறியும் வீண் என்று வலியுறுத்துகிறார், இரண்டையும் கலந்து பயன்படுத்தச்சொல்கிறார்.

எடுத்துக்காட்டாக, காரில் ஏதோ பிரச்சனை என்றால், சும்மா ஸ்பேனரைக் கையில் வைத்துக்கொண்டு அங்குமிங்கும் தட்டிக் கொண்டிருந்தால் போதாது. அதனால் காரின் பிரச்சனை தீர்ந்துவிடாது. அது வெறும் போராட்டமாகத்தான் இருக்கும், பயன் தராது.

அதற்குப்பதிலாக, காரைப்பற்றி நன்கு தெரிந்தவர்களிடம் பேசலாம், புத்தகங்கள் படிக்கலாம், யூட்யூப் வீடியோக்கள் பார்க்கலாம், அதன்மூலம் இந்தப் பிரச்சனைக்கு என்ன காரணமாக இருக்கக்கூடும், அதை எப்படித் தீர்க்கலாம் என்பதற்கான வழிகள் கிடைக்கும், அவற்றை முயன்று பார்த்தால் ஏதேனும் ஒரு வழி வெற்றியடையக்கூடும். ஏனெனில், இங்கு நாம் போராட்டத்தோடு பொறியையும் சேர்த்துப் பயன்படுத்துகிறோம்.

இன்னொருவருக்கு, காரில் புதுமையான ஓர் அம்சத்தைச் சேர்த்து அதை மேலும் பாதுகாப்பாக்குவது எப்படி

என்பதற்கான ஒரு யோசனை கிடைக்கிறது. 'அட, என்ன பிரமாதமான யோசனை' என்று அவர் வியக்கிறார், மகிழ்கிறார். அதைச் செயல்படுத்துவதற்குப் பல மாதங்கள் கடினமாக உழைக்கவேண்டியிருக்கும், பிறரைக் குழுவாகச் சேர்த்துக்கொண்டு முன்னேற வேண்டியிருக்கும், பண முதலீடு தேவைப்படும் என்றெல்லாம் அவருக்குப் புரிகிறது. அந்த யோசனையை ஓரமாக வைத்துவிட்டு, அடுத்த யோசனையைச் சிந்திக்கத் தொடங்கிவிடுகிறார். ஏனெனில், இவர் வெறும் பொறியோடு மன நிறைவு கண்டுவிடுகிறார், போராடத் தயாராக இல்லை.

அவருடைய நண்பர் ஒருவரும் இதே கார் பாதுகாப்புபற்றிச் சிந்தித்துக்கொண்டிருக்கிறார். அவருக்கு ஒரு சிறிய பொறி கிடைக்கிறது. இது அந்த இன்னொரு நண்பருக்குக் கிடைத்ததுபோல் மிகச் சிறந்த யோசனை இல்லை. ஆனால், நல்ல யோசனைதான். கடினமாக உழைத்து அதைப் பெரிதாக்கி வெல்கிறார். அதாவது, பொறியோடு போராட்டத்தைச் சேர்த்து வெற்றியடைகிறார்.

இப்படி நம் வாழ்க்கையிலும் நூற்றுக்கணக்கான எடுத்துக்காட்டுகள் இருக்கும். நமக்குச் சிறந்த பொறிகள் கிடைத்திருக்கும், அத்துடன் போராட்டத்தைக் கலக்காமல் விட்டிருப்போம். அல்லது நன்கு போராடியிருப்போம், பொறிகளைத் தேடியிருக்கமாட்டோம். இந்த இரண்டும் சேர்ந்தபோது வெற்றி கிடைத்திருக்கும். ஏனெனில், பொறி என்பது டிகாஷன் என்றால், போராட்டம் என்பது பாலைப்போன்றது, இரண்டும் வெவ்வேறு குணங்களைக் கொண்டவை, ஆனால் ஒன்றையொன்று மேம்படுத்தக்கூடியவை. அதனால், இவற்றைச் சேர்க்கும்போது சுவையான காப்பி நமக்குக் கிடைக்கும்.

அதனால், நம்முடைய பிரச்சனைகளைத் தீர்க்கக்கூடிய பொறிகளைத் தொடர்ந்து தேடுவோம், அப்படிக் கிடைக்கிற பொறிகளைப் போராடிப் பெரிதாக்கி முன்னேற்றுவோம், ஆர்க்கிமிடீஸுக்கும் எடிசனுக்கும் நன்றி சொல்வோம்!

37. கொரில்லாவைக் கவனியுங்கள்

இப்போது உங்கள் கண்முன்னால் ஒரு கொரில்லாக் குரங்கு நடந்துசெல்கிறது, உங்களைப் பார்த்துக் கையசைக்கிறது. அப்படியானால், அந்தக் குரங்கை நீங்கள் கவனிப்பீர்களா?

'இதென்ன கேள்வி? கண் உள்ள எவரும் கவனிக்கத்தான் செய்வார்கள்?' என்று அலட்சியமாகப் பதில் சொல்கிறீர்களா? கொஞ்சம் பொறுங்கள். இது அத்தனை எளிதில்லை.

பல ஆண்டுகளுக்குமுன்னால், கிறிஸ்டோஃபர் சப்ரிஸ், டேனியல் சைமன்ஸ் என்ற ஆய்வாளர்கள் ஹார்வர்ட் பல்கலைக்கழகத்தில் ஓர் ஆய்வு நடத்தினார்கள். இதற்கு அவர்கள் பயன்படுத்திய சிறு வீடியோவில் ஆறு பேர் இருந்தார்கள். அவர்கள் பந்துகளைத் தூக்கிப் போட்டு விளையாடிக்கொண்டிருந்தார்கள்.

சிறிது நேரத்துக்குப்பிறகு, அந்த வீடியோவில் ஒரு கொரில்லாக் குரங்கு வருகிறது. அதாவது, கொரில்லாபோல் வேடமிட்ட ஒருவர் வருகிறார், ஒன்பது விநாடிகளுக்குப்பிறகு அங்கிருந்து வெளியேறுகிறார்.

இப்போது சொல்லுங்கள், ஒருவேளை இந்த வீடியோவை நாம் பார்த்தால், அந்தக் கொரில்லாவைக் கவனிப்போமா? மாட்டோமா?

கண்டிப்பாகக் கவனிப்போம். அல்லது, அப்படித்தான் நாம் எல்லாரும் நினைப்போம். சிறு எலி, பூனை என்றால்கூடப் பரவாயில்லை, அத்தனை பெரிய கொரில்லாவை நாம் பார்க்காமல் விடுவதற்கு வாய்ப்பு இல்லை என்பதுதான் நம்முடைய எண்ணமாக இருக்கும்.

ஆனால், வியப்பான விஷயம், கிறிஸ்டோஃபரும் டேனியலும் நடத்திய ஆய்வில் பங்கேற்றவர்களில் பாதிப் பேர் அந்தக் கொரில்லாவைக் கவனிக்கவில்லை. அதுமட்டுமில்லை, ‘அந்த வீடியோவில் ஒரு கொரில்லா வந்ததே, அதைக் கவனித்தீர்களா?’ என்று கேட்கப்பட்டபோது, ‘கொரில்லாவா? சான்ஸே இல்லை. நான் அந்த வீடியோவை நல்லாப் பார்த்தேன். அதுல எந்தக் கொரில்லாவும் இல்லை’ என்றுதான் சொன்னார்கள்.

இதன் பொருள், கண்முன்னால் வந்து நின்ற ஒரு பெரிய கொரில்லாவை அவர்கள் கவனிக்கவில்லை. ஏன்? அவர்களெல்லாம் முட்டாள்களா? கவனக்கூர்மை இல்லாதவர்களா?

இல்லை. அவர்கள் அறிவாளிகள்தான், கவனம் உள்ளவர்கள்தான். ஆனால், ஆய்வாளர்கள் இந்த வீடியோவைத் தொடங்கியபோது அவர்களுக்குக் கொடுத்த வேலை, ‘இதில் வெள்ளைச் சட்டை போட்டவர்கள் எத்தனை முறை பந்தைத் தூக்கிப் போடுகிறார்கள் என்று எண்ணிச் சொல்லுங்கள்’ என்பதுதான். அதனால், அவர்கள் திரையில் இருக்கும் வெள்ளைச் சட்டைக்காரர்களைக் கூர்ந்து கவனித்துக்கொண்டிருந்தார்கள். அவர்களிடம் பந்து வருகிறதா என்று பார்த்து எண்ணிக்கொண்டிருந்தார்கள். அதனால், கொரில்லா அவர்களுக்குத் தெரியவில்லை.

இதே ஆட்கள் சும்மா ஜாலியாக இந்த வீடியோவைப் பார்த்திருந்தால், கண்டிப்பாகக் கொரில்லாவைக் கவனித்திருப்பார்கள். ஏனெனில், நாம் ஒரு வேலையில் கவனமாக இருக்கும்போது அதைவிடப் பெரிய, அதற்குத் தொடர்பில்லாத வேறு விஷயங்கள் நம்மைச் சுற்றி நடந்தாலும் சரி, நாம் அவற்றைச் சரியாகக் கவனிப்பதில்லை, மனத்தில் பதித்துக்கொள்வதில்லை.

எடுத்துக்காட்டாக, சரவணன் மும்முரமாக வேலை பார்த்துக்கொண்டிருக்கிறார். அப்போது, அவருடைய அலுவலகத் தோழர் கண்ணன் அங்கு வருகிறார். ஆனால், சரவணன் அவரைக் கவனிக்காமல் தொடர்ந்து வேலையில் கவனமாக இருக்கிறார்.

இதனால், கண்ணன் 'ஹலோ' என்கிறார். அதைக் கேட்டுச் சரவணன் நிமிர்ந்து பார்க்கிறார், 'ஹலோ, எப்ப வந்தீங்க?'

'நான் வந்து ரெண்டு நிமிஷம் ஆகுது. நீங்கதான் கவனிக்கலை.'

'சாரி, இன்னிக்கு வேலை ரொம்ப அதிகம்' என்கிறார் சரவணன். 'சொல்லுங்க, என்ன விஷயம்?'

இப்படி அவர் வாயால் சொன்னாலும், அவருடைய மனம் வேலையில்தான் மூழ்கியிருக்கிறது. கண்ணன் பேசுவதைச் சும்மா கேட்டுக்கொள்கிறார், அதை முழுக்க உள்வாங்கிக்கொள்ளவில்லை.

சில நாட்கள் கழித்து, கண்ணன் மீண்டும் சரவணனிடம் வருகிறார், தன்னுடைய திருமண அழைப்பிதழை நீட்டுகிறார்.

'அட, உங்களுக்குக் கல்யாணமா?' என்று வியக்கிறார் சரவணன். 'என்னங்க இது, இவ்ளோ க்ளோஸ் ஃப்ரெண்ட், என்கிட்ட ஒரு வார்த்தை சொல்லலையே!'

கண்ணன் திகைக்கிறார், 'கல்யாணம் உறுதியானதும் முதல்ல உங்ககிட்டதான் வந்து சொன்னேன். நீங்ககூட வாழ்த்தினீங்க!' என்கிறார்.

ஆக, கண்ணன் சொன்னதைச் சரவணன் கேட்டிருக்கிறார், வாழ்த்தியும் இருக்கிறார், ஆனால், அது அவர் மனத்தில் பதியவில்லை. காரணம், அப்போது அவர் வேறொரு வேலையில் கவனமாக இருந்ததுதான்.

இதிலிருந்து நாம் கற்றுக்கொள்ளக்கூடிய விஷயம், நமக்குக் கண்கள், காதுகள் நன்றாக இருந்தாலும், நம்மைச் சுற்றி நடக்கிற

பல விஷயங்களை நாம் முழுக்கக் கவனிப்பதில்லை. அதைவிட மோசம், கவனித்ததாக எண்ணிக்கொண்டிருக்கிறோம், 'அந்த வீடியோவில் கொரில்லாவே இல்லை' என்று உறுதியாகச் சொன்ன மக்களைப்போல, நாம் நினைப்பதுதான் சரி என்று உறுதியாக நம்பி அதன் அடிப்படையில் தீர்மானங்களை எடுக்கிறோம்.

இந்தப் பிரச்சனையைத் தீர்ப்பது எப்படி?

கண்ணால் காண்பதும் பொய், காதால் கேட்பதும் பொய், தீர விசாரித்து அறிவதுதான் மெய் என்று நம் ஊரில் ஒரு பழமொழி உண்டு. அதுதான் இந்தப் பிரச்சனைக்குத் தீர்வு.

அதாவது, நாம் பார்த்த, கேட்ட, உணர்ந்த, உண்மை என்று நம்பிக்கொண்டிருக்கிற விஷயங்கள் அனைத்தும் 100% உண்மை என்று உறுதியாக எண்ணவேண்டியதில்லை. அவற்றில் பிழையும் இருக்கலாம் என்கிற உணர்வு உள்ளுக்குள் எப்போதும் இருக்கவேண்டும். அப்படி இருந்தால், நாம் விசாரிக்கும் மனநிலைக்கு வந்துவிடுவோம்.

எடுத்துக்காட்டாக, நாளை இரவு நீங்கள் வெளியூருக்கு ரயிலில் செல்கிறீர்கள். அந்த ரயிலில் நீங்கள் பலமுறை சென்றிருக்கிறீர்கள். அதனால், ரயில் புறப்படும் நேரம் இரவு 8:15 என்பது உங்களுக்கு நன்றாகத் தெரியும். அதை நம்பி வீட்டிலிருந்து 7:15க்குக் கிளம்பத் திட்டமிடுகிறீர்கள்.

ஆனால், உங்கள் நண்பர் அந்த ரயில் 7:45க்குப் புறப்படுவதாகச் சொல்கிறார். அதனால், 6:45க்கே வீட்டிலிருந்து கிளம்பும்படி உங்களைக் கேட்டுக்கொள்கிறார்.

உடனடியாக, நீங்கள் சினம் கொள்ளவேண்டியதில்லை, அவரிடம் சண்டை போடவேண்டியதில்லை. ஒருவேளை, உங்களுக்கு நினைவுப்பிழை ஏற்பட்டிருக்கலாம், அல்லது அந்த ரயிலின் கால அட்டவணை மாறி அது 7:45க்குப் புறப்படலாம். எது உண்மை என்று தெரிந்துகொள்வதற்குப் பயணச் சீட்டை எடுத்துப் பார்த்தால் போதும், அந்த ஒரு விநாடி முதலீடு

மிகப் பெரிய நன்மையைத் தரும்.

அதற்காக, நாம் எதையும் நினைவில் வைத்துக்கொள்ளக்கூடாது, நாம் நம்பிக்கொண்டிருக்கிற எல்லாவற்றையும் தவறு என்று எண்ணவேண்டும், அனைத்தையும் ஐயத்துடன் கேள்வி கேட்கவேண்டும் என்கிற மனநிலைக்கு வந்துவிடக்கூடாது. எப்போதும் நமக்கு நடுவில் ஒரு கொரில்லா வருவதில்லை, எப்போதாவதுதான் வருகிறது. அதை மனத்தில் பதித்துக்கொண்டால் போதும். 'இதுதான் சரி' என்று பிடிவாதம் பிடிக்காமல், 'இது சரி என்று நான் நினைக்கிறேன். ஒருவேளை, உங்களுக்கு மாற்றுக் கருத்து இருந்தால், கொஞ்சம் விசாரிப்போம், எது சரி என்று தெரிந்துகொள்வோம்' என்கிற மனநிலை வந்துவிடும்.

38. தவிர்க்கவேண்டிய ஐந்து Dக்கள்

'செய்திகள், ஃபேஸ்புக், வாட்ஸாப் என்று எந்தப் பக்கம் திரும்பினாலும் எதிர்மறைச் செய்திகள்தான், மிகவும் சலிப்பாக இருக்கிறது' என்று மக்கள் சொல்வதைக் கேட்கிறோம். 'இதையெல்லாம் பார்க்கப் பார்க்க, எதிர்காலத்தின்மீது நம்பிக்கையே வருவதில்லை' என்று அவர்கள் சோர்வுடன் அலுத்துக்கொள்வதைப் பார்க்கிறோம்.

உண்மையில் உலகம் எதிர்மறையானதுதானா? நாம் நம்பி எதிர்பார்ப்பதற்கு இங்கு எதுவும் இல்லையா?

உலகில் நல்லதும் உண்டு, தீயதும் உண்டு என்றுதான் வரலாறு சொல்கிறது, சமகாலப் புள்ளிவிவரங்களும் அதைத்தான் நிரூபிக்கின்றன. ஒருபக்கம் யாரோ தன்னுடைய நண்பரை ஏமாற்றிப் பணம் திருடுகிறார்கள் என்றால், இன்னொருபக்கம் யாரோ தன்னுடைய நண்பருக்குக் கஷ்டம் வரும்போது உதவுகிறார்கள். ஒருபக்கம் யாரோ வறுமையில் வாடுகிறார்கள் என்றால், இன்னொருபக்கம் யாரோ கல்வியின்மூலம் முன்னேறித் தங்கள் குடும்பத்தை இன்னும் வளமான நிலைக்குக்

கொண்டுசெல்கிறார்கள், இப்படி எல்லாம் கலந்ததுதான் இந்த வாழ்க்கை.

ஆனால் ஏனோ, இதில் தீயவைதான் நம்முடைய கண்ணுக்குக் கூடுதலாகத் தெரிகின்றன, அதன் அடிப்படையில் வாழ்க்கையைப்பற்றிய ஓர் எதிர்மறையான பார்வையை உண்டாக்கிக்கொண்டுவிடுகிறோம்.

இன்னொருபக்கம், நல்லவற்றைமட்டும் மிகுதியாகப் பார்க்கிறவர்கள் இருக்கிறார்கள். ஒருவேளை தீயவை அவர்களுக்குத் தெரிந்தாலும், 'இதுவும் வாழ்க்கையின் ஒரு பகுதி' என்றுதான் அவர்களுக்குத் தோன்றுகிறது, 'இதுதான் வாழ்க்கை' என்று கசப்பாக எண்ணாமல் மகிழ்ச்சியான மனநிலையுடன் இருக்கிறார்கள். இந்த வேறுபாட்டுக்கு என்ன காரணம்?

நாம் வாழ்க்கையின்மீது நம்பிக்கையுடன் இருக்கவேண்டும் என்றால், ஐந்து Dக்களைத் தவிர்க்கவேண்டும் என்கிறார் எழுத்தாளர் ஜான் கார்டன். அவர் எழுதிய *'The Garden'* (தோட்டம்) என்ற நூலில், D என்ற ஆங்கில எழுத்தில் தொடங்கும் ஐந்து தீமைகளை அவர் விளக்குகிறார்: *Doubt, Distort, Discourage, Distract, Divide.*

முதலில், *Doubt,* அதாவது, ஐயம். எதையெதையோ நினைத்துக்கொண்டு இப்படி ஆகிவிடுமோ, அப்படி ஆகிவிடுமோ என்கிற அச்சத்தில் நாம் தடுமாறக்கூடாது.

எந்தவொரு செயலுக்கும் ஒன்றுக்கு மேற்பட்ட முடிவுகள் இருக்கலாம். எடுத்துக்காட்டாக, ஒரு கிரிக்கெட் போட்டியில் முதல் அணி வெல்லலாம்; அல்லது இரண்டாம் அணி வெல்லலாம்; அல்லது இருதரப்புக்கும் வெற்றி, தோல்வி இன்றி ஆட்டம் சமநிலையில் முடியலாம். அல்லது மழை வந்து ஆட்டம் கைவிடப்படலாம். இப்படிப் பல வாய்ப்புகள் இருக்கிற நிலையில், அந்தப் போட்டியில் விளையாடச் செல்கிற ஒருவர் 'என்னுடைய அணி தோற்றுவிடுமோ' என்கிற ஐயத்துடன்

அதை அணுகினால் அவருக்கு வெற்றி கிடைக்குமா?

அதற்காக, 'என்னுடைய அணி கண்டிப்பாகத் தோற்காது' என்றும் அவர் செருக்குடன் இருந்துவிடக்கூடாது. வெற்றி, தோல்வி ஆகிய இரண்டுக்கும் தயாராக இருக்கவேண்டும், தன்னுடைய ஆட்டத்திறமை, உழைப்பின்மூலம் வெற்றியை நோக்கி முன்னேற முயலவேண்டும், அப்படியில்லாமல் எப்போதும் கெட்டது நடந்துவிடுமோ என்கிற ஐயம் மனத்தில் தோன்றிவிட்டால், முன்னேற்றம் சாத்தியமில்லை.

இரண்டாவது, *Distort*, அதாவது, திரித்துச்சொல்லப்படுகிறவற்றை நாம் நம்பக்கூடாது, உண்மைகளை ஆராய்ந்து அறியவேண்டும்.

ஏனெனில், திரித்துச்சொல்லப்படும் பொய்கள் நமக்குள் ஐயத்தை உண்டாக்கும் நோக்கத்துடன் பரப்பப்படுகின்றன. அவற்றைச் சிந்திக்காமல் நம்பினால் நாம் தடுமாறத் தொடங்கிவிடுவோம். மாறாக, அறிவை ஆயுதமாகப் பயன்படுத்திச் சிந்தித்து, ஆராய்ந்து, உண்மையை அறியும்போது நமக்குள் தெளிவு கிடைக்கும்.

மூன்றாவது, *Discourage*, அதாவது, நம்மை ஊக்கமிழக்கச்செய்யும் நோக்கத்துடன் பேசப்படுகிறவற்றை நாம் விலக்கவேண்டும். அவற்றை நம்பி நம்பிக்கையை இழந்துவிடக்கூடாது.

இளைஞர் ஒருவர் போட்டித்தேர்வு ஒன்றில் பங்கேற்கிறார், அதற்காகக் கஷ்டப்பட்டுத் தயார்செய்கிறார்.

அவருடைய பக்கத்துவீட்டுக்காரர் அவரைப் பார்த்துச் சிரிக்கிறார், 'உனக்கு எதுக்கு இந்த வேண்டாத வேலை?' என்கிறார், 'இன்டர்நெட்ல படிச்சேன், இந்தத் தேர்வு எழுதற லட்சம் பேர்ல நூறு பேர்தான் தேர்ந்தெடுக்கப்படுவாங்களாம். உன்னால அது முடியுமா?'

இங்கு பக்கத்துவீட்டுக்காரர் சொல்வது பொய்யாக இருக்கலாம், அந்த இளைஞரை நம்பிக்கையிழக்கச்செய்யும் எண்ணத்துடன் அவர் அந்தக் கதையைக் கட்டிவிட்டிருக்கலாம். அதனால்,